AF528028

**'उपरा' पुस्तकाला लाभलेले सन्मान :**

* साहित्य अकादमी (१९८१)
* बंडो गोपाळ मुकादम पुरस्कार (१९८२)
* न.चिं. केळकर पारितोषिक (१९८२)
* भारती विद्यापीठ पुरस्कार (१९८२)
* महाराष्ट्र गौरव पुरस्कार (१९९०)
* महाराष्ट्र फाउन्डेशन पुरस्कार (१९९८)

# उपरा

लक्ष्मण माने

मेहता पब्लिशिंग हाउस

**UPRA** by LAXMAN MANE

**उपरा : लक्ष्मण माने** / आत्मकथन

author@mehtapublishinghouse.com



संस्थापक : सुनील अनिल मेहता

प्रकाशक : मेहता पब्लिशिंग हाऊस प्रा. लि.,
१९४१, सदाशिव पेठ, माडीवाले कॉलनी, पुणे – ४११०३०

मुद्रक : श्री मुद्रा

मुखपृष्ठ : सुभाष अवचट

प्रकाशनकाल : पहिली आवृत्ती : २५ डिसेंबर, १९८० /
मेहता पब्लिशिंग हाऊस यांची ३३वी आवृत्ती : एप्रिल, २०२२ /
डिसेंबर, २०२३ / पुनर्मुद्रण : मे, २०२५

किंमत : ₹ २६०

P Book ISBN 9789394258662
E Book ISBN 9789394258679
E Books available on : amazonkindle Apple Books Google Play Books

---

ज्यांनी वळण्याची पाटी सोडून लिहिण्याची पाटी हाती दिली
त्या आई व भाऊ यांना
सर्व सुखं सोडून या वादळाला साथ देणाऱ्या शशीला
आणि
सामाजिक जाणिवा देणाऱ्या
समाजवादी युवक दलास–
- लक्ष्मण माने

# या मुक्कामावरून

माझी टिंगल करण्यासाठी जरी कुणी म्हणालं असतं, की तू पुस्तक लिही, तर मीच त्याची टिंगल केली असती, इतकी या क्षेत्रात माझी प्रगती! फारतर, 'साधना', 'पुरोगामी सत्यशोधक' यांत चार-दोन लेख लिहिलेले. त्या पलीकडे काहीही नाही आणि आता तर चक्क मी पुस्तक लिहिलं! माझं मलाच खरं वाटत नाही.

साताऱ्यात आम्ही दरवर्षी डॉ. बाबासाहेब आंबेडकर व्याख्यानमाला चालवतो. त्याला श्री. दया पवार आणि प्रा. रावसाहेब कसबे व्याख्याते म्हणून आले होते. त्यांना जात पंचायतीचे काही प्रसंग सांगितले, तेही गप्पा मारताना सहजपणे. ते दोघं, हे अनुभव लिहा म्हणून म्हणाले; परंतु मला ते धाडस झालं नाही. आपलं हे क्षेत्र नाही, इथपासून ते कसं जमणार इथपर्यंत, सारा पाढा वाचून झाला. मी काही लिहू शकलो नाही.

त्यानंतर त्रिपुटीला (जि. सातारा) आम्ही, म्हणजे समाजवादी युवक दलानं दलित व शेतमजूर परिषद घेतली होती. डॉ. अनिल अवचट आले होते. परिषदेनंतर रात्री बऱ्याच गप्पा झाल्या. अर्थात, बोलणारा मी अन् ऐकणारा अनिल. आयुष्यात जे भोगलं, जे सोसलं, ते सारं त्याला सांगत होतो. गप्पा संपल्यानंतर अनिलनं हे सारं लिही असं सांगितलं; पण पुन्हा जुनीच न लिहिण्याची कारणं... अनिलचा प्रचंड आग्रह, मग मी लिहीन म्हणालो.

अनिलनं निवड करण्यासाठी प्रकाशकांची तीन-चार नावं सुचवली. त्यात 'ग्रंथाली'चं नाव. ही मंडळी चळवळीतली आहेत, म्हणून यांनाच पुस्तक द्यावं असं मी ठरवलं.

श्री. प्रमोद कोपर्डे यानं हस्तलिखित प्रथमपासून वाचून सतत लिहायला प्रोत्साहन दिलं. तर समाजवादी युवक दलाचे डॉ. नरेंद्र दाभोलकर, पार्थ पोळके,

किशोर बेडकिहाळ, दिनकर झिंब्रे यांनी सर्व प्रकारचं सहकार्य केलं. म्हणून तर हा, इथपर्यंत सर्व प्रवास झाला.

पुस्तकासंबंधी काय लिहावं! जे जगलो, जे भोगलं, अनुभवलं, पाहिलं, ते-ते तसंच लिहीत गेलो. पुन्हा एकदा तेच जगणं जगत गेलो. कुणावर दोषारोप ठेवावा हा हेतू कधीच नव्हता. अनेकदा मोह होऊनही स्वत:ला सावरत गेलो. काही ठिकाणी काही व्यक्तींची नावं बदलली, ती नाईलाज म्हणून. यापलीकडे माझ्या पदरचं काही नाही.

या पुस्तकानं भटक्या-विमुक्त जाती-जमातींच्या प्रश्नांवर सामाजिक मंथन सुरू झालं, भटक्यांचे प्रश्न हा सामाजिक चर्चेचा विषय झाला आणि त्यांच्यासाठी काम करणाऱ्या मंडळींच्या कामाला चालना मिळाली, तर पुस्तक लिहिण्याचे श्रम सार्थकी लागले असं मी समजीन. पिढ्यान्‌पिढ्या बिऱ्हाडं पाठीवर घेऊन गाढवाचं जिणं जगणाऱ्या मंडळींच्या वेदना समाज समजावून घेऊ शकला तरी खूप झालं.

हे लिहिणं हाही जात-पंचायतीच्या दृष्टीनं फार मोठा गुन्हा मी करत आहे. त्याच्या शिक्षेची तरतूद मला माहीत आहे. होणाऱ्या परिणामांना तोंड देण्याची माझी तयारी आहेच.

वडिलांनी एकाच मांडवात दोन्ही छोट्या बहिणींची लग्नं आधी उरकून टाकली आहेत. त्यामुळेच हे लिहिण्याचं धाडस मी करू शकलो असेन काय?

सातारा, १९-८-८०

**-लक्ष्मण माने**

# चेहरामोहरा

'उपरा' लिहिण्याअगोदर, कुणी लेखक होशील असं भविष्य सांगितलं असतं, तर मीच त्याची थट्टा केली असती, असं 'उपरा'च्या प्रास्ताविकात मी म्हटलं होतं आणि 'उपरा'ला एवढं अमाप यश मिळेल हेही कुणी सांगितलं असतं, तर त्याचीही मी थट्टा केली असती; पण 'उपरा' लिहिलं; आणि आयुष्याचा सारा चेहरामोहराच बदलून गेला. एखाद्याला स्वप्नातही खरं वाटणार नाही एवढं उदंड कौतुक मराठी माणसांनी माझं केलं. ज्याच्या वाट्याला काट्याशिवाय काही म्हणजे काहीही आलेलं नाही, अशा मला फुलांच्या हारांनी मढवलं. आपला कुणी साधा सत्कार करील, ही कल्पनासुद्धा सामान्य माणसाला मोहरून टाकणारी असते. आपण आणि फुलांचा हार यांचा संबंध कधी काळी येईल हेही न पटणारंच; पण 'उपरा'नं लक्ष्मण माने या माणसाच्या बाबतीत अशक्य ते शक्य करून टाकलं. 'उपरा' बाजारात आलं आणि अनपेक्षित धक्के बसू लागले. पहिला धक्का बसला तो पत्रांचा. सरकारी कारकुनाचा आणि एखाद्या सामान्य कार्यकर्त्याचा पत्रव्यवहार किती असतो? केव्हातरी चुकूनमाकून आलं एखादं पत्र तर आलं; पण 'उपरा'वर जी प्रतिक्रिया आली ती अक्षरशः तुफानी पावसासारखी; आणि आजही ती चालूच आहे. सुरुवातीला नम्रपणाने पत्रांना उत्तरं देत होतो; पण पत्रं येण्याचा वेग एवढा वाढला, की पत्रांना उत्तरं लिहिणं अशक्य झालं. त्यातच, 'उपरा'च्या निमित्ताने व्याख्यानं चालू झाली. मी सारखा बाहेर राहू लागलो. शशी पत्रांना उत्तरं देत असे; पण तिच्याही आटोक्यातलं ते काम नाही असं वाटून शेवटी तीही कंटाळली; परंतु प्रतिक्रियांचा ओघ सतत चालूच! आज तीन वर्षं संपली तरीही तो चालू आहे आणि आम्ही दोघंही साधी पोहोच देऊ शकलो नाही, याबद्दल वाचकांची क्षमा मागितली पाहिजे असं वाटतं.

प्रतिक्रियांचं स्वरूप साधारणतः भावनिकच होतं. 'उपरा' वाचून डोळे पाणावले

नाहीत, असा माणूस विरळा. ‘ ‘उपरा’नं मुळासकट हादरून गेलो’, ‘ढसाढसा रडलो’, ‘सारं आयुष्य वांझ वाटू लागलं’, ‘उन्मळून पडलो’, ‘ ‘उपरा’नं झोप उडवली,’ अशा स्वरूपाच्या प्रतिक्रिया समाजाच्या सर्व थरांतून आल्या. त्यात जात, धर्म, पंथ, लिंग, कशाचीही मर्यादा राहिली नाही. अनेक नामवंतांनी आपापल्या प्रतिक्रिया आवर्जून कळवल्या. समीक्षात्मक लेख तर बेळगाव ‘तरुण भारत’ ते नागपूर ‘तरुण भारत’; सगळीकडे आले. महाराष्ट्रातल्या बहुतेक वर्तमानपत्रांनी, साप्ताहिकांनी, पाक्षिकांनी, मासिकांनी पुस्तकाची नोंद घेतली. अगदी, आकाशवाणी आणि दूरदर्शननंही ‘उपरा’ची समीक्षा केली. ‘उपरा’ची अनेक अंगांनी चर्चा झाली आणि महाराष्ट्राच्या कानाकोपऱ्यांतून सत्कारांच्या शेकडो सभा झाल्या.

लोकांनी अलोट प्रेम केलं. सातारच्या सभेला एवढा मोठा जनसमुदाय जमला होता, की त्याची प्रतिक्रिया दैनिक ‘सकाळ’चे संपादक मा. श्री. ग. मुणगेकर यांनी जाहीरपणे व्यक्त केली. ती अशी – ‘मी आजपर्यंत अनेक सत्कार पाहिलेत; पण एका साहित्यिकाच्या सत्काराला एवढी प्रचंड गर्दी मी पहिल्यांदाच पाहतोय!’ पंचवीस-तीस हजार लोक दूरदूरच्या गावांहून आलेले, गाड्या जुंपून. मी माझं कौतुक सांगावं म्हणून किंवा आत्मप्रौढी लिहावी म्हणून हे सांगत नाही. तर ज्या जनसामान्यांपर्यंत साहित्य गेलं नव्हतं ते आज जात आहे. लातूरची मिरवणूकही अशीच विलक्षण होती. तर एवढंच सांगावंसं वाटतं, की मराठी माणसांनी ‘उपरा’ला अक्षरश: डोक्यावर घेतलं. याचं उतराई होणं ही अशक्य गोष्ट आहे आणि ऋणातून असं मुक्त होण्याची माझी अजिबात इच्छा नाही. मराठी माणसांचं हे प्रेम साऱ्या पारितोषिकांहून मोलाचं वाटतं. लौकिक अर्थानं तसं खूप मिळालं. कुसूर, ता. कऱ्हाड येथील रयत शिक्षण संस्थेच्या मित्रांनी पहिला ‘तात्यासाहेब मुकादम पुरस्कार’ दिला. या घरच्या पुरस्कारानं सुरुवात झाली आणि पुण्याच्या ‘केसरी-मराठा संस्थे’नं तेवढ्याच आपुलकीनं ‘न.चिं. केळकर पुरस्कार’ दिला. ‘केळकर पुरस्कार’ घेत असतानाच भारती विद्यापीठाच्या आमच्या पतंगराव कदमांनी तिथं लगेच ‘भारती विद्यापीठ पुरस्कार’ जाहीर करून टाकला. अशी पारितोषिकं मिळत असतानाच ‘फोर्ड फाउन्डेशन’ची तार आली आणि आश्चर्याचा धक्काच बसला. तीही दोन लाखांची शिष्यवृत्ती; आणि अमेरिकेचा फेरफटकाही झाला!

अमेरिकेतही ‘उपरा’च होतो. तिथल्या जीवनाशी अजिबात समरस होता आलं नाही; अतिशय हाल झाले. तेथील भारतीयांत भेटले तेही पुन्हा उच्चवर्णीय ब्राह्मणच. एकूण चार ब्राह्मण भेटले, त्यातल्या तिघांनी अतिशय चांगलं वागवलं. पुण्याच्या ‘सकाळ’मध्ये प्रवासवर्णन लिहिताना मी चारांपैकी तिघांबद्दल अतिशय चांगलं लिहिलं; पण एकानं अतिशय वाईट वागवलं. जेवायला बोलवूनही आमच्या (मी व दया पवार) पुस्तकांचे विषय समजल्यानं, पर्यायानं जात समजल्यानं

आम्हाला जेवायला दिलं नाही. देशाबाहेर गेलो तरी जातीनं आमची पाठ सोडली नाही, याचं दु:खं झालं. वर, 'असं झालंच नसेल, तुम्ही खोटं बोलता,' ही प्रतिक्रिया! पण, मला अजूनही प्रामाणिकपणे सांगावंसं वाटतं, की खरंच, आम्ही उच्चवर्णीय असतो, तर असं घडलं असतं का? असं वागवलं गेलं असतं का? पण, खरं बोलायची आपल्याकडे सोय नाही आणि हितसंबंधांसाठी मी खोटं बोलू शकत नाही; तो माझा स्वभावही नाही.

अमेरिकेतून परत आलो. त्याच दिवशी 'उपरा'ला 'साहित्य अकादमी'चा बहुमान प्राप्त झाला. वयाच्या बत्तिसाव्या वर्षीच 'साहित्य अकादमी' मिळाली, याचा मला अभिमान वाटला. भारतीय स्तरावर 'साहित्य अकादमी'चं पारितोषिक एवढ्या कमी वयात मिळवून मराठी भाषेची मान मी ताठ केली. 'साहित्य अकादमी'चा पुरस्कार देत असताना साहित्य अकादमीचे अध्यक्ष श्री. उमाशंकर जोशी म्हणाले, "एवढ्या तरुण वयात एवढं चांगलं पुस्तक लिहिलंस याचा अभिमान वाटतो." तर असं थोरामोठ्यांचं प्रेम मिळालं. अगदी आंतरराष्ट्रीय मान्यता मिळाली आणि अर्थातच, लक्ष्मण माने या माणसाचं भलं झालं. रस्त्याच्या कडेला, गटाराच्या कडेला वाढलेला एक माणूस वर उचलला गेला. हे एका व्यक्तीचं कौतुक खूप झालं.

आणि तरीही मी आज जेवढा अस्वस्थ आहे, बेचैन आहे, तेवढा यापूर्वी कधीच नव्हतो; कारण हा प्रश्न लक्ष्मण माने या एका माणसाचा नाही तर प्रश्न आहे, असे हजारो-लाखो लक्ष्मण माने झोपडपट्ट्यांत, फुटपाथवर, गावकुसाबाहेर आणि ज्यांना गावकूसही नाही ते दऱ्याखोऱ्यांत, रानोमाळांत खितपत पडले आहेत. त्यांना ना संधी, ना सोय, ना सवलत, ना आधार, ना आसरा, ना निवारा, ना दोन वेळच्या पोटाची सोय! असं जग मी पाहतोय, जिथं स्वत:च्या अस्तित्वाची शंका यावी, जिवंतपणाची शंका यावी! आणि त्यामुळे, दुसऱ्या आवृत्तीला प्रस्तावना लिहावी असंही मला वाटत नाही.

गेलं दीड वर्ष मी फिरतोय. 'उपरा' हा माझ्यातल्या उपरेपणाचा शोध होता आणि 'फोर्ड फाउन्डेशन'नं शिष्यवृत्ती दिल्यापासून मी माझ्या समाजाच्या-भटक्या आणि विमुक्त समाजाच्या-उपरेपणाचा शोध घेत वाड्या-वस्त्या, तांडे, जिथे म्हणून जाता येईल, तिथे जात आहे. वस्तीतील आशा-आकांक्षांची मोहोळं मला प्रचंड डसायला लागली आहेत. गेल्या दीड वर्षात असंख्य माणसांशी बोलतोय. ही माणसं बोलू लागली, की आतडं पिळवटून निघतं. अनेक जात-पंचायतींना गेलो. तसं माझं हे नवशिक्षण चालू झालंय. आजमितीला सरकारी यादीप्रमाणे भटक्या आणि विमुक्त जमाती बेचाळीस आहेत आणि माझ्या अभ्यासात आतापर्यंत समाज आणि शासन यांना माहीत नसलेल्या किमान आठ ते दहा नवीन जमाती

मला माहितीच्या झाल्या. मलाही तसं माझ्या जातीच्या पलीकडे कुठं काय माहीत होतं? आणि माझ्या जातीची तरी मला कुठे पुरी माहिती होती? आज कैकाडी जमातीच्याच पोटशाखा १४३च्या आसपास आहेत आणि पुढे किती सापडतील कुणास ठाऊक?

बाकीच्या जातींची तीच स्थिती दिसते आहे. प्रत्येक जमातीची भाषा वेगळी, चालीरीती वेगळ्या, परंपरा वेगळ्या, संस्कृती वेगळी. सारं जीवन जातींनी कुंपण घालून बंदिस्त केलंय. काही जमाती या गुन्हेगार जमाती ठरवलेल्या. माणूस जन्मत: गुन्हेगार असतो, अशी समजूत इथल्या कायद्याच्या रखवालदारांची आहे. एक पोलीस इन्स्पेक्टर सांगत असतो, पारध्यांची दोन-तीन वर्षांची पोरं गुन्हेगार असतात आणि महाराष्ट्रात अशा अनेक केसेस चालू आहेत. दोन-दोन वर्षांची पोरं. केवळ पारध्यांची पोरं असणं हा गुन्हा झालाय. कंजारभाट, कैकाडी, वडार, टुकारी, भामटा, वैदू, गोसावी असणं हेच गुन्हेगार असण्यासाठी पुरेसं समजलं जात आहे. उदाहरण सांगायचं झालं तर लातूरला मसणजोगी समाजाची एक बाई नवं लुगडं नेसली आणि गावात कुणाचंतरी लुगडं हरवल्याची नोंद पोलीस स्टेशनला झाली. तर पोलिसांनी काय करावं? भर रस्त्यात त्या बाईच्या अंगावरचं लुगडं फेडून घेतलं! बिचारी अब्रू वाचवायला शेजारच्या झोपडीत पळाली. लोकांनी तिच्या अंगावर पांघरूण घातलं. अब्रू वाचली. आम्ही मोठा मोर्चा काढला. पोलिसांचं म्हणणं, 'मसणवट्यात राहणाऱ्या बाईकडं नवं लुगडं घ्यायला पैसा कुठला? तिनं नक्की ते उचललं असलं पाहिजे.' औरंगाबादला 'संशयित गुन्हेगार निर्मूलन परिषद' चालू असते. हजारो लोक जमलेत, महाराष्ट्रातले शेकडो कार्यकर्ते जमलेत. व्यासपीठावरून क्रांतीच्या गोष्टी चालू असतात आणि पोलीस स्टेशनमध्ये पंधरा-वीस वैदू बडवले जात असतात. कुणीतरी येऊन सांगितलं म्हणून गेलो. वैदूंना मारल्याचं कारण विचारलं. लोक परिषदेला आलेले; पण पोलिसांचं म्हणणं, वैदूकडं रेडिओ, ट्रान्झिस्टर कुठून येणार? रेडिओची खरेदीची पावती दाखवली तरी हे नाव त्याचंच कशावरून? उमरग्याला अशीच परिषद चालू असते. पोलीस स्टेशनमध्ये त्याच वेळी लमाणांच्या तांड्यावरून आठवीतली दोन पोरं आणि ऐंशी वर्षांचा म्हातारा यांना आणून मारहाण चालू असते; कारण काय, तर अंडी चोरल्याचा संशय! यांच्याशिवाय कोण चोरी करणार?

तर किती सांगावं?

पुण्याच्या दैनिक 'सकाळ'मध्ये १९८४ ला वर्षभर मी 'बंद दरवाजा' नावाचं सदर चालवलं. त्यात लिहिलंय पारधी आई - वय साधारण पन्नाशीचं. तिचा नवरा जन्मठेपेला गेलेला. घरात तरुण पोरगा. झालं, मायलेकरांचे संबंध हा पंचायतीचा विषय. सारी जात भडकलेली आणि ही बाई आणि मुलगा त्यांच्या संबंधांचं समर्थन

करत असतात. मी तर घामाघूम झालो होतो. सारं त्यांच्याच भाषेत चालू असतं. तर पंचांनी तिला शिक्षा केली. सारे जाऊन मातीत मुतले, तिला मातीचा चिखल करायला लावला. त्या चिखलाच्या पंचासमोर भाकरी करायला लावल्या आणि पंचाहत्तर हजार रुपये दंड केला, जो त्यांच्या पिढ्यान्‌पिढ्या फेडला जाणार होता! सारंच किळसवाणं होतं. मी तिला विचारलं. ती म्हणाली, "दादा, वाळूक म्या लावलं, म्या खाल्लं, गुन्हा कंचा केला? आता मला पाचवा नवरा करायचा न्हाय. पयल्याच्या पोटचा हा पोरगा. त्यानं इकली तवा दोन पोरं व्हती, दुसऱ्यानं इकली त्याची तीन पोरं आन्‌ आता तुरुंगात हाय त्यो चौथा हाय. आता मला पाचवा नवरा नगं हाय. चौथा हाय त्याची चार पोरं हायेत, आता मला लगीन-ऋण करायचं न्हाय. बाप्याच हाय माझा पोरगा."

तिची व्यथा समजत असते; पण हेच काय! याहूनही भयावह समाजजीवन मी पाहतोय. आपलंच डोकं ठिकाणावर राहील की नाही एवढं प्रचंड शोषण चालू आहे, आणि अज्ञानाचं काय सांगू? मी केवळ पांढरपेशी कापडं घालून तांड्यावर गेलो आणि गैरसमजानं जी दगडफेक झाली त्यातनं बचावलो, ते केवळ मला येत असलेल्या भाषेमुळं. नाहीतर सभा काय असते? एक माणूस बोलतो आणि बाकीच्यांनी ऐकायचं हेही माहीत नाही –अगदी पुण्याजवळ हडपसरच्या माकडवाला वसाहतीतही.

या वस्तीत सभा चालू होती तीन तास आणि मी एकच शब्द बोलत होतो. 'अल, गप्प खानिग्यो' (आरं, गप्प बसा). या वाक्याच्या पुढे जाताच आलं नाही. एकाला गप्प करायचो, तर दुसरीकडून एकदम सारे बोलायचे. सभा म्हणजे जात-पंचायतच. बेळगावच्या बेरडापासून औरंगाबादच्या लमाण तांड्यापर्यंत जातोय. नुसत्या गाण्यांच्या स्वरानं शब्दार्थ न समजताही माणसं ढसढसून रडतात, एवढं करुण स्वरातलं गाणं लमाण बंजारा तांड्यावर ऐकलंय. तर कंजारभाटांच्या देवाच्या पूजेतलं गाणं ऐकलंय, 'मरी तुजा गू खायेल, तुझा मूत पियेल' हा प्रार्थनेचा पहिला चरणही ऐकलाय आणि तुफान वेगानं पळणारा पारधीही पाहिलाय. गेलं दीड वर्ष भटक्या-विमुक्तांची चळवळ वेगळ्या वाटेनं चालू आहे. जाणिवा येताहेत. मी माझ्यापरीनं वाटा उचलतोय; पण मनातून प्रचंड अस्वस्थ आहे.

आपलं कौतुक करणारी समाजातली ही सुजाण मंडळी, खरंच, आपल्या समाजाच्या चौकटी मोडून या बेघर, बेसहारा जनावरांसारखं खुरडत जगणाऱ्या उपऱ्यांना आपल्यात सामावून घेतील? या शंकेनंच मी हादरून गेलोय.

साडेतीन टक्क्यांची संस्कृती असं जेव्हा मी बोललो, तेव्हा हीच शंका जबरदस्तपणे त्यामागे उभी होती. खरंच, आपल्या लोकांचं जीवन बदलेल? ते आतून बदलतील? समाज त्यांना बदलू देईल? कुठंतरी ही माणसं स्थिर होऊन

नव्या जीवनाचा स्वीकार करतील? नव्या संस्कृतीचे वाटेकरी म्हणून जीवनाची मार्गक्रमणा सुरू करतील? सत्ता, संपत्ती, प्रतिष्ठा, चिंतन, कला या साऱ्या विभागांत त्यांच्या माथीचा 'उपरा' हा कलंक पुसला जाऊन मानवी संस्कृतीत हा भटक्या-विमुक्तांचा ओहोळ मिसळून जाईल? यांच्याही माणूसपणाला किंमत येईल? अन्न, वस्त्र, निवारा या यांच्या मूलभूत गरजा पुऱ्या होतील? माणूस म्हणून समाज यांचा स्वीकार करील? या सगळ्याच प्रश्नांनी मी हबकून गेलोय.

कधी-कधी खूप निराश व्हायला होतं. एवढं आपसांत शोषण चालू असतं आणि कशाचंही कुणालाही भान नाही. आपण मुळात माणसं आहोत, याचंही भान नाही. माणूसपण हरवलेला हा समाज निराशा यावी एवढा मागं राहिलाय.

पण, उभारी येते, जागृती होऊ लागलीय यानं. औरंगाबादच्या 'संशयित गुन्हेगार निर्मूलन परिषदे'नं प्रतीकात्मक गुन्हेगारीचं प्रतीक म्हणून बेड्या जाळल्या आणि लाचारीचं प्रतीक म्हणून झोळ्या जाळल्या. केवढा प्रचंड उत्साह दिसत होता! डॉ. बाबा आढाव शपथ सांगत होते,'आम्ही माणूस म्हणून जन्मलो. गुन्हेगार, भिकारी, लाचार म्हणून जन्मलो नाही. आम्ही भिक्षावृत्ती, गुन्हेगारी जीवन यांचा त्याग करतो. आम्ही गुन्हेगार, भिकारी नाही. समाज आम्हाला तसं समजतो. आता आम्ही माणूस म्हणून जगू इच्छितो. आम्हाला माणूस म्हणून जगू द्या. आमचं पुनर्वसन करा.' गेलं वर्षभर पुनर्वसनाची मागणी चालू आहे. गेल्या वर्षी २६ जानेवारीला मोर्चा निघाला. घोषणा होती, 'स्वातंत्र्याचं झालं काय? आमच्या हाती आलं काय?' डुकरं, नंदीबैल, गाढवं, अस्वलं, पोपट इत्यादी जनावरं. गोंधळी, भोपे, भराडी, दांगट, मसणजोगी, बाबा, बुवा, बैरागी, तेलीभुते परंपरागत वेषांत मोर्च्यात आलेले असतात. सारं औरंगाबाद शहर हा लोकविलक्षण मोर्चा पाहत असतं.

आणि मुंढव्याच्या सेटलमेन्टची मंडळी मोर्च्यात म्हणत होती, 'जनावराला न्याय, माणसांचं काय?'

सेटलमेन्टचा प्रश्न म्हणजे १८७१ मध्ये ब्रिटिशांनी लावलेली काटेरी कुंपणं आणि गुन्हेगारीचा, गुलामीचा कायदेशीर शिक्का. ब्रिटिशांनी जशी हजेरी लावली, तसाच त्यांच्या पुनर्वसनाचा विचारही केला होता. मुंबई इलाख्यातल्या बावन्न सेटलमेन्टमध्ये औद्योगिक धंदेशिक्षण देणाऱ्या शाळा होत्या. विमुक्तांसाठी स्वतंत्र ग्रॅन्ट होती. स्वातंत्र्यानंतर या सगळ्याचं काय झालं? तारा, हजेरी गेली. मुक्त झालो. हाती झोळी आली, गुन्हेगारीचा शिक्का आहेच. आजही पोलिसांकडे गुन्हेगार जमातीच्या काळ्या याद्या आहेत. गुन्हा कुठेही होवो, त्याला या जमातींनाच जबाबदार धरून पोलीस त्यांना ठोकताहेत! बेवारस समजून.

परवा झबझब्या पारध्याची बायको सांगत होती, 'तुझ्या सरकारला सांग,

हामची समदी माणसं तुरुंगात घाल. म्हंजी बरं व्हईल. नायतर गोळ्या घाल. म्हंजी किटाळ जाईल. मंग न्हाय व्हायची चोरी. दादा, आमी काय मागतो रं? उलीकसं कोपाट, अंगावर धडुतं, हाताला उलीकसं काम, आन् पोटाला आन्न.'

तर हा मानवमुक्तीचा संघर्ष चालू झाला. खरं म्हणजे, म. जोतिराव फुले, डॉ. बाबासाहेब आंबेडकर यांच्या चळवळींची व्याप्ती वाढत आहे, माणसं उभी राहताहेत, पुनर्वसनाची मागणी करताहेत. एका अर्थानं लाखो लोकांसाठी बंद असलेला दरवाजा ठोठावताहेत, धडका मारताहेत. मला भीती याची वाटते आहे, की या लोकांसाठी बंद असलेला दरवाजा खरोखरच उघडेल? निदान किलकिला होईल? मला शंका आहे आणि म्हणूनच मी अस्वस्थ आहे. आज 'धन्याला धत्तुरा आन् चोराला मलिदा,' अशी अवस्था आहे.

इथं, थांबत असताना एका गोष्टीचा नम्रपणे उल्लेख केला पाहिजे. 'उपरा' एकटा नाही आणि असं एकटं कुणीच नसतं. 'उपरा'चं यश हे एकट्याचं यश नाही. 'उपरा' हे चळवळीला आलेलं यश आहे. मी चळवळीत वाढलो, चळवळीनंच मला मोठं यश दिलं. महात्मा जोतिराव फुले, डॉ. बाबासाहेब आंबेडकर, छत्रपती शाहू महाराज, कर्मवीर भाऊराव पाटील यांच्या विचारांनी माझं आयुष्य घडवलं गेलं. 'उपरा'चं यश हे या महान माणसांच्या पायवाटेनं गेल्याचं यश आहे. 'ग्रंथाली'सारख्या चळवळीचं, परिवर्तनवादी-समाजवादी मित्रांचं-संघटनांचं यश आहे. ते एकट्या लक्ष्मण मानेचं नाही, त्याला घडवणाऱ्या सगळ्यांचं आहे.'उपरा'नं मध्यमवर्गीय वाचक ढवळून निघाला. सहानुभूतीदार झाला; पण या वाचक-मित्रांनी आपापल्या परीनं आता कृतिशील सहकार्य करावं, पाठीशी उभं राहावं, आपण पाठीशी उभं राहणं, हे राष्ट्र उभं करण्यासारखं मोठं काम आहे. आपण सदैव पाठीशी राहाल, हा विश्वास आहे.

'उपरा'च्या प्रास्ताविकात मी म्हटलं होतं, 'पिढ्यान्‌पिढ्या गाढवाच्या पाठीवर बिऱ्हाडं बांधून भटकणाऱ्या मंडळींच्या वेदना समाज समजून घेऊ शकला, तरी 'उपरा'चं लिहिणं सार्थकी लागलं, असं मी म्हणेन,' आणि दुसऱ्या आवृत्तीच्या निमित्तानं मी असं म्हणेन, या मंडळींच्या वेदना समजून घेतानाच या वेदनांच्या पाठीमागलं दुःख निवारण करता येईल, असं कृतिशील सहकार्यही करूया; कारण हा मानवमुक्तीचा प्रयत्न आहे.

२८ नोव्हेंबर, १९८३ **-लक्ष्मण माने**

म. जोतिराव फुले स्मृतिदिन,

सातारा

गावंदरीला[१] गाढवं सोडून झरड[२] करत्या जितराबांच्या मागं-मागं करीत वळत्या हानत आम्ही खेळत असायचो. गावंदरीतल्या खरकट्या दगडांची[३] लगोरी नाहीतर गोट्या. अंगात शर्ट मागून आनलेला, ठिगळांचा अन् दुमडलेला. त्यानंच सारं अंग झाकलेलं. चड्डीचा पत्ताच नसायचा. सारं काम पायघोळ सदराच निभावून न्यायचा. बाह्या हाताच्या मापाच्या नसायच्या आणि नाकातला शेंबूड पुसायला त्यांचा उपयोग व्हायचा. डोक्याला टोपी बाची, नाहीतर मागूनच आनलेली असायची. वाऱ्यानं लई तरास व्हायचा. डोक्यावर ती नसायचीच. खग्या, इंद्या, मारत्या आणि मी उकिरड्यात नाहीतर हागणदारीत खेळत असायचो.

वय नक्की आठवत नाही; पण कधीतरी एकदा सकाळी-सकाळी मोठ्या कापडातला एक माणूस बासंगं काहीतरी बोलत होता. मी अजून झोपेतच व्हतो; पण बाच्या तोंडावर हसू होतं. मला वाटलं, असेल झापकुडुक्याचं[४] गिऱ्हाईक. त्यानंच बा खुललाय; पण कसलं काय अन् कसलं काय... बा आला तो माझ्याजवळ. आमची स्वारी फाटक्या वाकळंत झोपलेली. वसूकन बानं हासडली,

'रांडंच्या, अजून झोपलायास? आरं, दिस कुठं आला बघ!'

मी आपला मुकाट्यानं उठलो. तांब्यात पाणी घेतलं. तोंड धुतलं. तसा बा गरजला,

---

१. गावंदरी – गावाजवळची आडोशाची पण मोकळी जागा. तिथे लोक प्रातर्विधी उरकतात.

२. झरड – हागणदारीत सकाळी-सकाळी लोकांनी प्रातर्विधी उरकलेला असतो. ती विष्ठा जनावरं खातात.

३. खरकट्या दगडांची – खेडेगावात लोक प्रातर्विधीच्या वेळी स्वच्छतेसाठी पाण्याऐवजी दगडांच्या खड्यांचा वापर करतात. असे वापरून टाकलेले दगड.

४. झापकुडुक्याचं – झाप म्हणजे कोंबड्या डालण्याचं साधन, तर कुडुकं म्हणजे कोंबड्या अंडी उबवायला बसवतात त्याचं साधन. दोन्ही टोपल्याच. वेगवेगळ्या आकाराच्या.

‘आजपासनं साळंत जायचं. हिथं हाय तवर. पाटी-पेन्सल उद्या आनून दीन.’

इचू चावावा तसं जीव गेल्यागत मी बघायला लागलो. मनात आलं, आयला,

बानं आज सकाळीच घेतलीया वाटतं. का रातची उतरली नसंल? का आजून झोपीतच आहे? हे शाळंचं कुठनं काढलं यानं? आन् आपून काय शाळा शिकून मास्तर होणार का काय? मी बाकडं बघायला लागलो तसा पुन्हा तो आईवर खेकसला,

‘...अगं, उचलू लागतीयास, का पाटलीन झालीस?’

आई उचलू लागली. बानं कनिंग[५] डोक्यावर घेतली आणि झपाझपा दिसेनासा झाला.

मी आपला हळूच आईजवळ गेलो. तिनं ‘च्या’ केला होता. कोरा करकरीत, बिनदुधाचा आणि त्यातबी गुळाचा. हानला पितळीभर आन् गाढवं सोडून गावंदर गाठली. गाढवं गावंदरीला इरड करायला लागली आन् माझ्या डोळ्यांत बाची शाळा नाचायला लागली. शाळेत जायचं. खरंतर आनंद झालेला... गाढवाच्या वळत्या चुकत्याल, उकिरडं चुकतील अन् गाढवं कोंडवाड्यात नेहली, तर ओल्या फोकाचा मारही चुकणार! मी हुरळून गेलो होतो. गाढवं वढ्याला न्यायची होती. ह्या इचारात मी गुंगलेलो. आमची तंद्री तुटली, ती कानाखाली झालेल्या आवाजानं.

“भाड्या, गाढवानं गंज उपासली आन् हितं काय मूत पितूयास व्हय? मुडदी भिकारं. गावाला नुसता तरास आनलाय मेल्यांनी!”

बाईनं कान धरलेला. “चल, तुझ्या बाकडं...” म्हणत तोंडाची गिरण सुरू केलेली. आता बाकडं जायचं, म्हणजे मरंस्तवर मार खावा लागणार. म्हणून आमची मुत्री सुरू झालेली. बाई फरपटत-फरपटत बिऱ्हाडावर आनत होती आन् आमी भोंगा पसरलेला. कान तुटतंया. जीव गेल्यागत कळा; पण बाय काय सोडंना. बिऱ्हाडात कुणीच नसतं. आई केव्हाच टोपली, कुडीक, झाप घेऊन गावात सांधन[६] करायला निघून गेलेली. बिऱ्हाडाजवळ एकटी समी उभी. तिनं हे नाटक बघितलं आन् आता दादाला मार बसणार, म्हणून तिनंबी भोंगा पसरला. बाई शिव्या देऊन देऊन, “सांचं सांगती तुला, मेल्या! मडं उसकाटलं ह्याचं!” असा दम भरून निघून गेली. आमी कान चोळत, शेंबूड पुसत पळालो. गाढवं वढ्याला हाकलल्याती, आणखी मार बसेल. पायात कुपाचा काटा मोडलेला. हिसक्यात काढून फेकला आन् रक्ताला माती चोळली. जोरात कळ आली, ती दाबली अन् वढा गाठला.

गाढवं चरत होती, वढ्याच्या काठाला. जीव पान्यात पडला. ढसाढसा गाढवांसंगं पाणी प्यालो. कान दुकत हुता. दुपार उलटून गेली हुती. पोटात आग पडली होती. गाढवं उकिरड्यावर सोडली. बिऱ्हाडावर आलो. इंद्याला गाढवावर नजर ठेवायला

---

५. कनिंग – धान्य साठवण्यासाठी वापरावयाची उभी मोठी टोपली, कणगी

६. सांधन – जुन्या टोपलीला दुरुस्त करून ठिगळ लावणं.

सांगितली. बा नुकताच फोकाचं वजं घेऊन आला होता. फोकाच्या खराट्यानं फुफाटा लोटला. पाणी सिंपडलं आन् आईला हाका मारत गावाला गेला. आई हातात भाकरी, कालवण आन् कायबाय घेऊन येत होती. बानं तिच्या डोस्क्यावरचं गठुडं घेतलं. दोघं तरातरा बोलत आली. लाली, पुष्पी, किसन्या आईच्या पदराला धरून भेदरलेली... सारी माझी भावंडं. मी थोरला. बाकी सारी लहान. आईबरोबरच गावात गेलेली. साऱ्यांच्या पोटात भुकेचा डोंब झालेला. आईनं बऱ्याच भाकरी आनलेल्या. तीन उफन्या पाटलिनीला दिलेल्या. तिनंच दिलं होतं ते रात्रीचं राहिलेलं आन् आयाबायांची सांधन केलेली, त्यानं आईचा वटा गच्च भरलेला.

सारी जेवायला बसलो. बानं हातातच भाकरी आन् झुनका घेतला. आई जेवलीच नाही. मला भाकरी, कसलीतरी आंबूस आमटी आन् कायीबायी दिलं. चुरून सारी शिळी भाकरी पोटात घातली आणि सदऱ्याला हात पुसायला लागलो होतो. दिवस माथ्यावर आला होता. बा तसा गंभीर तोंडानं विचार करीत होता. झटका आल्यागत फोकाचं वझं सोडलं... विळा घेतला. फोका चिरायला बसणार, इतक्यात काही आठवल्यागत वर बघितलं, तोवर मी इंद्याची गाढवं राखायला निघालो होतो. आमच्याबरोबर आमच्या बाच्या चुलत भावाचंबी बिऱ्हाड होतं. इंद्या त्यांचाच मुलगा. माझ्याच वयाचा. बानं हाक मारली, म्हणून परत आलो. मगाची बाई तर आली नाही, या भ्यानं घाबरलो; पण बाई नव्हती. बिऱ्हाडं उतरली होती, तिथं कुणीच नव्हतं. आमचीच मानसं होती. बाकडं परत आलो.

"साळंत जायचंय!" बा गरजला, "चल, मास्तरास्नी सकाळीच इचारलंय, हिथं हाय, तवर साळंत घेतू म्हणालाय."

आता मात्र बाचा अवतार बघून मी रडायला सुरुवात केली. बा खरंच साळंत घालायला निघाला होता. मी आईच्या मागं जाऊन उभा राहिलो. तसा बानं हिरवा वोला फोक हातात घेतला. बाचे डोळे मोठे झाले होते. त्यानं रागाच्या झिनकाऱ्यानं आईला चार-पाच शिव्या हासडल्या,

'आमागत काय हुरडं फुकत[७] बसावा काय?' असं काय-काय मोठ्यानं बोलायला लागला. तशी आईनंपण पड खाल्ली. माझा हात बाच्या हातात आणि आमची आरडावरड बघून आयाबाया भरदुपारी कैकाड्याच्या बिऱ्हाडावरचा तमाशा बघायला आपापल्या आंगनात उभ्या राहिल्या.

---

७. हुरडं फुकत – चरायला सोडल्यावर गाढवं उकिरड्यावरचा कचरा फुकतात. त्यामुळे कचरा बाजूला जातो व उकिरड्यातलं भुसकट खाता येतं. त्याला हुरडं फुकणं असं म्हणतात. म्हणजे, गाढवासारखं या उकिरड्यावरनं त्या उकिरड्यावर असं दरिद्री जीवन जगावं काय? असा 'हुरडं फुकणं' या शब्दाचा अर्थ आहे.

"जाऊ दे बापू, कशाला मारतूयास?" शहाण्यासुरत्या सल्ला देऊ लागल्या. आई बिचारी रडत होती आन् बा हिरो झाला होता.

दुपारची शाळा सुटली होती. बाला करंट आला होता.[८] आमची वरात देवळातल्या शाळेच्या अंगणात गेली. सारी पोरं भोवताली जमा झाली. साऱ्यांच्या नजरा माझ्यावर रोखलेल्या. बा मास्तरांसंगं बोलत होता. आयला, कैकाड्याचं पोरगं शाळंत? साऱ्यांच्या चेहऱ्यावर आश्चर्याचे भाव दिसत होते. बानं मला मास्तरच्या हवाली केलं आन् आल्या वाटंनं बिऱ्हाडाकडं निघून गेला.

मी गावाला नवखा. पोरांना, मास्तरला आणि मला सारंच नवं. गावाचं नाव आता नक्की आठवत नाही; पण वाडीच असावी. पोट भरायला आम्ही इथं आलेलो. किती दिवस राहणार, माहीत नाही. केव्हा जाणार, माहीत नाही. कोंबड्या जशा आपल्या पिलांत दुसरीचं पिलू आलं, की डिवचून घालवत्यात तसं सारी पोरं मला डिवचायला लागलेली. त्यात माझा अवतार म्हणजे उकिरड्यातल्या कुत्र्यासारखा... कुनी पोरं जवळ घेईनात. बिचारा मास्तर चांगला होता. त्यानं मला दारातच बसवलं. पोरं शिवून घेत नव्हती. जवळ पाटी नाही. पुस्तक कसलं असतं... पेन्सिल कसली असती... शाळा म्हंजे काय असतं... तिथं काय करायचं असतं... कशाला कशाचा पत्ता नाही. आमच्या बाच्या कोणत्याच पिढीनं शाळा बघितलेली नाही. आम्हाला एकच पाटी माहीत व्हती, आमचा बा वळायचा.

मास्तर पुस्तक घेऊन शिकवत होता आन् पोरं माझ्या पायावरले वोगाळ, नाकातला शेंबूड बघत होती. माझं कशाकडंच ध्यान नव्हतं. डोळ्यांपुढं पाल, आई, बा, समी, फोका आणि गाढवं; ओढा, ओढ्याच्या काठचं गवत, गवतात मी, इंग्या कालवणाला खेकडं धरतोय, असं आन् असंच काही चालू होतं.

बराच वेळ गेला, शाळा काही सुटेना. जिवाची उलघाल सुरू झाली. हाताचे चाळे सुरू होतेच. लघवीला सपाटून लागलेली. मास्तरचं ध्यान आपल्याकडं नाहीसं बघून मी जी धूम ठोकली, ती सरळ वढ्याला. बिऱ्हाडावर जायची बिशाद नव्हती.

वढ्याला इंग्या, खग्या खरंच मासं धरीत होते. फाडलेल्या धोतराच्या फडक्यात मासं धरायचे. मीबी पाणी ढवळायला लागलो. इंग्या म्हणाला,

"आला लक्ष्या नि शाळा केच्युंगरक हुगीना मिदा आस. मास्तर ईड्डच का? मिदा आस."

(आरं लक्ष्या, तू साळंत शिकायला गेला हुतास, काय झालं? मास्तरनं मारलं का?)

सारी उत्सुकता मला ऐकण्याची. मी शाळेत गेलो... म्हंजे काय? तिथं काय

---

८. करंट आला होता – सणक आली होती. (मूड आला होता.)

झालं?

मी म्हणत होतो, "आळा मितनाद शाळा आन् मितनाद मिदा. नुसता खांचीरगा. शच्च आंट शाळा, नान इला हुगराव."

(मी शाळेत जाणार नाही. तिथं पोरं नुसती बसतात आणि तो मास्तर काय बोलतोय, ते समजतपण नाही.)

एका कोरड्याशाचे मासे जमा झाले होते. माशांची चटणी झाली. मलाबी माझा वाटा मिळाला. गाढवं चरत होती. दिवस मावळतीला लागला होता. मासे उन्हाच्या उतारात मिळत नव्हते. आम्ही बिऱ्हाडाकडं निघालो. बिऱ्हाडाच्या जवळ आलो आणि शाळा सुटून गेली तरी ल्योक येईना म्हणून आई शाळेकडं गेली होती. तिच्या तोंडाचा पट्टा सुरू झाला होता. ती बाला म्हणत होती,

"निन लक्ष्यांनक ख्वालरा, आपू निनक नला वाटीकर. शतु तर नळा अगर!"

(तू लक्ष्याला मारून टाक, जाळून टाक, म्हंजी तुला बरं वाटंल. ह्यो शिकतूया आन् हापिसर होतूया!)

तसा बाचा पारा चढून गेला. त्यानं काही न बोलता हातानं चार-पाच हिरवंगार फोक घेतले. त्याला पिळा घातला. आईचं तोंड दुसरीकडं होतं. बानं पायाचा आवाजदेखील केला नाही आणि सपासप आईच्या अंगावर आसूडासारखे फोकाचे फटके बसायला लागले. एका हातात आईच्या झिंज्या धरलेल्या आन् दुसऱ्या हातानं मार चालू. आईनं बोंब मारायला सुरुवात केलेली. समी, लाली, पुष्पी, किसना आणि पळत जाऊन मीही आईच्या अंगावर जाऊन पडलो. जयशा, महाद्या, बापाचे चुलत भाऊ सोडवायला आले. बाचं तोंड चालू झालं.

"हुगोट ग्वालनाय, ग्वालनाय मुतुर कुडीकीना हुगोट नानमिशेक शाळूली होडकिरी."

(गलीचा कुत्रा होऊन फिरू दे. मी कशाला साळंत घालतूया? रांडं, त्याला काय उरसांड[१] करायचाय व्हय? त्याला शाळेत घालून मास्तर करीन. हापिसर करीन. तू कोण?) आणि असंच...

माझा मार चुकला होता; पण आईच्या अंगावरचे वळ बघून कळवळलो होतो. झक मारली आनि साळंतनं पळालो, असं वाटलं. मनात एकच इचार, आता साळंतनं पळायचं नाही. बा म्हणतोय, मास्तर करीन! आपून शिकायचं. साळंत जायचं.

रात्री बराच उशीर. तीन दगडांची चूल ढणढणत होती. बाप आईच्या अंगाला

---

१. उरसांड – जातीबाहेरचा भिकारी माणूस, ज्याला जातीत मांडीवर बसवून दत्तक घेतात.

हाळद लावीत व्हता. समी, मी, पुष्पी, लाली, किसन्या झोपलो व्हतो. आई जेवली नव्हती. सकाळी तिनं कोरभर भाकर खाल्ली होती. मला झोप येत नव्हती. आई, बा बोलत नव्हते. गप बसून काम करीत होते. मार खाल्ला होता, तरी आई चिरून देत होती. बा कणगीला कट घालीत होता. बरीच रात झाली, तरी असं चालू होतं. मला झोप लागली, असं वाटून बा आईजवळ गेला.

"अनावरी,[१०] लाव तगलत हाई. आया आव केचीकिनु तर आवदनाच नला आगर परमीसर आवनक मास्तर शय्यीर."

(अनसूये, तुला लई लागलं व्हय गं. त्यो शिकला तर त्याचं परमिसर चांगलं करील. त्याला मास्तर करील.)

म्हणत बा तिच्या डोक्यावरनं, अंगावरच्या वळावरनं हात फिरवत होता. मी झोपेचं सोंग घेऊन पडलो होतो.

आई म्हणत होती,

"निना कै. किरका क्याल? (तुझा हात हाय, का दगड?) लई लागलं."

मघाचं फोडनं कुठल्या कुठं पळालं होतं. आई म्हणत होती,

"उद्या चार मनाची कणिंग आलीया. आणखी आठ दिवस इथं भागंल. आठ दिवसानं बिऱ्हाड हालवावं लागंल."

दुसरा दिवस उजाडला. पुन्हा बा पहाटेच निघून गेला. आईनं च्या केला. मला उठवलं. लहान पोरांना उठवलं. आई म्हणत होती,

"लक्ष्या, साळंच्या वक्तापतुर तू गाढवं धिऊन जा. पोरं साळंला जायला लागली, की समीला गाढवाकडं घालवीन अन् तू साळंत जा. साळंतनं पळून जावू नगं. नाहीतर बा जीव जास्तवर मारंल."

मी मान खाली घालून ऐकत होतो. गाढवाची लीद बाजूला सारली... राधीला, भागीला सोडली... सिंगरं आईच्या मागं जाऊ लागली. आम्ही गावंदरीला गाढवं इरड करायला सोडली अन् गोट्या, काचा खेळू लागलो.

शाळेत नव्या जोमानं यायचं. आईला मार बसू द्यायचा नाही. नसलं करमत, तरी बसायचं असा बेत करीत केव्हा वेळ गेला समजलंच नाही.

समी-माझ्या पाठची बहीण शेंबूड पुसत आली. म्हणाली,

"दादा, निक आय बुटीरा! निन हू नान खेद्या पाकाकी."

(दादा, आई बोलावतीया तुला. मी गाढवं सांभालीन.)

---

१०. आनवरी – अनसूया

मी धूम पळत आलो. वाटेत एक उकिरडा होता. त्याच्यावर शेंगांची फोलपटं दिसत होती. साळंत जायचा विचार डोक्यातनं गेला. कोचीचा दगड घेतला आणि उकिरड्यावर फोलपटं पडली होती, तिथं उकरायला सुरुवात केली. बराच वेळ गेल्यावर दोन-चार शेंगा घावल्या. मी शेंगा हुडकत बसलेलो. तिकडं आईनं बरीच वाट बघितली आनि 'लक्ष्याऽऽलक्ष्याऽऽऽ' अशी मोठ्यानं मारलेली हाक कानांवर आली. तसा धूम पळत सुटलो. हातातल्या शेंगा कवाच गळून पडल्या व्हत्या.

आईनं ताक मागून आणलं होतं. शिळ्या भाकरी, शेंगाची आमटी, चटणी, खरडा, सारं गावातनं मागून आणलेलं. आईनं सांदन-टुपनं करायचं, छबड्या,[११] कुडुकी द्यायचं आणि त्याच्या बदल्यात शिळंपाकं, वाढतील ते आणायचं. आम्ही साऱ्यांनी खायचं. हेच रोज सकाळचं जेवण. मी जरमलच्या वाटीत आमटी... हातात भाकरी खात, शेंबडाची नाळ वर वडत... जेवायला बसलो हुतो आणि धाप्‌कन आवाज झाला, म्हणून मागं बघितलं तर बानं फोकाचं ओझं टाकलं होतं. माझ्या शेजारी घाम पुसत कंठाळीला[१२] तो टेकला. आईनं पाणी दिलं. ढसाढसा पाणी पिऊन त्यानं फोकाच्या बिंड्यातनं मव्हाची पोवळ काढली. तसा मला आनंद झाला. केव्हा-केव्हा असं म्हव घावलं, की बा आमच्यासाठी काढून आणायचा. मी मध खाल्ला आन् साळंकडं धूम ठोकली. मी आपनहून शाळेत जातोय, असं बघून बाला खूप आनंद झाला. त्या दिवशी तो तीन-चार वेळा साळंकडं चकरा मारून गेला.

मी नुसता दगडासारखा बसलो व्हतो. जवळची पोरं बोलत नव्हती. मला कैकाडी भाषा यायची. पोरांना मराठी यायची. मला मराठी अडखळत बोलायला यायची. पोरं हसायची. चेष्टा करायची. कुणी-कुणी सदरा वर उचलायची. माझा जीव जायला व्हायचा. चड्डी नव्हती. शर्टानंच सारं भागायचं. बसलं की सारं दिसायचं. पोरं हसायची आणि मास्तर कावायचा. त्यात माझ्याकडं पाटी, पेन्सिल, पुस्तक, काहीच नसायचं. नुसता रापत[१३] बसायचो. बा म्हणतूया, मास्तर होणार, कसा मास्तर व्हतो? याचाच विचार डोक्यात असायचा. अंग बांधून घातल्यागत व्हायचं. शाळंत काय चाललंय समजायचं नाही. मास्तर माझ्याबरोबर कधी बोलत नव्हता. नुसतं बसायचं. कंटाळा यायचा. मनात समी, इंद्या, लाली, पुष्पी, किसन्या, भागी,

---

११. छबड्या – लहान टोपली.

१२. कंठाळी – गाढवाच्या पाठीवर बसेल अशी पोत्यापासून तयार केलेली खोळ. पोत्याची दोन्ही तोंडं सुतळीनं शिवलेली आणि मध्येच कापून तोंड पाडलेलं. त्यानं पोत्याचे दोन्ही भाग सामान भरायला मिळतात.

१३. रापत – एकटक पाहत.

राधी, शिंगरं, बिऱ्हाड, असलंच असायचं. जीव लागायचा नाही. साऱ्या पोरांच्या अंगात चड्डी, सदरा, टोपी, पाटी, पिशवी असायची. मी नागडा. नकोसं वाटायचं. आनि शाळंत काही चाललं असलं, तरी मी झाक डुलक्या घ्यायचो. पोरं कानात केरसुणीच्या फडाच्या काडीनं गुदगुल्या करायची. मी जागा झालो, की सारी हसायची. कालवा व्हायचा आनि मला पळून जावं असं वाटायचं.

हळूहळू पोरांच्या वळकी झाल्या. आता पोरं चिडवत नसत. मास्तर मारायचा, म्हणून असेल. मी झोपा काढायचो. शाळा सुटली, की पोरं भाकरी सोडून खायची. शेंगा खायची आणि काय-काय खात असायची. मी नुसता तोंडाकडं बघत दाताचं पाणी गिळत असायचो. असं आम्हाला कधीच खायला मिळायचं नाही. आपण यांच्यापेक्षा वेगळे आहोत, हे सारं खातात, आपण नुसतं बघायचं, असे विचार डोक्यात येत; पण कुणीतरी एखादी शेंग दिली, भाकरीतला तुकडा दिला, तर लई बरं वाटायचं. त्या दिवशी शाळंत जावंसं वाटायचं.

हे आसं आठएक दिवस चाललं. न चुकता शाळंत जात होतो. जीव नकोसा व्हायचा; पण बाच्या हातातल्या फोका दिसल्या की नाईलाज व्हायचा. रडतखडत पण शाळंत जायचो.

त्या रातीला मी आई-बाचं बोलणं ऐकलं. बा म्हणत होता,

"दोन डोंगार चढून जवा खाली दरीत उतरावं तवा फोका दिसत्यात. जवळपासच्या फोका झाल्यात. गिऱ्हाइकंबी फुकापासरी मागायला लागलंय. दोन-चार पायल्या आरगड मिळंल. ती उकलू आन् परवा दिसी हालावं लागंल."

आई हुंकार देत होती. 'बाया आताशा वाढत नाहीत. शिव्या देतात...' म्हणत व्हती. बानं जयसिंग्याला हाक मारली,

"आला जयसिंग्या, तमाकू थिंगरक!"

(आरं जयसिंग्या, ये तंबाखू खायला.)

बा भावाला बोलावून तेच सांगत होता. जयसिंग्या बाच्या शब्दाच्या बाहेर नव्हता. चुलीच्या दगडांना दोन पाय लावून बानं तंबाखूची चिमूट तोंडात टाकली. जयसिंग्याला तंबाखू दिली आणि दोगं जण गप्पा मारायला लागले. आईनं चुलीवर कांदवणी[१४] घातलं होतं. तीन बाजूंनी जाळ चालला होता. बा मधीच थुकत होता आन् त्यानं बघितलेल्या सापाचं सांगत होता. मी पुढं सरकलो. इंद्या, खग्या, म्हाद्या, सारी जणं कान लावून ऐकायला लागले. बा सांगत होता, कोकणातली बात.

एकदा बा डोंगरात फोका काढायला गेला होता. हातात इळा होता. पायांतल्या

---

१४. कांदवणी – नुसत्या कांद्याचं कालवण.

वहाणा आणि डोंगरातल्या घाणेरीच्या, तिळुबीच्या, करवंदीच्या, कानवाडीच्या वेलातल्या किड्यांचा आवाज, मधीच एखाद्या पाखराचं ओरडणं एवढं सोडलं तर कशाकशाचा म्हणून आवाज होत नव्हता. सारं कसं शांत... माणूस मरून पडावं तसं. चिटपाखरू दिसत नव्हतं. दिस अजून उगवायचा होता. झुंजुमुंजु झालं होतं. बानं पटका नीट बांधला... धोतराचं खोचं आवाळलं आनि गडी जाळीत शिरला. सपसप हात चालू झाला. घाणेरीच्या काट्यांनी हाताला इतकं वरबडलं होतं, की साऱ्या हाताला चिराच पडलेल्या असायच्या; पण ओझं झालं पाहिजे. निदान दोन कणगी आणि चार-पाच झापाचं फोक व्हायला पाहिजेत, या विचारानं बाचा हात चालू होता. वाकड्या फोकांचा शेंडा छाटून टाकायचा. सरळ फोक मागं टाकायचं, मुठीमुठीनं ढीग करायचा... गडी कामात गुंगून गेला होता. आनि एकदम हातात रक्ताची धार आली. बाला वाटलं, मेलो... हातच कापला वाटतं. म्हणून बा थांबला, बगायला लागला तर काळाशार साप बानं कापला होता. बाच्या अंगाला दरदरून घाम फुटला. ते हातातलं शेपूट टाकून देत बानं वर बघितलं तर जाळीत गिचमाटीत डोकं असलेला साप फणा काढून वर झेपा घेत होता. बा मागं सरला. इचार केला, आता याला सोडला तर ह्यो डूक धरंल. रातचं येऊन चावंल. ह्याला मारला पाहिजे आणि ह्यो तर वर जाऊन बसलाय. खाली सरला तर दुसऱ्या जाळीत जाईल. गडी एकटाच. काय करावं? काही सुचंना. आपल्याला तो चावलेला नाही, याची चिमटा काढून बा खात्री करत होता. मनातनं काळूबाई, यल्लमा, लमान साऱ्या देवांची नावं घेत होता. देवाच्या नावानं अंगारा म्हणून माती टाकू लागला. त्यानं साप बाहेर येईल म्हणून; पण साप तिथवर वळवळत होता. अखेर बाला अक्कल सुचली. त्यानं पायानं पाला गोळा केला; पण ध्यान सापावर. खिशातली काड्यापेटी काढली आणि जाळीला आग लावली. तसा धडधडा जाळीनं पेट घेतला... जाळीतली वाळकी पानं, फोकाट्या धडाडून पेटल्या. धुराचा कोंब झाला. वाळल्याबरोबर वलं जळू लागलं. बानं फोकाच्या मुठी गोळा केल्या. बिंडा बांधला. आत साप जळून जाणार, आपला डूक धरणार नाही. आई काळूबाईनं आपल्याला सोडवलं. नाहीतर आज जगबुडी झाली असती. डोक्यावर फोकाचा भार. पायाला गती आलेली. बा दोन डोंगर चढला, एक उतरला आणि घरी आला, मनात देवाचं नाव घेत-घेत.

त्या दिवशी जयसिंग्या, बा, आई आणि पारी (जयसिंगाची बायको) बराच वेळ गप्पा मारीत बसले व्हते. काम जवळजवळ नव्हतं... मालाला गिऱ्हाईक नव्हतं, डोंगरात फोका नव्हत्या. उद्या काय करावं, हे ठरत होतं. आम्ही पोरं झोपी गेलो होतो.

वेळ रात्रीची असेल. म्हणजे मला तरी चांदण्यांनी भरलेलं आभाळ दिसत होतं.

बा-आई केव्हातरी रात्रीच उठले होते. बानं मला, समीला हलवून उठवलं. तसं समीनं भोकांड वासलं. आईनं तिला चार-दोन हासडल्या... समी रडायची थांबली. आई इतक्या रातीचं चुलीवर भाकऱ्या घालत होती. सारा गाव शांत झोपला होता. बाची घाई चालली होती. कंठाळीत डबं, जरमलच्या पितळ्या, विळे, फाटकी पोती, दोऱ्या भरत होता. आईला हात उचलायला सांगत होता. कोंबड्यानं बांग दिली होती. गाढवं निवांत उभी राह्यली होती. शिंगरं जमिनीला अंग घासत होती. एका मोठ्या टोपल्यात उडीद, मूग, पावट्याच्या शेंगा, भुईमुगाच्या शेंगा, तीळ, काऱ्यालं, जवस, तिखटाच्या हिरव्या मिरच्या, आयाबायांकडून जमा केलेले जुने कपडे, सारं आईनं भरलं होतं. सारा फाटका संसार, बा लगबग करीत होता.

जयसिंग्याच्या पालातही तीच घाई होती. इंद्या, खग्या, म्हाद्या उठले व्हते. मी, समी उठलो होतो. सगळ्यांचा कालवा झाला होता. कोण काय बोलतंय, समजत नव्हतं. बा आणि जयसिंग्या उगाच ओरडत होते. आम्ही पोरं गप्प बसून बघत व्हतो. त्याची कंठाळी भरून झाली. पारीनं सारं उरकलं. आईचंही झालं व्हतं. तांबडं फुटायला आलं व्हतं. बाया-बापडी हातात तांबे घेऊन जरा फटकून लांबचा तांब्या जवळ ठेवून बसत व्हते. कैकाड्यांच्या पालाला जाग आलेली पाहत व्हते. खाकरत होते. कुणी-कुणी बाजवळ काही बोलत होते. तंबाखू खात व्हते. जात व्हते. बाचा हात चाललाच होता. बानं राधीला सोडलं, भागीला म्होरकी घातली. सिंगरांना कळवा घातल्या. कासरा बांधला आणि आईवर खेकसला. त्याला दोन्ही गाढवं ऐकत नव्हती.

'अय, गाला लवकर पराद आड्डा वाईर' बा म्हणत व्हता.

(अगं, उरक, म्हार आडवा येईल.)

आईनं गाढव धरलं. बानं आणि जयसिंग्यानं कंठाळी धरली आणि गाढवावर घातली. पटाशीनं कंठाळी चांगली बांधली. हातांतला कासरा मेखेला बांधला. शिंगरं धिंगाना घालत होती. आम्हाला च्याबी दिला नव्हता.

जयसिंग्याचं एका टोपल्याचं चार आणं गावात कुणाकडं तरी येणं होतं. ते आणायला तो गेला होता. म्हणून खोळांबलं होतं. बाला निघायची घाई झाली व्हती. बा पारीवर ओरडला,

"अगं, बगशील का कुठं गेला, ते... लई पैकंवाला लागून गेला. जा, पळ..."

पारी लगबगीनं गेली. जयसिंग्या आला. त्याचं बिऱ्हाड गाढवावर बांधलं. सारी तयारी झाली. बानं देवाचं टोपलं धोतरात बांधलं आनि पाठीला बरोबर बसवलं. घट्ट बांधल्यावर 'आई मातुश्री काळूबाई' म्हणून साऱ्यांना गुलाल लावला. तोंडातल्या तोंडात काईबाई बडबडला. गालात मारून घेतलं... एका पायावर उभा राहिला आणि म्हणाला,

'गलांगू' (निघा).

मला राधीवर बसवलं. समी भागीवर बसली... किसन्याला बानं खांद्यावर घेतला. पुष्पीला माझ्या म्होरं राधीवर बसवली. लालीला आईनं काकंत घेतली. डोक्यावर कंदील, चमचा, पळी, घासलेटची बाटली भरलेली पाटी घेतली आणि गाढवं निघाली. बाच्या हातात फोक होता आणि गाढवाच्या मागं 'इया, या-या...' असा आवाज करीत तो निघाला. जयसिंग्याची गाढवं म्होरं होती, त्याच्या मागं जयसिंग्या, पारी, खग्या, म्हाद्या आन् दोन कोंबडी, एक कुत्रा. त्यांच्या मागं आमची गाढवं, कोंबड्यांच्या दोन तलंगा माझ्या पायाच्या खाली लोंबत्या बांधलेल्या. त्याच्या मागं समी बसलेली. गाढवं, त्यांच्या मागं आई आणि साऱ्यांच्या मागं बा अशी बिऱ्हाडं निघाली. बा म्हणत होता,

"जाताजाताच दिसंल तिथलं फोक तोडून घिऊ."

गाढवं गावातनं निघाली, तसं कुत्र्यांनी कालवा केला. पार उजाडलं होतं. जो तो, "बापू, का रं निघालास?" म्हणून विचारत होता. बा पोटावरनं हात फिरवून दाखवीत होता. हात जोडीत होता. "म्होरल्या सालाला यीन देवा, आपल्या माय पांढरीचं लक्ष असू द्या," म्हणून कुळवाड्यांना हात जोडीत होता. कुणाचंतरी देणं असायचं. 'ते म्होरल्या साली दीन... न्हाईतर म्होरल्या गावावरनं आनून दीन... न्हाईतर बाजारात दीन,' असं सांगून पुढं सरत होता.

आम्ही गावाच्या बाहेर आलो. बा मागं वळला... साऱ्या शांत झोपलेल्या गावाला आनि म्हादेवाच्या देवळाकडं बघून त्याला हात जोडले. 'आशीर्वाद असू दे... बायको-पोरं खुशाल ठेव...' म्हणाला आणि लगालगा चालू लागला.

तांडा पुढं चालला होता. गाढवं शहाण्यासारखी पायवाटेनं चालली व्हती. वाटेच्या दोन्ही बाजूला पिकं व्हती. सिंगरं मात्र नीट चालत नव्हती. गाढवांच्या पायात- पायात चालत व्हती. गाढवं बिचकत व्हती आणि आमची गाढवावर पंचाईत होत व्हती.

कंठाळीचं वझं बरोबर बसलं नव्हतं. त्याला एका बाजूला कल व्हता. त्यानं मी आणि पुष्पी एका बाजूला कललो व्हतो. सारी जनं तरातरा चालत व्हती. राधीच्या सिंगरानं राधीच्या तोंडावर लाथ मारली, तशी राधी बुजली आणि कोंबडी केकटायला लागली. बानं 'पिडी पिडी' (धर-धर) म्हणत मागं आईला साद दिली. आई बिचारी पळत आली. गाढवं धरली, कंठाळी नीट केली. दोन्ही कंठाळींत वजन सारखं केलं. 'साथ कंठाळी साथ' असं म्हणत पुन्हा आम्ही निघालो. 'गवगवा ख्वांडीनास' (पोरं मारली होतीस) म्हणत राधीच्या पायावर एक फटका मारला आन् राधी शहाणी झाली. तांडा पुढं सरकू लागला. साऱ्या रस्त्यात कुणाचं किती पैसं द्यायचं राहिलं... कुणाची उधारी किती राहिली... याचा इचार चालला व्हता आणि गाढवं रस्त्यातच थांबली.

म्होरनं दगड्या रामूशी येत व्हता. त्याला बघताच जयसिंग्यानं गाढवं थांबवली. बा म्होरं गेला. दगड्या बाला शिव्या देत व्हता. आम्ही पोरं गाढवावरनं बघत होतो. बा दगड्याच्या पाया पडत होता... आडरानात सारं बिऱ्हाड सोडून बघू नको म्हणून, आन् दगड्या ऐकत नव्हता. 'सारी बिलामत माज्यावर येल' म्हणत व्हता. बानं खिशात हात घातला. पैसं काढलं; पण दगड्याच्या मनाला येईना. 'साऱ्या बिऱ्हाडाचा झाडा घ्यायचाय. तुमचा काय नेम? बिनभिकार[१५] इच्चा आयला! कुणाचं काई नेत असाल तर?' म्हणत व्हता. बानं हात जोडले. एक कोंबडी गाढवावरची सोडली आन् दगड्याच्या हातावर ठेवली. जयसिंग्यानं पैसे दिले. तवा दगड्या बाजूला झाला.

गाढवं म्होरं निघाली. बानं 'गरिबावर ध्यान ठिवा' म्हणून दगड्याचं पाय धरलं. दगड्या खुलला व्हता. त्यानं आईकडं बघितलं. हासला अन् गावाकडं निघून गेला. आई, बा, पारी, जयसिंग्या सारीजणं गपचीप व्हते. गाढवं म्होरं चालली व्हती.

दिस उगवला, तसा बानं त्येला हात जोडले. दिवसाची किरणं भराभर वर येत गेली. उबवत गेली अन् चटका बसायला लागला. आम्हाला भुका लागल्या व्हत्या. आईनं भाकरी आन् हिरव्या मिरच्याचा खर्डा समीला, मला दिला. गाढवावरच आमचं खानं सुरू झालं.

बरंच चालून आलो होतो, 'कुठं जायाचंय'... म्हणून मी आईला विचारलं. आई म्हणाली, "आपुन बनभिकार... जिथवर दिसंल आन् तुझा बा म्हनंल, तिथं जायाचं." मला बरं वाटलं नाही. मी तिला पुन:पुन्हा इचारत होतो; कारण बसूनबसून आन् राधीचा कनाठा रुतून-रुतून माझ्या गांडीला कढ आला होता. माझी किरकिर वाढली होती. बा, नुसतंच 'झा, अगं झा,' करीत गाढवं हाकीत होता. अखेर आईनंच बाला इचारलं.

"कुठं बिऱ्हाडं उतरायाची?"

बा इचार करीत होता.

बराच वेळ गेला. अंतरही बरंच गेलं. वाटंत गावं लागली होती. मागं जात व्हती. आमची गाढवं म्होरं चालली व्हती. चालून-चालून आई वैतागली होती.

हळूहळू साऱ्यांचीच किरकिर सुरू झाली. आवाज वाढत व्हते. आम्ही पोरं अवगडलू व्हतो. बाला जयसिंग्यानं विचारलं, तवा बा म्हणाला,

"आरं, आताशी तर कुठं चार-पाच कोस आलूया. जाधववाडी जाऊ दे, आपून पालवणाला बिऱ्हाड उतरू. म्हणजे बारा वाड्या घावल्यात आन् वड्याला, डोंगराला फोकंबी मुबलक हायती. पाऊस-पाणी आलं, तर देवळाच्या आडुशाला राह्यला ईल.'

गाढवाच्या पायांना गती आली. बा, जयसिंग्या सारी झपाटल्यागत चालू

---

१५. बिनभिकार – अठरापगड जातीची भिकारी माणसं.

लागली. गाढवांच्या पाठीवर सपाटं बसू लागले. आमच्या थोबाडात सणकून बसू लागल्या. आमचे आवाज बंद झाले, आन् गाढवांच्या खुरांचे आवाज, पायांचे आवाज... नुसती भ्रमंती सुरू झाली ती पालवण येस्तोवर आन् आम्ही पालवणच्या पांदीला लागलो.

गाढवं पांदीला लागली, तशी गावातली कुत्री मोठ्यांदा भुंकू लागली. गाढवांच्या तांड्याला बघून बा मेल्यागत धावून अंगावर येत होती. खग्यानं त्यान्ला दगडं मारायला सुरुवात केली; पण कुत्री काही बोंबलायची थांबेनात. जयसिंग्याची पालवी (कुत्री) गांडीत शेपूट घालून ती गाढवांच्या पायात-पायात चालू लागली व्हती. कोंबडी करकरायला लागली आणि एकच कालवा झाला. गावातली पोरं चड्ड्या सावरीत या नव्या लोकांचं स्वागत करायला धूम पळत येत होती.

बानं गावंदरीला पिंपळाच्या झाडाखाली बिऱ्हाडं उतरायला लावली. आईनं डोस्क्यावरचं वझं खाली ठिवलं. बानं पाठीवरचं देवाचं टोपलं पारावर नीट ठेवलं. दोन्ही हात जोडले. 'येस दे...'[१६] म्हणून टोपल्यातला गुलाल जमिनीवर टाकला.

आईनं मला, पुष्पीला गाढवावरनं उतरवलं. समीला, लालीला खाली उतरवलं. आम्ही पोरं पिंपळाच्या पारावर हुंदडू लागलो. आईनं फोकाच्या खराट्यानं पिंपळाच्या झाडाखाली झाडायला सुरुवात केली. पिंपळाची पानं, काटक्या, गुरांचे आणि माणसांचे पव लोटून ढीग केला. बानं राधीवरचं, भागीवरचं ओझं उतरवलं. कंठाळी लावली. त्याच्यावर पोतं झाकलं. वाकळांचा ढीग घातला. आईनं केर भरून टाकला.

बारावर एक वाजून गेला होता. पोटात कावळं वरडत व्हतं. लई भूक लागली व्हती; पण बिऱ्हाड लावस्तंवर आई काय खायला देनार नव्हती. आसपास बघ्यांचा गराडा पडला व्हता. आया, बाया, बापे, पोरं, सारी बिऱ्हाडाच्या आसपास जमली व्हती. कुणी-कुणी बाला, आईला, जयसिंग्याला वळकत व्हते.

"आरं बापू, आवंदा यायला लई उशीर केलास. का म्हनलं, आवंदा येतच न्हाईस," एक जण म्हणाला.

"पाटील, न्हाई म्हनून कसं भागंल? आई पांढरी वाढंल,[१७] ते पदरात घ्यायला होवं. पोटाला काय करावं? परमीसर पोटासाठी फिरीवतुया. आपल्या आशीरवादानं

---

१६. 'येस दे' – यशवंत होऊ दे. यश मिळू दे. बरकत येऊ दे.

१७. गावपांढरी वाढंल–बलुतेदार समाज गावातल्या रयतेचा उल्लेख गावपांढरी असा करतो. बलुतेदाराला शेतकरी वस्तूच्या बदल्यात वर्षभर काही देत नाही. वर्षभरातल्या वस्तूंचा मेहनताना एकदाच बलुतं वाढून, म्हणजे खळ्यातलं धान्य किंवा धान्याच्या पेंड्या या शेतकरी बलुतेदाराला देत असतो. त्याला गावपांढरीनं वाढलं असं म्हणतात.

फुडल्या वरशी तरी लवकर ईन."

बाया-बापड्या आईला कुडूकी, उपन्या, हार यांच्या वर्द्या देत व्हत्या. कुतूहल, उत्सुकता प्रत्येकाच्या चेहऱ्यावर दिसत व्हती. मोठी पोरं चेष्टा करीत बसली व्हती.

बानं जरमलचा हांडा उचलला आन् तरातरा वड्याला गेला. जयसिंग्याचं बिऱ्हाड लागलं होतं. बा-आई आमचं बिऱ्हाड लावत व्हते. जयसिंग्याच्या गाढवाच्या खुरात खडा जाम अडकला व्हता. गाढवानं पाय वर धरला होता आन् जयसिंग्याचा जीव खाली-वर व्हत व्हता. त्यानं इंद्याला एक शिवी हासडली. दाबान आणायला सांगितलं. त्यानं गाढवाचा पाय वर धरला, तसं गाढवानं मागल्या पायानं इंद्याच्या तोंडावर लाथंचा फटका हानला. इंद्या कळवळून बोंबलला. जयसिंग्या उगंच कावला. गाढवाच्या खुरातला खडा निघाला. गाढवानं पाय धरला, तसा जयसिंग्याचा जीव पान्यात पडला. तो आईला म्हणाला,

"अया स्वाडमा खेद नाडलाच पार. सारका काल म्हिनकच पिडक्यांच."

(अगं काकी, गाढवानं पाय धरला बघ. सारखं लंगडत होतं.)

जयसिंग्यानं घंगाळ घेतलं आन् पाण्याला गेला.

बानं पाणी आणलं. आंगूळ करून आल्यावर त्याला देव पुजायचे असत. शिवलं की तडाखा बसायचा. मी लांबनंच बघत व्हतो. टोपल्यात टाका व्हत्या. दगडांचे गोटे-खडे, लांब-उभे निमुळत्या दगडांचे देव व्हते. बानं पितळीत सारं देव काडलं. टोपल्यातलं तांबडं चिरगुट पाण्यानं धुतलं. दगडाच्या एक-एक देवाला धुतलं आन् बैजवार[१८] मांडून ठेवलं. त्यांच्यावर गुलाल घातला. कपाळाला गुलाल लावला. 'आई काळूबाई' म्हणत तोंडातल्या तोंडात बडबडत त्यानं पितळीतलं पाणी आजूबाजूला शिंपडलं आन् बाकीचं पाणी कुळवाड्याच्या घरावर टाकलं.

आईनं भाकरी सोडल्या. तांबड्या मिरच्यांचं द्याट काढलं... मीठ संपलं होतं. ते गावातनं आणलं. मीठ आणि मिरच्या खलात घातल्या. गुंडब्यालानं मिरच्या वाटल्या. बानं पाणी आणलं होतं. मोठ्या वाटक्यातनं पाणी घेतलं. पितळ्यात माती गेली होती. ते धुतलं आन् आमी जेवायला बसलो. चटणीचा भेलना आन् वाळली भाकरी समद्यांनी खाल्ली. ढसाढसा पाणी प्यालो. आई म्हणाली,

"लक्षा, नांबर काटक्या कुटक्या कड्या येत्या नीन समी लाली हू!"

(लक्षा, सांच्याला जळान आण. लाली, समी, तुम्ही जा.)

बानं इळा घेतला आन् जवळच वड्याला एका पाटीच्या फोका आणायला गेला. आमी जळणाला निघालो.

कुपाच्या काट्या, उकिरड्यावरल्या काटक्या येचायला सुरुवात केली. समीनं

---

१८. बैजवार–ओळीने, शिस्तीने.

चार-पाच शेणकुटं वट्यात[१९] घेऊन धूम ठोकली. मी काटक्यांचा भारा करत व्हतो. तेवढ्यात उकिरड्यावर तंबाट्याचं झाड दिसलं. उकिरड्यावर तंबाटी पिकली व्हती. मी, लाली दोघांनी तंबाटी खाल्ली आणि जळण घेऊन निघणार तोच– "काय रं, मेल्यानू काय करताया तिथं?" बाईचा आवाज आला. तशी काटक्या तिथंच टाकून धूम ठोकली, आन् दम खायला बिऱ्हाड गाठलं. आईला सांगितलं. मनातनं त्या बाईला शिव्या देत व्हतो. पुन्हा जळणाला जावं लागलं. रोज जळणासाठी मार खायचा, शिव्या खायच्या; आन् घावंना की कुणाच्या तरी कुपणाचं फ्यास काढायचं.

दिवस कलला होता. गावातली पोरं बिऱ्हाडाजवळ येऊन बसली होती. आई त्यांना हाकलत होती. "आरं, आमी काय जनावरं हाय व्हय? काय बघताया पेनसुन्यांनो"![२०] म्हणत होती.

उघड्यावर तीन दगडांची चूल कशी असते, ती कशी पेटते, हे पोरांना कुतूहल होतं. पोरं हटायची नि पुन्हा यायची.

जयसिंग्या, बा पाटलाकडं गेले व्हते. गावात आल्यावर पाटलाच्या वाड्यावर वर्दी द्यावी लागते. गाढवं, कोंबडी, कुत्री, माणसं, सगळं सांगावं लागतं. आईनं चूल पेटवून भाकरी केल्या. कालवणाला काहीच नव्हतं. आई गावात गेली. आयाबाया आईला कालवणाला का देत्यात? मी गेलो तर तास-तास उभा राह्यचो, पण कुणी वाढायचं न्हाई. आईलाच सारे कालवण द्यायचे. कालवण करायला किडूकमिडूक द्यायचे. आईनं कुणाकडून तरी मोगान आनलं होतं.

मोगानाचं घुटं,[२१] भाकरी सांच्याला मिळणार, म्हणून मी खुशीत होतो.

गाव बऱ्यापैकी मोठं होतं. गावात वाण्याचं दुकान होतं. चारी बाजूनं डोंगर अन् गाव माथ्यावर. सीताबाईचा डोंगर जवळच. तिथं वाघ असत्यात, असं बा म्हणायचा. गावातनं वाणी घोड्यावर बसून बारा वाड्यान्ला वाण पुरवायचा. कुळुकज, बोथं, कळकसराची वाडी, गायदर, मठ, आंधळी, मलवडी, जाधववाडी आणि अशाच लहान-लहान बारा वाड्या भोवताली, पाच-सहा मैलांच्या टापूत. मध्ये पालवण. गावाला बागायती नसायची. तीत बाजरी हे मोठं पीक. आईला वाढल्यालं तरी तेच असायचं.

चालून-चालून आई-बा थकले व्हते. आम्ही सारीच झोपलो. रात बरीच झाली व्हती. समी माझ्याजवळच झोपली व्हती. रातची जी वरडाय लागली, तर सारं

---

१९. वट्यात – ओच्यात, परकराचा ओचा.

२०. पेनसुन्यांनो – येड्याइदऱ्यांनो, वेड्याखुळ्यांनो.

२१. मोगानाचं घुटं – मोगान म्हणजे उडीद, मूग, चवळी या कडधान्यांची मिसळ व मोगानाचं घुटं म्हणजे हिरवी मिरची घालून मोगानाची केलेली आमटी.

बिऱ्हाड जागं झालं. खग्या, म्हाद्या, इंद्या झोपंतनंच काय झालं, म्हणून इचारत व्हते. आई-बा समीला काय झालं म्हणून इचारत होते. समीला झटका आला व्हता. दातखिळी बसली होती. हातापायाच्या नाड्या ताठल्या होत्या. डोळं पांढरं केलं व्हतं आन् अंगाला तनाव द्यायला लागली होती. कसनुसं तोंड करून वरडत व्हती. आई घाबरली व्हती. बा उठला, त्यानं तिला देवाच्या टोपल्यातला अंगारा आणून लावला, पर काय उपयोग हुईना. पोरगीला लई ताप भरला. बानं तिला टोपल्याजवळ घेऊन आईला बसायला लावली. उकिरड्यावरनं गवरी आणली... पेटवली... तिच्या धुरानं आनखीनच सारं अंधारलं... जयसिंग्या तिला वारं घालीत होता. आई-पारी तिला मांडीवर घेऊन हलवीत होत्या आणि बा गवरीजवळ देव वाढवून बसला होता.

बाच्या अंगात वारं आलं. बा मोठ्यांदा वरडू लागला, 'सोड सोड... धर-धर... तिनं चावरी निनयादशय्यीरक वादीरा, येत, किरा, देवर कीरा काय याद कीरा'

(बोल! तू कोण आहेस? कशाला आलायस? देव हायस का भूत हायेस? बोल!)

असं म्हणत हाताच्या मुठी आवळीत दातव्हट खात घुमू लागला. जयसिंग्यानं बाचं फिटल्यालं धोतर नीट बांधलं. तरी त्यो उड्याच मारत होता. जयसिंग्या म्हणाला,

"देवा, झाडाचं हाल करू नगं. पोरगी जिवून झोपलीया. काय गुन्हा आसंल, त्यो पदरात घाल. मी पदर पसरतो. चुकलं आसंल, माकलं आसंल, तर लेकराला सांभाळ."

देव घुमायला लागला आन् म्हणाला,

"आरं, तुझं डोळं झाकल्याती. तुला आमी दिसंना? ...हं?हं?"

घुमणं चालूच होतं. जयसिंग्या, आई, पारी, अपराधी भावनेनं देवाम्होरं पदर पसरून बसले होते. पोरगी आईच्या मांडीवर व्हती तशीच.

जयसिंग्या म्हणाला,

"गावा नानयाद चुकीसरी, मीदा चुकीच."

(देवा, काय चुकलंय? काय राहिलंय? आन् या पोरीला का धरलीयास?)

देव गप घुमत व्हता. ओरडत व्हता. किंचाळत व्हता. मला मुतायला आलं व्हतं. आईच्या मागं तिला घट्ट धरून बसलो होतो.

देव म्हणाला,

"हितनं खाली, चार मैलांवर मी वाट बघतुया, इसारलास?"

जयसिंग्याला काही आठवलं. त्याचा चेहरा खुलला. तो म्हणाला,

"गावा पुसी पुनव वांदीर नांग निवद नारु काय शैय्यीरक वाराकिरू."

(देवा, पुसी पुनवंला आम्ही निवद नारळ करू. आम्ही इसरणार न्हाय.)

देवानं नाचायला सुरुवात केली.

सारा गाव झोपला व्हता. अंधार सारीकडं दाटला व्हता. मध्येच कुत्री केकाटत व्हती. आमच्या बिऱ्हाडात हागनदारीत देव आला व्हता. त्यानं अंगारा दिला. जयसिंग्यानं

अंगारा घेतला, समीच्या कपाळाला लावला. साऱ्यान्‌ला लावला आन्‌ बानं धापकन अंग जमिनीला टाकलं, ते फोकाचं वझं टाकावं, तसं. मी मनात म्हणत होतो, आता याला आणखीन काय तरी झालं वाटतं. जयसिंग्यानं त्याला उठवला. पाणी दिलं. अंगारा लावला. बानं डोळं उघडलं. अंगाला आळुकेपिळुके दिले आन्‌ काहीच झालं नसल्यागत पोरीजवळ येऊन बसला. आईनं देव काय-काय म्हनाला, ते सांगितलं.

समीनं डोळं उघडलं व्हतं; पण डोळ्यांवर झांझ[२२] व्हती. तिनं पाणी मागितलं. मी पाणी नेऊन दिलं. आता तिला जरा बरं वाटत व्हतं. बाच्या अंगात सात आसरांचा खंडूबा, हिरुबा यायचे. लमाण घुमायचा.[२३] समीला आता काही होणार नव्हतं. ती बरी होणार. देवानंच तिला धरली व्हती.

बा दिवरूसपण करायचा. भूतखेत काढायचा. 'सालीव सुतांचं येटान तुटंल, पर कैकाड्याचं भूत सुटायचं न्हाय,' असं त्यो सारखं म्हणायचा. गावातले लोक त्याच्या देवाला, भुतांना भ्यायचे. आम्ही कायम हागनदारीत, मसणवट्यात राह्यचो. आमचा बा आन्‌ त्याचं देव असल्यावर भुताचं भ्या वाटायचं न्हाई. कैकाड्याचे देव आन्‌ त्यांची भुतं लई वाईट असत्यात, घराला बोराटीचा चेपच लावत्यात, म्हणायचा. गावातील माणसं टरकून असायची.

समीला बरं वाटू लागलं. आमचं डोळं केव्हा झाकलं, ते समजलंच न्हाई.

सकाळी बा दिसला न्हाई. आईपण नव्हती. पारी तेवढी बिऱ्हाडात व्हती. बाकी सारी आमी पोरं. च्या नवता. पानी नवतं... भाकरी नवती. तुकडा नवता... सारी बिऱ्हाडाची राखन करीत बसलो होतो. दिस वर आला. पारीनं गाढवं सोडून दिली. बिऱ्हाडावर नजर ठेवीत गाढवं राखत होतो.

आयाबाया डोक्यावर टोपली घेऊन रानात निघाल्या होत्या. जनावरं सुटली व्हती. बापेमाणसं भराभरा गावातनं रानात जात व्हती. गावात म्हातारी माणसं आन्‌ पोरं व्हती. बिऱ्हाडाभोवती कावळं घिरट्या घालीत व्हते. उन्हाचा चटका बसू लागला. पोटात काही नव्हतं. आई-बाचा पत्त्या नवता. आई इकायला गेलेली... बा फोकाला. चुलीत पानी वतलेलं. पाण्यानं पोट भरीत व्हतो.

समी, लाली, पुष्पी, किसन्या बिऱ्हाडाजवळ खेळत व्हते. त्यान्‌ला भूक लागली व्हती. समी माझ्याकडे आली, म्हणाली,

"दादा, लाव पेश वांदीर"

---

२२. झांझ – डोळ्यांवर झोप येणे.
२३. लमाण घुमायचा – लामण हे देवाचं नाव. लमाण हा देव्हाऱ्यावरला देव अंगात येऊन घुमायचा.

(दादा, लई भूक लागलीय.)

मी तिला गाढवामागं उभी केली. हातात वाटकं घेतलं आन् दारोदार 'भाकरी वाढ गं माई, शिळंपाकं वाढा वं काकू', म्हणून फिरू लागलो. कुणी भुरा आलेले भाकरीचे तुकडे, कालवण, कुणी शेंगा असं देत व्हतं. तासा-दोन तासांत वटा भरला. वाटक्यात कालवण भरलं. कुत्र्यांची कळवंड मागं चाललीच व्हती. त्यानला दगड हानत, काठी फिरवीत मी बिऱ्हाडावर आलो. पोरं भुकंनं याकूल झाली व्हती. गावातून आणलेलं आम्ही साऱ्यांनी खाल्लं. उरल्यालं झाकून ठेवलं.

दिस माध्यानीला आला व्हता. आई-बा आले. मी समीला गाढवामागं जायला सांगितलं. फाटकी पिशवी हातात घेतली आन् थाटात शाळंत गेलो.

तसा शाळंत जात व्हतो, म्हणजे पोरं शाळंत असायची आन् मी बाहेर पडवीत बसून ऐकायचो. मास्तरला बानं इचारलं, पर मास्तरनं शाळंत घेतलं नाही.

"लेका, बिनभिकाराला शाळा आसतीया व्हय?...त्येनं शिकल्यावर लेका कणगी कोण वळणार? ते काय चालायचं न्हाय! शाळा शिकत्यात!" मास्तर डाफरला व्हता.

बाचं डोळं भरून आलेलं म्या बघितलं. मीबी रडत होतो. शाळा शिकायची, मास्तर व्हायचं... स्वप्न बघत व्हतो. आन् शाळंच्या बाहेर बसूनच शाळा शिकत व्हतो.

त्या गावातच बानं मला वाण्याच्या दुकानातनं पाटी-पेन्सिल आनून दिली व्हती. मी पोरांचं बघत व्हतो. तसा वागण्याचा प्रयत्न करीत व्हतो. शाळेची गोडी लागायला लागली व्हती. रेषा मारत व्हतो. पुसत व्हतो. फळ्यावरलं बघून खरडत व्हतो काय लिव्हत्यात, ते!

चरफडत व्हतो. मास्तर शाळेत घेत नव्हता. बा शाळेत घालीत व्हता. मास्तरला शिव्या हासडत व्हता आन् आमचं मुक्काम बदलत व्हतं. माझी शाळा चालली व्हती. पाच-सहा दिवस असेच गेले. मी शाळंच्या पडवीत नियमित जाऊन बसत व्हतो.

एके दिवशी बा म्हणाला,

"आता हालवावं लागंल बिऱ्हाड."

आन् खंडूबाच्या मलवडीला... देवाच्या जत्रंला जायला गाढवं तयार झाली.

पालवणाचा डोंगर उतरलो. गायदऱ्यातनं खाली मलवडीला उतरायचं. डोंगर उतरताना गाढवांचे लई हाल झाले. बानं पुन्हा गावाला, गावपांढरीला नमस्कार केला. येणं-देणं अंगावर घेऊन मलवडीला बिऱ्हाडं हालली.

गायदऱ्याचा बराच अवघड घाट उतरून गाढवं मलवडीच्या वढ्याला पाणी प्याली. आम्हाला गाढवावरनं खाली उतरवलं. वढ्याच्या वाळवंटात, झाडाच्या सावलीत बिऱ्हाडं थाटली. बा, आई, पारी, जयसिंग्या, सारी मोठी माणसं वढ्याच्या

पाण्यात आंघूळ करायला लागली. रामा-रामाऽ ऽ करत बानं हातानंच अंगावर पाणी घ्यायला सुरुवात केली. चिमणीनं अंगावर पाणी घ्यावं, तसं. मी नागवा झालो आणि बेंबीभर पाण्यात पवायला लागलो. इंद्या, खग्या, म्हाद्या, सारी जणं पाण्यात उड्या मारायला लागलो व्हतो. पाणी पार ढवाळलं व्हतं. आई-पारी रागावत व्हत्या आणि आम्ही पाण्यातनं बाहेर येत नव्हतो.

बानं धोतर बदललं. आई दंडाचं नेसू नेसली. मागून आणलेली चोळी घातली. समीला पाटलिनीनं दिलेलं पोलकं घातलं. बिऱ्हाडाजवळ खग्याला बसवला आन् सारीजनं गावात निघालो.

मलवडी बऱ्यापैकी खेडं. पुसात मोठी जत्रा भरते. खंडूबाची माणसं लई जमलेली. प्रत्येकाचं आंग भांडाऱ्यानं माकलेलं. माझा हात बाच्या हातात आन् गर्दीतनं वाट काढत-काढत आम्ही देवळाजवळ पोहोचलो. देवळात मोठमोठं आरसं लावलेलं. मंडप मोठाच मोठा. आता गर्दी झालेली. गुदमरायला लागलेलं. घामानं निथळलो व्हतो आणि पायावर पाय पडल्यावर इवळत व्हतो. एकदाच मंडपाजवळ गेलो. बानं खोबरं, भंडारा एका मानसाच्या हातात दिला. त्यातलाच भंडारा त्यानं बाला माघारी दिला. बानं त्यो कपाळाला लावला आन् मागं सरला. 'येळकोट येळकोट, जय मल्हार' खंडूबाचा येळकोट चालला होता. भगत हात जोडून पालथं पडून लंगराला[२४] झटत होते. बा तसा चांगला माणूस... त्योबी मला सोडून लंगराला झोंबत होता. माणसांच्या रेटारेटीत माझा जीव जायला झालेला... आई, पारी, जयसिंग्या कुठंच दिसत नव्हते.

आम्ही दर्शनास्नं परत आलो. अंगावर भंडाराच भंडारा झाला होता. गावाबाहेर वड्याच्या वाळूत बिऱ्हाडं व्हती. तिथं आलो. वढ्याला जळाण येचायला जायचा बानं हुकूम सोडला. दमलो व्हतो; पण गेलोच. हाताला लागलं ते काटूक इचून आनत व्हतो.

आई, पारी, जयसिंग्या, सारी मानसं, काम नव्हतंच... वाळूत बिऱ्हाडाजवळ बसली व्हती. चूल पेटवायला जळणं आली आणि आई, पारी उठल्या. चुली पेटवल्या. तीन दगडांच्या. वाऱ्यानं वैर मांडलं व्हतं. जाळ फाकत व्हता. तवा तापत नव्हता. आई वैतागली व्हती. धुरानं डोळं गळत व्हतं. हातानं नाक पुसत व्हती आन् कनकीला तिंबत व्हती. कनीक बराबर झाली. तसी चपात्या हातावर करायला

---

२४. लंगराला – लंगर म्हणजे खंडोबाची साखळी. ही साखळी फार जाड असते. याच्या कड्या दाराच्या कडीसारख्या घट्ट असतात. जागरणाच्या वेळी ज्याच्या अंगात येतं, तो माणूस या लंगराला ओढून तोडतो. लंगर तुटल्याशिवाय जागर पावत नाही, अशी समजूत असते.

लागली. कनकीचा गोळा हातावर गोल करायचा. पातळ-पातळ-पातळ करायचा आन् तव्यावर टाकायचा... एक चपाती एका अंगानं भाजली, की दुसरी तिच्यावरच टाकायची. नुसती बाजू बदलायची. तव्यावरच चवड साठवायची. तिच्या मनात आलं, की टोपल्यात टाकायची. आम्हाला भूक लागली होती. तोंडाला पाणी सुटलेलं. मी हळूच आईचा डोळा चुकवून चपातीचा तुकडा घेतला आन् तोंडात घातला. आईनं बघितलं आन् सनसनीत मुस्काटात बसली.

"पेनसुन्या, देवरा भिंगाकास हां? आजून निवद दाकविकराद किर. याल याल इगुन."

(मुड्द्या! आजून देवाला निवद दाखवायचाय, आन् उस्टावलंस व्हय?)

अशाच शिव्या ती मला देऊ लागली आन् मी मनातनं देवाला!

तवर बा, जयसिंग्या तीन पानांचे पत्ये खेळण्यात गुंगले होते. आईनं मला पिटाळलं. मी गेलो, तर बा, जयसिंग्या एका माणसासंग हमरीतुमरीवर आले व्हते. मी बाला सांगत व्हतो, आईनं पावशेर तांदूळ आनायला सांगितल्याती आन् बा त्या तीन पानांच्या रगड्यात अडकला व्हता. मी सांगून-सांगून वैतागलो. तरी बा आईकंना. त्याला पैसं येत व्हतं आन् माझी चिमट तांदूळ आनायला... तशी फाड्कन बसली.

"गप्प खानसी नाई"

(गप्प बस, कुत्र्या!)

मी गप झालो. बाला बरेच पैसे आले व्हते.

बानं तांदूळ घेतले, धोतराच्या सोग्यात आन् 'झाला महार पंढरीनाथ' करीत बिऱ्हाडावर आला. आईनं गुमान तांदूळ चुलीवर घातलं. दिवस मावळतीला गेला व्हता. समीनं राकेल आनलं. बिड्या आन् काड्याची पेटी, मीठ, मिरच्या. बानं रुपाया दिला व्हता.

बा पाण्यात उतरला. हात-पाय धुतले. निवदाची ताटली घेतली, तांब्यात पाणी घेतलं. उदबत्त्या, भंडारा, नारळ, खडीसाखर, पान, आख्खी सुपारी, एक मोठा पैसा निवदावर ठेवला आन् धोतराचा सोगा त्याच्यावर झाकून-लगालगा देवळाकडं गेला. मी रडत मागं लागलो व्हतो.

"निन गामक खेद्या ह्याच्या!"

(तुझ्या आईला गाढव लावला!)

म्हणत त्यानं धोंडा उचलला, तसा माझा आवाज नरड्यातच अडकला. मी गप बिऱ्हाडावर आलो.

बानं येताना मोकळी ताटली आन् कोंबडा आनला व्हता. कोंबडा पंख फडफडीत व्हता. त्याचं पाय बानं एका हातात घट्ट धरलं व्हतं. तोंडानं धोतराचा सोगा आन् दुसऱ्या हातानं भरलेला तांब्या अशा अवतारात आला. कोंबड्याच्या पायाला चिरगुटं

बांधली. आईनं निवद भरला.

कडूसं पडलं व्हतं. बानं देवाच्या टोपल्या उघडल्या. टोपल्याम्होरं पाणी शिपाडलं. निवद ताटलीत फुडं ठेवला. उदबत्त्या लावल्या. गुलाल लावला. तोंडानं काही बडबडत-बडबडत कोंबड्याचं दोन पाय एका पायाखाली धरलं. एका हातात त्याचं मुंडकं धरलं आन् फोका कापायच्या कोयत्यानं कोंबड्याला सोडवलं. कोंबडं फडफडायला लागलं. दोन्ही पाय धरून भिरकावलं. तसं कोंबडं लागलं उड्या मारायला. मी मागं पळत व्हतो. त्याचा जीव जात नव्हता. मी धरायचो आन् ते उड्या मारायचं. अखेर त्याची धडपड थांबली.

बानं खोचं खवलं. कोंबड्याला चुलीवर ठेवलं तसं कोंबड्याची पंखं जळून जायला लागली. सगळीकडं कोंबड्याच्या पंखांचा वास घुमत होता. कोंबडं खाली-वर करत खरपूस भाजलं. चुलीवरनं खाली घेतलं आन् सोलायला सुरुवात केली. तवर आईनं हाळद, मीठ, वल्या नारळाचं खोबरं, खलात चेचलं व्हतं. मिरच्या चेचून झाल्या. सारं मटणाला लावलं अन् चुलीवर घातलं. बा चुलीजवळनं हालत नव्हता.

रात बरीच झाली. कोंबडं शिजलं. निवद दावल्याशिवाय काय खायाचं नाही! डोळ्यांवर झोप व्हती. लाली, पुष्पी, किसन्या झोपायला लागले व्हते. बा खेकसत व्हता. आईनं निवद भरला. त्यात मांस घातलं. बानं निवद देवाच्या टोपल्याम्होरं ठेवला. तांब्यातलं पाणी वाटीत घातलं. कसानुसा वास नाकात जाऊ लागला. तंबाकूसारखी पुडी देवाफुडं ठेवली. दोन अंडी बाजूला काढून मांडली होती. लिंबं फोडली आन् बाच्या अंगात घुमू लागलं. वारं लई उशीर खेळलं. शांत झालं. बाची पूजा झाली व्हती. सारी पोरं वळीत बसली. खग्या, इंद्या, म्हाद्या, मी, आई, पारी, कुणी परसाद चुकवायचा नाही. नारळाचा तुकडा आन् घोट-घोट 'काळ्ळं'? घोट-घोट दारू प्रत्येकानं घेतलीच पाहिजे. नाही म्हणायचं नसतं. साऱ्यान्ला दिली. मी वाटी तोंडाला लावली, तसं नरडं भाजत, जळत-जळत पाणी खाली गेलं. मी वाटी खाली ठेवली. मला प्यावत नव्हतं. मी ते पाणी प्यायला नगं म्हणू लागलो. तसा साऱ्यांनी एकच गिल्ला केला.

'नगं म्हणायचं नसतं. डोळं झाक आन् एका घोटात सारं पी. काय व्हत नाय.'

मी कसनुसं तोंड करीत वाटीभर 'काळ्ळं' प्यायलो. नरडं भाजत, घसा भाजत एकदाचं वाटीतलं पाणी संपलं. बानं फुटानं खायला दिलं. फुटानं खायला लागलो. तसं बरं वाटायला लागलं. आईनं साऱ्यान्ला वाढलं. माझ्या वाटक्यात मटान व्हतं, येवढंच आठवतं; पण हात ताटात, तोंडात जातच नव्हता. सारं गरगरत होतं. तोंडाला पाणी सुटत होतं. कसंबसं खाल्लं आन् आडवा झालो. रातची जाग आली, तर आई-बा तेच पाणी पीत व्हते. बा आईच्या अंगाला झोंबत व्हता. मी डोळे झाकत व्हतो, उघडत व्हतो. वाळू गार लागत व्हती आन् मी निम्मा झोपंत-निम्मा जागा

अशा अवस्थेत झोपलो व्हतो.

दुसरा दिवस उजाडला. आज देवाचा रथ, सारी मांगं, म्हार, धनगर, कैकाडी माकडवाले, जोशी, डवरी, मुरळ्या, कळवातनी, जत्रा कशी गच्च भरली व्हती. कळवातनीचा तमाशा लागला व्हता.

फिरस्त्यांची पालं, बिऱ्हाडं खडं इस्काडल्यागत पडली होती. पालाम्होरं पोरं खेळत व्हती. मानसांची वर्दळ वाढली व्हती.

गावात कळवात्याच्या[२५] पोरी नट्टापट्टा करून तालासुरात चालत व्हत्या. नाचे हातवारं करीत होते. तमाशाचा फड उभा राहणार व्हता. सारी माणसं लिंबाखालच्या वड्याकडं चालली व्हती. फुगंवालं, भेळवालं फिरत व्हते. मनातनं फुगं घ्यावं... भेळ खावी असं असायचं; पण बाला पैसं मागता येत नव्हतं! मागितलं तर मार, नाही तर 'निन गाम कुही' तुझ्या आईची... शिवी. म्हणून मी पैसे मागत नव्हतो; पण त्याचा सोगा धरून मागं-मागं फिरत व्हतो.

बा आन् जयसिंग्या शिरपा वडारासंगं बोलत व्हते. शिरपा वडार मलवडीतच कायमचा राह्यलाय. गावात चार-पाच डुकरं सोडली व्हती... त्याची आता पाच-पंचवीस झाली होती. गाढवं दोन व्हती, त्याची आता आठ-दहा गाढवं झाली व्हती. शेजारपाजारच्या गावात शिरपा मातीचं काम घेतूया. बक्कळ पैसा मिळतूया. बा म्हणत होता, "आरं शिरपा, आपण भावबंद गाढव गुती. वरसातनं इतुया. खंडूबारायानं तुझं चांगलं केलं. आमी पोटासाठी गावगन्ना पसाकुडता करत पोटामागं फिरतूया. रांडंच्या, काय कळ्ळबिळं दिसील, जनावरं मारचील का न्हाय?"

तसं शिरपा म्हणतूया कसा,

"बापू, निन क्याल इडाकीरा (बापू, तू दगड मारतूयास.) आरं, आज रथ हाय. उंद्या बघू. नानीला सांगितलाय. दर वर्षाला काळ्ळं पाजल्याशिवाय बापूद्याना, बज्या, जयसिंग्या जानार न्हायत. एक 'डुक्कर' मारतो. आशी वरसातनं येणार तुमी, काय रोज-रोज येताय व्हय?"

तसा बा खुलला. तमाकू खाल्ली. म्हंजे आमचा मुक्काम वाढला, येवढंच समजलो.

बा तिथनं कळवातनीच्या पालाकडं गेला. एक कोट घातलेला म्हातारा गुनगुनत बसला होता. डोंबारी जातीचा. लहान पोरीला डोक्यावर उभं करून काहीबाही सांगत होता. बानं खापरी काढली. त्यात तमाकू भरली. म्हाताऱ्यानं काडी चेतावली आन् दोघं धूर काडाय लागलं.

बानं खुशाली इचारली. सारं बेस हाय म्हनला, "बापू, शारदी मेली रं," म्हणून

---

२५. कळवात्याच्या – कोल्हाटी जातीच्या.

डोळ्याला धारा लागलेल्या. त्याला काय बोलाय सुचना, बानंच इचारलं...

"आरं, शंकरदादा! काय झालं, ते सांगतूयास का! रडायलाच लागलास! काय झालं काय सारदीला?"

म्हाताऱ्यानं डोळं पुसलं. म्हनला,

"बापू, पोरगी कशी चवळीच्या शेंगंगत वाकत हुती. व्हट पिळलं असता तर दूध निघालं असतं रं! म्हातारपणात हे वाट्याला आलं, न्हाईतर आज जत्रा कमावली असती."

बा गप बसून धूर सोडीत ऐकत व्हता.

म्हातारा सांगत होता.

"त्या खोकड्यात बिऱ्हाड हुतं. दिवसभर गाव मागितला. लई नाचली. दोरीवर उड्या मारल्या. केसानं दगड उचलला. रातीला घरी आलू. शारदीनं दामटं केलं. धाकलीला निजावली. म्या चिलीम वडली आन् ताणून कवा झोपलू, कळलंच न्हाय. रातीला जागा झालू तर शारदी न्हाय. बापू, रातभर हिंडलो... साऱ्या गावातनं ऊर बडवून घेत हिंडलू, पर शारदी गावली न्हाय. फटफटीत झालं. शारदी वड्याच्या वाळूत गावली. नुसती धुगधुगी..."

म्हातारा सांगत होता. बा खिन्न होऊन ऐकत व्हता. डोळे पुशीत व्हता. जत्रा जोमात आली व्हती. रथाला माणसं वडीत व्हती. भंडारा, खोबरं उधळीत व्हती. 'चांगभलं'चा जयघोस चालला हुता आन् म्हातारा सांगत व्हता,

"बापू, सारं आंग रक्तानं माकलं हुतं. तिनं डोळं उघडलं पर बोलली न्हाय. सांगितलं न्हाय. काय झालं आसंल बापू? दोन दिसच ती जगली. पाण्याचा घोट नरड्याखाली गेला न्हाय बापू. तिनं कसं-कसं सोसलं आसंल..."

म्हातारा पुन्हा रडू लागला.

"बिऱ्हाड हलवायचं म्हणत हुतो, पर हिचा नेम नव्हता, गेली माझी बया, गेली. बापू, ह्या दिसांत काय खाऊ? हे बारकं कसं जगवू?"

बानं चिलीम इजवली. राक झाडली. उठला.

"...म्हाताऱ्या, तू माझ्याबर चल. आरं, उगावतु त्यो चारा दिल्याबिगार मावळत न्हाय."

म्हातारा खुरटत-खुरटत बराच आला. बाचा निरोप घेतला.

बा, ऊन झालं म्हणून, मला बिऱ्हाडाकडं लावत व्हता. कळवातनीचा तमाशा रंगात आला व्हता. जत्रा फुलली व्हती. मानसाला मानूस भिडलं व्हतं. मुरळ्या नाचत व्हत्या. 'येळकोट येळकोट जयमल्हार!' वाघे टिमकीच्या ठेक्यात शिव्या देत व्हते. सवाल-जवाब झडत व्हते. नोटा सुटत व्हत्या. तरण्या-तरण्या पोरांच्या

मिश्या ताठ झाल्या व्हत्या. तमासगिरनीसंगं ते रंगात आले व्हते.

देवाचा रथ पोहोचला, तशी जत्रा फुटली. माणसं पांगू लागली. आमी बिऱ्हाडावर आलो. जयसिंग्या बाला म्हणत व्हता,

"बापूदादा, माझी सिंगी (गाढवाची मादी) इकली. तीन, दहा आन् दोन रुपयाला दत्त्या बेलदाराला. हातंच उद्या निम्मं पैसं देतूया आन् काळूबायला निम्मं."

बानं हुकारा भरला. दिवसभर फिरत व्हता. जत्रा म्हणजी फिरस्त्यास्नी गाठी पडायचा, बोलाचालायचा दिवस. मानसाचा काय न्योम, आज हाय, उद्या न्हाय.

जत्रा भरली तशी पांगली. शिरपा वडारकडं काल-आज गुन्ना[२६] व्हता. सारी बिनभिकार, दोन दिवस ऱ्हाणार. शिरपानं एक जनावर धरलं. साऱ्या गावात शिरपा, बा, जयसिंग्या, तान्या कोलाटी सारी फासं घिऊन पळत हुते. जनावर धरलं, चारी पाय बांदले, मुसकी घातली आन् गावाच्या लांब खालती नेलं, पाला पेटीवला. जनावराच्या छातीत लाथा मारून-मारून त्याचा जीव घेतला. डुकराला कापायचं नसतं आन् मग आगीवर धरलं. नुसतं त्याल गळत व्हतं. लई माजल्यालं जनावर. शिरपा वरसातनं एकदा मारायचा.

तरवाडाचं ढाळं तोडून पसारलं. बानं दगडानं त्याचं कातडं खरडलं, तसं आत खरपूस भाजल्याची 'वार' जाड कातडी निघाली. ती चिरली, टुकडं केलं आन् सगळ्यांनी वाटून खाल्ली. मी, खग्या, इंद्या, म्हाद्या आन् लई पोरं व्हुती. साऱ्यान्ला फडावरच 'वार' खायला मिळाली. बायका कुनीच नव्हत्या.

गुन्नाचं मटन म्हंजे साऱ्यांचा जीव की प्राण झालं. मटन तोडून टुकडं केलं. घमेल्यात भरलं. दोन घम्याली भरली व्हती. त्याच्यावर तरवाडाचा पाला घातला आन् सारी फडातनं गावात आलू. सारी मानसं मारक्या म्हशीसारखी बघत हुती. थुकत होती. आमचा कालवा फुडं-फुडं चालला व्हता. आईला, समीला, पुष्पीला, लीलीला, किसन्याला वार मिळाली नव्हती. मला वाईट वाटलं; पर काय करनार? वार आत आनता येत न्हाय. खाऊन ऱ्हाईली ती शिरपानं मातीत पुरली आन् दिली न्हाई.

सांच्याला बा, आई सगळी जनं शिरपाच्या घरी जेवायला गेलो व्हतो. बा, जयसिंग्या आन् मोठी मानसं बाटल्यातली 'काळ्ळं' पीत व्हुती. मटन खाऊन झालं. सारी मोठी माणसं बडबड करीत हुती. कुणाचं कुणाला समजत नव्हतं.

शिरपा म्हणत व्हता,

"आमी काळूबायला आलो, तर रांडंच्यांनो, आसं झालं पायजे आवंदा!"

जळजळीत मटनाच्या पितळ्याच्या पितळ्या रिकाम्या होत व्हत्या. भाकरी चुरून फुरकं मारलं जायचं. कुत्री मध्येच एकमेकांवर गुरगुरायची. मी आईच्या

---

२६. गुन्ना – डुकराचं पिलू

फुड्यात खात व्हतो. बारक्या पोरांस्नी दिली नव्हती. मोठी काय-काय म्हनत्यात, कळत नव्हतं.

दुसरा दिवस उजाडला त्यो कळसकरांच्या वाडीजवळ. रात्री जेवताजेवताच पेंगत हुतो. म्होरं काय झालं, कुणास ठावं. जागा झालो तवा... राधीच्या पाठीवर बांधून घातलं हुतं.

नीट जागा झालो. सारी गाढवं वळीनं पांदीनं चालत व्हती. चारी बाजूला डोंगर, खडक आन् मोठं गोटं. मध्येच एखादं बाभळीचं न्हाई तर बोरीचं झाड दिसायचं.

बा म्हणत व्हता,

"कळसकराच्या वाडीचा डोंगूर चढायचा हाय. नीट बसा."

आमी सावद बसलो... 'हा... चा... चा' करीत आई, बा, पारी, जयसिंग्या चालत हुते. डोसक्यावर वझी होती. पसा-कुडता धान्य व्हतं. सारं बिऱ्हाड गाढवांवर घातलं व्हतं आन् गाढवं धापा टाकीत डोंगर चढत व्हती. पायावर सपासप फोकाचं वळ उठत व्हतं. गाढवं चालली व्हती.

डोंगर संपला आन् माथा आला. आईनं हरभाऱ्याचं डहाळं उपटून हंड्यात घातलं व्हतं. मी त्वांड न धुताच सुरुवात केली. समी कुरकुरायला लागली. बानं तिला गाढवं हानत, हाकत दोन डहाळं दिलं. ती गप झाली. दिवस बराच वर आला हुता. अजून दोन डोंगर उतरायचं व्हतं.

बा म्हणत व्हता,

"ह्यो वाडीचा डोंगर उतरू, गडावर जाऊ. तिथं पोरं कोरकोर भाकर खात्याली."

वाडीचा डोंगर उतरलो, त्यो मुठीत जीव धरून. पायवाटंनं गाढवं उतरत व्हती. खाली खोल दऱ्या दिसत व्हत्या. डोंगरावर उघडीबोडकी झाडं आन् कुसळं दिसत व्हती. डोंगरात चिटपाखरू नव्हतं. न्हाय म्हनाय लिवगुंड, करवंदीची झाडं कुठं-कुठं हिरवी दिसत्याल, तेवढीच. बाकी सारं हिरवं गवात मेल्यागत. गाढवाचा पाय घसारला, न्हाईतर तोल गेला, तर... जीव नको व्हायचा...

मी चालाय रडायचो.

बा म्हणायचा,

"खान्री मुकाट्यानू. निक गालकराद आमराद इल्ला."

(बस मुकाट्यानं. तुला चालायला व्हायचं न्हाय.)

मला भ्या वाटतंय म्हटलं की म्हणायचा,

"का कुत्रीचं दूध पेलास व्हय? चिकटून बस." मनातनं त्योबी काळजीतच असायचा.

गडावर आलो. गाढवांवरच्या कंठाळ्या खाली घेतल्या. आंब्याच्या मोठ्या झाडाखाली... सारी बसलो. हातावरच भाकरी घेतल्या, चटणी घेतली आन् टोटरं

बसत हुतं,[२७] पन् गिळायला लागलो.

जेवता-जेवता जयसिंग्या बाला म्हणाला,

"बापूदादा गडम्हीनी नांबराद येत वांदीचंळा" (बापूदादा, गडावर आपलं कोन आलं हुतं रं?)

भाकरीचं तुकडं गिळत बा सांगत व्हता,

"आपलं घरान्यातलं कुनीतरी हिथं आलं व्हतं. तवा या वारूगडावर मुसलमानांचं राज व्हतं. मुसलमान साऱ्यास्नी बाटवत व्हतं. तवा या वारूगडावर आपली माणसं सोंग घेऊन यायची. बाकीच्यान्ला फलटन दरवाजा बंद हुता. पारा असायचा. शिपाई असायचे. तवा फलटनच्या राजानं ह्यान्ला खबर आनायला गडावर सोंग घिऊन पाठवलं हुतं.

"आपली मानसं वैदाचं सोंग घिऊन आली आन् हितल्या मुसलमान राजाच्या आपल्या इळ्यानं हितल्या हितं खांडुळ्या केल्या. आन् वैदाच्या सोंगानंच गड उतरून खाली गेलं. ते गिरवीला गेल्यावर मागं बोंब झाली, पर गडी घावलं न्हाईत. लई पराकरमी इर व्हुते. गिरवीला इनाम दिलं व्हतं, पर गावानं पचू दिलं न्हाई. फलटनच्या राजानं दिलं; पर गाव म्हनाला, ह्योंच्या आईला! ही कैकाडी त्या मुसलमानांना क्वयत्यांनी कापत्याती. ही ब्याद आपल्या गावात नगं! म्हणून हाकून लावलं. तवा निरगुडीच्या पाटलानं आपल्या वाड्याच्या राखनीसाठी आपल्या घराला जागा दिली, तवापासनं आपुन निरगुडीचं वतनदार झालू. न्हाईतर कुठलं आपल्याला घर आन् दार!"

बाचं जेवून झालं. गाढवांवर वझं घातलं, कंठाळ्या घातल्या. आम्हाला बसवलं आन् वारूगडाचा अवघड घाट गाढवं म्होरच्या पायावर वझं तोलत मुंगीच्या गतीनं डोंगर उतरू लागली. निम्म्या डोंगरात आलू आसंल, तिथं इसावा होता. इसाव्यात पानी प्यायला थांबलो. बा म्हनत हुता,

"आनकीन एक वळान झालं, की उतारलूच!"

गाढवं दमानं उतरत हुती. खग्या ज्या गाढवावर बसला हुता, ते सिंगरू हुतं. त्याचा पाय चिपंवरनं घसरला, तसं गाढव माट्कन खाली बसलं. खग्या बोंबालला, पर लागलं नव्हतं. गाढवाला जयसिंग्यानं उठवलं. त्याचे पाय थडाथडा उडत व्हते. घामानं त्याचं सारं अंग निथाळलं व्हतं.

'आग, झा-झा...' करीत मोठी माणसं गाढवामागं चालत व्हुती. गाढवं उतरत व्हती.

---

२७. टोटरं बसत होतं – भाकरीचा कोरडा तुकडा घास म्हणून खाताना येणारा अडथळा.

अखेर पायठा आला. सिंगरं पळायला लागली. पायऱ्यांना दगडांचा, गोट्यांचा ढीग लागला व्हता, तिथं बा गेला आन् त्यानं साऱ्यान्ला पाच-पाच दगड त्या ढिगावर टाकायला सांगितलं.

"का दगडं टाकायची?"

बा हासला आन् म्हनाला,

"उगंच, सारी टाकत आल्यात म्हणून!"

घाट उतरलो. बानं मागं वळून हात जोडले. खंडूबारायानं सुकरूप खाली आनलं व्हतं. म्होरं बघून हात जोडले. काळूबाईकडं तिच्या हद्दीत आलो म्हणून. डोंगर उतरलो, की घरी आल्यागतच. मध्ये कदमांची गिरवी. गिरवी हे बाजाराचं गाव. गावात मोठं वाडं हायती. पूर्वी राजा होता गावाला. बानं तमाकू घेतली, बटव्यात भरली आन् गाढवं गाडीरस्त्यानं भन्नाट सुटली. पायाखालची वाट लागली. बापे लोक, "काय, बापू? कुठनं आलास?" म्हनून इचारत हुते... बा सांगत व्हता.

निरगुडी हे आमचं गाव. फलटनपास्नं पाच-सहा मैल. बऱ्यापैकी खेडं. गावाच्या खाल्लीकडनं वढा व्हातो. तसा तो फक्त पावसाळ्यात व्हायचा. येरवी कोरडा. गावात सातवीपोतुर शाळा. म्हार, मांग, व्हलार, कैकाडी, धनगर, सोनार यांची चार-दोन घरं. बाकी सारा गाव मराठ्यांचा. घरं टोलेजंग, मोठमोठं वाडं, गाव लई जुनं... वळानबी जुनं. पाटलाच्या वाड्याच्या डाव्या हाताला कैकाडवाडा. त्याच्या म्होरं म्हारवाडा. मागं रामूसवाडा, जवळच मांगवाडा, गावात मध्यवस्तीत चावडी, चावडीम्होरं शाळा. शाळंम्होरं दंड्या लिंबाचं झाड. गावपांढरी बागायती... उसाचं मळं फुलल्यालं. केळी, ज्वारी मुख्य पिकं. उसाची हिरवीगार शेतं मंजी तर गावाची दौलत!

गावातल्या बारा बलुत्यांनी गावाची सेवा करायची. वर्सातनं एकदा सुगीत पाचुंदा बैत[२८] मिळायचं. म्हार, मांग, रामूशी, कैकाडी, सारं गावचं बलुतेदार. आमची कैकाड्याची दहा-बारा घरं. नुसती पावसाळ्यात उघडी. येरवी कुलपाला शेन थापून पसार झालेली.

आमची बिऱ्हाडं आली, तसं कैकाडवाडा शेनाच्या कुलपातनं मोकळा झालेला. बाला दोन सख्खं भाऊ. द्यानू, बजीरंग्या. बाकी भावकीची घरं. चैती आमुशाला कुरवलीच्या काळूबाईची जत्रा. पोटामागं गावगन्ना वरीसभर फिरायचं, तर चैत्रीला गावाला यायचं आन् दसऱ्यापतुर घरी राह्यचं असा नेम.

आमी आलो, त्याच्या चौथ्या दिसी द्यानू, बजीरंग्याची बिऱ्हाडं आली. ते लांब

---

२८. पाचुंदा बैतं – बैत म्हणजे बलुतं. शेतकरी वर्षातून एकदा वर्षभर घेतलेल्या टोपल्यांच्या बदल्यात ज्वारीच्या पाच पेंड्या म्हणजे बैत्याच्या रूपात देतो.

नातंपुतं, माळशिरस, इंदापूर करून आलेले. आम्ही मानदेस करून आलेलो. सारीकडं आनंदीआनंद. आपली मानसं भेटत हुती, गळ्यात पडून अलाबला[२९] घेत व्हुती.

बा संध्याकाळी भावांच्या संगं बोलत बसला व्हता. कुनी किती कमावलं... इच्यारत व्हता. साऱ्यांनीच 'जगलू' म्हणून काका झाडल्या. कुरवलीची जत्रा चार दिवसांवर आली व्हती. तिघांची तीन वायली बिऱ्हाडं झाली व्हती. 'देव म्हणत व्हता...'

'आता तीन जत्रा झाल्या पायजे.'

बानं भावान्ला सांगितलं,

"औंदापासनं तुमची जत्रा तुमी करा. देवाचा हुकूम हाय."

द्यानू. बजीरंग्या खजील झालं. दोघांची तयारी नव्हती. त्यात द्यानूला चार-पाच पोरी. एक लगनाला आली व्हुती. दांडगा घोर लागला.

"भाऊ, आरं, तिघांत जत्रा करू!" बजीरंग्या म्हणाला.

पर बानं ऐकलं न्हाई. पोराबाळांस्नी कापडचोपड घ्यायला हुवं. दोन कोंबडे, एक बोकाड, लई भारी वझं हाय. बा ढेपाळला न्हाय. देवाचीच करनी.

बा गावात गेला. पैसं तर तिघांकडंबी नव्हतं. बानं जवारीच्या सुगीतनं पोतंभर जवारी किसना पाटलाकडं ठिवली हुती. तिला गिराइक बघितलं. फुकली ४० रुपयाला. बजीरंग्यानं, द्यानूनं आपलं-आपलं बिऱ्हाड उपासलं. पाच-पन्नास उभं केलं. साऱ्या वर्साची कमाई रोकड जमा केली; पर त्वांडमिळवणी काय हुईना. बानं दिनकर पाटलाला गळ घातली. देव-देव तर केलाच पायजे. त्याबिगर भागायचं न्हाय. आई मातुसरीचा आशीर्वाद हाय म्हनून क्वार-कंडुका मिळतुया. तिचं करायला व्हवं. दिनकर पाटलानं दोनसे रुपये याजानं दिलं. बा घरी आला. भावान्ला याजानं पैसं आनल्याचं सांगितलं. दोघान्ला बरं वाटलं. आईनं संकीट सोडविलं, म्हून सुस्कारं टाकलं.

आइतवार, फलटनचा बाजार. बा, आप्पा (द्यानू), तात्या (बजीरंग्या) बाजाराला गेलं. मी रडत मागं लागलो, बाजाराला येनार म्हनून. आईनं चार-दोन वाजिवल्या. तसा गुमान फुगून चिंचंखाली पारावर बसलो. उन्हानं सारं भाजत व्हुतं. चिंचंच्या झाडाला नवा पालवा आला व्हुता. गावातली पोरं गोट्या खेळत व्हती. मी जवळ उभा राहून बघत व्हुतो.

पोरांच्या डावावरनं मारामाऱ्या सुरू झाल्या. कालव्यात पोरं रंगली... मी गोट्या खिशात घातल्या. कुनाच्या ध्येनातच आलं नाही. पोरं पुन्हा गोट्या खेळाय लागली. मी त्यांच्यात मिसळलो. माझ्याकडं गोट्या व्हत्या. पाटलाचा बाळ्या पुढारी व्हता.

---

२९. अलाबला – कानशिलावर बोटं मोडून प्रेम / माया व्यक्त करणं.

त्याला, "मला खेळायला घे," म्हणून मी इनवत व्हतो. बाळ्या म्हणत व्हुता, "हाट! इज्या आईचं व्हांकाड! सर! खेळतुया!"

तशी सारी पोरं दात इचकाय लागली. मी गप झालो. नाकात शेंबडाची नाळ लोंबत व्हती.

बाळ्याला काय जोर आला कुनास ठाव? त्यानं माज्याकडं बगितलं आन् 'शेंबडी मेंडी' 'शेंबडी मेंडी' करून चिडवाय लागला. तशी बाकीची पोरंबी चिडवाय लागली. मी रडकुंडीला आलो. त्यांच्यापास्नं लांब गेलो तर ते माझ्या मागंच. 'व्हकांड्या, व्हंकाड्या' नाहीतर 'शेंबडी मेंडी' म्हणून नाचाय लागले. आता मलाबी लई राग आला व्हुता. मी उलाटलो. हातात धोंडा घेतला आन् 'तुझ्या आईला झवतो' म्हणून जो भिरकावला, तो त्याच्या पाठनीत बसला. बाळ्या कळवळला. तशी बाकीची वाड्यातली (पाटलाच्या) पोरं माझ्यावर तुटून पडली. लाथा-बुक्क्यांनी मला खाली पाडलेला. तोंडात माती जात व्हती आन् वरनं मार. ठो-ठो बोंबा मारल्या, तेव्हा सारी पळाली. पारीनं भांडण सोडवलं. आमच्या भाषेतनं पोरांना शिव्या देऊ लागली...

सांचं दिस मावळला, तसा घरात गेलो. आईचा पत्त्या नव्हता. ती गावात गेली व्हती. टोपल्यात भाकरीचा तुकडा नव्हता. आता गावात मागायला जायला नको वाटत व्हतं. गप बसलो.

आई आली. तिनं वट्यातनं हिरव्या मिरच्या आन् ठेसं आनलं व्हुतं. ठेसाला तिकाट लावून खाल्लं आन् अंगणात येऊन बसलो. अंगणात पोरं फटफट सापळी खेळत व्हती. त्यात जावंसं वाटलं. उठून निघालो व्हतो; तवर सडकंनं बा येताना दिसला. धूम पळत आडवा गेलो. त्याच्या डोक्यावर बाजार व्हुता. हातात बोकडाचा दोर आन् दोन बगलंत दोन कोंबडं. म्या बोकाड धरलं. पळवीत-पळवीत घरी आनला. मेखेला बांधला आन् उभ्या-उभ्या आईला हाका मारून सांगू लागलो. उड्या मारत समी, पुष्पी, लाली, किसन्या, सारी पोरं बाच्या धोतराला धरून लोंबकाळाय लागली. मागाहून आप्पा, तात्या आले. त्यांनीबी बोकाड आनलं व्हुतं.

आली-आली म्हणत जत्रा जवळ आली. सारी कैकाडी आळी जत्रंला तयार झाली व्हती. साऱ्या पोरान्ला नवी कापडं आली व्हुती. मला बानं खाकी चड्डी आन् पट्यापट्याचं आंगारकं आनलं व्हुतं. समीला फडका-पोलकं, किसन्याला गोंड्याची टोपी-कुडतं, पुस्पीला, लालीला फडका-पोलकं... आईला लुगडं. बानं आपल्याला नुसता आंगारका आनला व्हता. सारी पोरं उड्या मारत व्हती. आप्पा-तात्यानंबी कापडं आनली व्हती. वर्सातनं एकदा जत्रंला समद्यान्ला कापडं मिळायची.

जत्रंचा आदला दिस उजाडला. सारी बिऱ्हाडं कंठाळीत घातली. नव्या कापडाचं

गठुळं आईनं घेतलं. देवाचं टोपलं बानं पाठीला बांधलं. आमाला गाढवावर बसावलं. पुन्हा तांडा चालू लागला. सारी कैकाड आळी गाढवावर बसली आन् एक-एक करीत पाच-पन्नास गाढवांचा तांडा निघाला कुरवलीला. कुरवलीला इचुर्णीवरनं जायचं. सारा माळ पालथा घातला. गाडीरस्त्यात गाढवं दुडक्या चालीनं निघाली. पाच-सात मैल असंल, उनं उतारली व्हुती. दिस मावळतीला गेला व्हुता.

आमची गाढवं कुरवलीला पोहोचली.

कुरवली तसं लई बारीक गाव. गावाच्या वरल्या अंगानं बानगंगा वाहाती. धराण झालं तवापस्नं नदीला पाणी नसतं. चैताचं ऊन उतारलं, तरी भाजत हुतं. नदीच्या अल्याड गाव, पल्याड आई काळूबाईचं देऊळ. देवळाम्होरं लिंबाची, पिंपळाची, पिपरणीची, वडाची झाडं, नदीच्या कडंनं लिंबाची मोठी झाडं. बानगंगा वाहत व्हुती. गाढवं पाण्यातनं पल्याड गेली. आमच्या बिराडाची जागा ठरलेली व्हुती. देवळाम्होरं तुटाक लिंबाचं झाड. त्याच्या सावलीत बिऱ्हाडं उतारली. गाढवं सोडली. सामान लावलं. तवर नदीच्या दोनी कडंला शे-पाचशे बिऱ्हाडं उतरली व्हुती. गाढवांचे तांडे येत व्हुते. मानसं जमत व्हती. कैकाड्यांची बिऱ्हाडं देवीच्या म्होरच्या बाजूला. कैकाड्यांचा जत्रंत मान. मानकऱ्यांची बिऱ्हाडं देवीला लागून. त्याच्या म्होरं वडारी, कोलाटी, गोंधळी, माकडवाली, गोसावी, मांग-गारुडी, वैद आन् त्याच्या म्होरं अठरा पगड जाती जमा होत व्हुत्या.

जत्रंच्या आदल्या दिवशी गोडाचा निवद झाला. दुसऱ्या दिवशी कंदुरीची वेळ, बकरी पडायची. त्याची वर्दी 'गोळ्यां'नी[३०] फिरून जत्रंला दिली. गोळी हे मराठा देवीचे भगत. त्यांनी येळ सांगितली. बाळकू कैकाड्याचा मान पैला. त्याच्या पणज्यानं देवी हटवली, तवापस्नं त्येचा मान असतुया.

दुसरा दिवस उजाडला. साऱ्यांनी बानगंगंत आंगुळी केल्या. आमी पोरं तर सारकी पाण्यात खेळत व्हतो. बानं हाक मारली, म्हणून वाळूतनं पळत बिऱ्हाडाजवळ गेलो. बानं दोन कोंबडं हातात दिलं. कोंबडं ऐकत नव्हतं. जाम दाबून धरलं. हातात निवदाची पितळी, तिच्यात गव्हाचा दामटा, त्याच्यावर भाताचा ढिकूळ, गुळाचा खडा, उदबत्त्या, कापूर, गुलाल, बुक्का, कुंकू, हळद. बानं बोकाड धरलं आन् वडत-वडत देवीम्होरं नेलं. ही दांडगी वळ. सारी मानापरमानं वळीत उभी राहिली व्हती. देवीच्या दारात बकरी कापायला सुरुवात झाली नव्हती. भांडनं चालली व्हती. मानाचं बकरं कुणाचं? बाळकू कैकाडी राहिला नव्हता. त्या मागच्या वर्षीच मेला. त्याच्या पोरांच्या मारामाऱ्या झाल्या व्हत्या. इस्तू जात नव्हता. मानासाठी चौघं ल्याक चढून जात व्हते. बकरी पडत नव्हती. मागं वळीत कालवा झाला व्हता.

---

३०. 'गोळी' – काळूबाईचा भक्त. पंढरपूरला 'बडवा' तसा काळूबाईचा 'गोळी'.

जितराब मरगळ खात व्हुती. म्होरं काय चाललंय, समजत नव्हतं.

बा म्हणत व्हता, "कवूल लावा, म्हनावं... देव सांगंल, त्याचा मान." साऱ्यांनी उचलून धरलं. झालं, देवीला कवूल लागला. वकुत व्हत व्हता. 'गोळी' वैतागला व्हता. आतापतुर पाच-पन्नास बकरी पडायला पायजे व्हुती. चुटपुटत व्हता. देवानं कवूल दिला, बाळकू कैकाड्याच्या धाकट्या पोरग्याच्या नावानं. बाकीचं चौघं मागं झालं. बकरी पडायला लागली. मुलाणी आला हुता.

सारी वळीनं बकरी घ्यायला लागली. बकरी कापायला सव्वा रुपाया, कोंबड्याला आठ आनं दर व्हता. मानाच्या बकऱ्याला धोतर, लुगडं, चोळी मिळाली. मुलाणी बकरी कापत हुता. ज्यांचं बकरं आसंल, त्यानं बकऱ्याचं पाय धरायचं. त्यो नुसतं मुंडकं सोडवायचा. रक्ताच्या चिळकांड्या उडायच्या. कोंबड्याची मान तुटली ना तुटली, की भिरकवायचा. रक्ताचा हळूहळू पाट झाला... पाटाचा वगळ. रक्ताचा चिखल तुडवीत बा म्होरं झाला... बोकडाचं चारी पाय धरलं. मानंवरनं सुरी फिरली. रक्ताच्या चिळकांड्या उडाल्या. बानं निवद दिला. पैसं दिलं. पाया पडला. भक्तिभावानं परसाद उचलला आन् बोकाड वडीत बिऱ्हाडावर आनलं.

हजार-दोन हजार जितराब बळी दिलं होतं. सारीकडं चुली पेटल्या. सांच्या सहा वाजस्तंवर बकरी पडत व्हती.

बानं बोकाड आणलं व लिंबाचं झाड होतं, त्याला दोर घातला आन् उलटं टांगलं. भराभरा कातडं सोललं. मुंडी, कातडं, एक फरा, चार कुरका, कातड्यात बांधून लिंबाच्या ढाळीला बांधल्या. सांच्यापुरतं मटान काढलं. आईनं तंवर कोंबडी सोलून घेतली व्हती. कुत्र्यांची चंगळ झाली व्हती. सारी नदी धुरानं फुलली होती. जिकडंतिकडं चुली पेटलेल्या व्हत्या. मटनं शिजत हुती.

कडुसं पडलं, तसं देवळात ढोल वाजायला लागलं. धूपारतीची येळ झाली. सारी बायकामानसं, गडी, पोरं देवळाच्या मंडपात जमा झाली व्हुती. ढोल वाजत व्हुतं... ढिगाडांग टिपाडांग, ढिगाडांग टिपाडांग. कैकाडी बाजे घिऊन पळत आले. बॅन्ड वाजू लागला. मानसांनी देवीचा परिसर फुलून गेला. चारी बाजूनं मानसं उभी राहिलेली. ही ऽ सारी गर्दी. मी खांबाला टेकून उभा राहिलो व्हतो. तात्या, आप्पा, बा बॅन्ड वाजवीत होते. जयसिंग्या, खग्या, दत्तू, सुद्या, चंद्र्या, राजी, मारत्या, सारे बॅन्ड वाजवीत होते. ढोलक्यांचं ढिपाडांग टिपाडांग गतीनं सुरू व्हतं. एक ठेका व्हता. झांजा वाजत व्हत्या. कैकाडी, माकडवाले सारी कलाकार मंडळी. रात्रीच्या वढाचढी चालू झाल्या व्हत्या. एकजण दमला, की दुसरा म्होरं रुजू व्हत व्हता. बॅन्ड चालू व्हुता.

'गोळी' उघडाबंब झालेला. कातडी कोड्यानं पाठीवर मारून घेत व्हता. 'आई काळूबाईचं चांगभलं...!' म्हणून घुमत व्हता. एक नाद घुमत होता. माणसं तालावर

नाचायला लागली... अंगं भरामत[३१] व्हती. ज्यांच्या अंगात येत व्हतं, त्ये आरूळ्या ठोकत, उड्या मारीत रंगनात येत व्हते. बघता-बघता अंगात येणाऱ्यांची संख्या मांडवात मावंना, एवढी झाली. सारी कुणी काळूबाई, कुणी साताआसराया, कुणी मरीआई, कुणी लक्ष्मीआई, कुणी खंडूबा, विरुबा, म्हसूबा, म्हाळसाई, लमानसारी, सारी अठरापगड जातीची देव-भुतं नाचत व्हती. 'गोळी' हातावर पेटता कापूर घेऊन तोंडात टाकत व्हता. कुणी लिंबाचा पाला खात व्हती. कुणी उदबत्त्या चघळत व्हती. सारीजनं आपापल्या नावाचा गजर करीत 'हान, बजाव' म्हणत, की आठ-दहा लेझमांचे ढोल डिंगडांग टिपडांग दॉव-ढॉव डिपडांग जोरात सुरू करीत व्हते. देव नाचत व्हुते.

मध्येच वाजायचं बंद व्हायचं. कुणाचंतरी कोडं असायचं. त्यो इचारायचा, 'आई, पोरं जगत न्हाय. चार दिसांत खराटा फिरला. चारी पोरं मेली.

आई, आजारी हाय, बरकत न्हाय...'

देव ऐकून घ्यायचा. घुमत राहायचा, वाटेल त्या भाषेत बडबडायचा. पुन्हा 'गोळी' देवाला विनवायचा...

सांगतो ते कर. म्होरल्या जत्रंत पाळणा बांध... हुं...हुं...हुं... दोन बकरी, चार कोंबडी आन् माझं देणं दे. सुटशील.

त्यो मान हलवायचा. कबूल करायचा. पाया पडायचा. कुणी पोरं होत न्हाईत... जनावरं जगत न्हाईत... नाहीतर कुणी करनी केलीया... बायकू नांदत न्हाय, गाढवं जगत न्हाईत... न्हाईतर असलेच प्रश्न असायचे. घरटी अंगात यायचं. दिवरुश्यान्ला कमी नव्हती. बायान्ला पदराचं-लुगड्याचं भान नसायचं. देव खेळायचा. झाडाचं लई हाल व्हायचं. रात्रभर हा कारभार चालायचा.

बकरं दे... पेढे दे... मांढरदेवीला जा... तिथनं पानी आन्... आमुशा-पुनव चुकवू नको... सेवा कर. पायरीला सांभाळ...

सारे 'गोळ्या'च्या, देवाच्या, देव अंगात आलेल्या दिवरुश्याच्या पाया पडत व्हते आन् आयाबाया-पोरं सारी हा सारा सोळा बघत व्हुती.

आरती झाल्यावर बिऱ्हाडावर आलो. तवर जेवायचं नाही. सारे पाव्हणेरावळे, सोयरे, मानापानात जेवायला बोलवायचे. आपुन जेवायला जायचं, चार-चार घास घ्यायचे, न्हाई म्हनायचं न्हाई. बा त्या दिशी किती जागा जेवला असंल, कुनाला ठाव? लई जेवला. आईबी मला बिऱ्हाडावर बसवून मामा-मावश्या, आई-बा अशी साऱ्या पावण्यांच्यात जेवली. सारी माणसं बडबड करीत व्हती. कैकाडी कालवा

---

३१. भरामत – देव अंगात येण्याअगोदर वाद्यांच्या तालामुळे अंगात आलेली व्यक्ती घुमू लागते.

झाला[३२] व्हता. मला झोप आली, चापून मटान हानलं व्हतं. झोपलो.

आज छबिना-पालखी निघनार व्हती. भल्या सकाळी आईनं उठवलं. पळतच नदी गाठली. पानी तसं गारतोळ होतं. अंगातली कापडं काढली आन् पाण्यात उडी घेतली. पाणी लई खडुळ झालं व्हतं. बायामानसं आंगुळा करीत व्हती. नदीपास्नं दंडवत घालत व्हती. डपडं म्होरं वाजायचं. वल्या आंगानं बाया दंडवत घेत व्हत्या. हातात एक बारीक काठी घेतलेली. नदीपासनं सरळ पालती झोपायची... दोन्ही हात म्होरं जोडायचं. हातातल्या काठीनं खून करायची... उठून उभी राह्याची. खुनंपातुर चालायचं. पुन्हा पालतं झोपायचं. म्होरं उपडं वाजायचं, पिपानी वाजायची. मागं चार-पाच नात्यांतल्या बायका असायच्या. आसं लोटांगन घालत-घालत, दंडवत करीत साऱ्या देवळात नि त्याच्या भवताली फिरायचं. मुख्य देवीच्या देवळापर्यंत आलं, की नवस फिटला. पुरुषांचं लोटांगान येगळं. त्यानं वल्या धोतरात झोपायचं. आठ-दहा दनकाट गडी असायचे. म्होरं बाजा वाजायचा. झोपनारानं तोंडात पानाचा इडा धरायचा. गडाबडा लोळायला सुरुवात करायची. नदीपास्नं देवळापोतूर हा गडागडा लोळायचा... बाकीच्यांनी त्याची मोळी करायची. अडचणीतनं चांगल्या सपाट जागी आनायचं. यानं पुन्हा लोटांगन घेत-घेत पाच फेरं देवीला मारायचे अन् नवास फेडायचं.

आंगोळ करून मागारी आलो. दिवस उगवायला आरती झाली. पालखी निघाली. चार जनांनी म्होरं खांदं द्याचं. पालखीला मान 'गोळ्यां'चा. पालखी 'गोळ्यां'शिवाय हलायची नाही आन् 'गोळी' परतेक जत्रंकऱ्याकडं बकऱ्याची मुंडी, खूर, कातडं, फर आन् सुका सिदा म्हणजे गहू नाहीतर जवारी गोळा करत फिरायचे. चार-दोन पोती मुंडकी, फर, धान्य, खुरा आन् कातड्यांचा भला मोठा ढीग साठायचा. ते झाल्यावर पालखी हलायची. प्रत्येक बिऱ्हाडाजवळ जायची. त्यानं आपल्या टोपल्यातल्या देवाला पालखीवाला गुलाल लावायचा. पालखीत पेढं ठेवायचं. समद्यांनी पालखीला ववाळायचं. त्याचं झाल्यावर दुसरं बिऱ्हाड करत पालखी पालं धुंडत फिरायची आन् पालखी खाली गावात गेली, की परत यायला दुपार उलटून जायची.

पालखी नदीतनं खाली गेली, की जत्रंकरी राहिलेली मटनं खायाला सुरुवात करायचे. तवर त्याला शिवायचं नाही. जेवणं झाली, की बाबाच्या देवळामागं वडाखाली ही अठरा पगड जात जमायची. उखाळ्यापाकाळ्या निघायच्या, घेणीदेणी निघायची, जितराबांचे याव्हार व्हायचे आन् एखादं खटलं 'ओक'[३३] याला असला

---

३२. कैकाडी कालवा झाला – कैकाड्यांचा गोंधळ.

३३. ओक – खटला. जात-पंचायती काम.

तर चालायचं.

मी जेवलो हाटीलाम्होरं. तात्यानं एका आन्याच्या आयस्क्रीमची तांबडी कांडी दिली. कांडी तोंडात चोखत-चोखत बाबाच्या देवळामागं गेलो...

तिथं मानसांची गर्दी झाली व्हती. बायका आल्या व्हत्या. पुरुष आले व्हते. दोन-चार म्हातारं-ओकळे[३४] बसले व्हते. पंचरंगी पागुट्यांत वळकत व्हुते. दोनी बाजूला पाच-पंचवीस मानसं आली व्हती. त्या दोन ओकाळ्यांच्यातला एक बराच म्हातारा व्हता. त्यो म्हनाला,

''तिदळकी यत्यांगो''

(कोर्टाचा खर्च आना.)

रक्कम त्यो सांगायचा. वादी-प्रतिवादी पैसे पंचाम्होरं ठेवायचे आनि मग कै[३५] आपली आपली कैफियत मांडायचे. वादी-प्रतिवादींनी बोलायचं नाही. त्यांच्या वतीनं जामीनदारच बोलनार. वादी-प्रतिवादींनी गरज लागली, तर किंवा नवा मुद्दा सुचला, तर आपल्या कैला बाजूला न्यायचा आन् बोलायचं, ते दोघांच्या कैनं.

मी गेलो तवा एक मानूस सांगत होता...

''माझी बायको धर्म्याकडं चार वर्सं जाली गहान ठिवलीया. त्यानं पन्नास-पन्नास रुपये पाच येळा दिले. मी चार वर्सांत मागारी देतू म्हणालू. आता मी पैसे देतूया; पर ह्यो माझी बाईल मागारी दीना झालाय...'' सांगनारा मानूस कै व्हुता; पण त्यो सारं आपलं सांगत असल्यागत सांगत व्हुता. या खटल्यात असंच सांगायचं असतं.

दुसरा कै म्हनंत व्हता,

''जनताजनार्दन पाच पंच तुमी परमीसर हाय. तुमी न्याय कराल, त्यो आमी मानून घिऊ. पन्नाप्पा म्हणतुया, ते खरं हाय. ह्याला पैका पायजे हुता. ह्यानं बाईल ठेवली. सनांग[३६] चांगलं हुतं. म्या ठिवून घेतलं. इस्त्यावर दूध ठेवल्यावर ते उतू जाईल का न्हाय ते सांगा? मंडळी चार वर्सं जनवार येशान[३७] केल्याशिवाय राहील का? म्या त्याला नुसता खायाला घालाय घेतलं नव्हतं. पायांत चप्पल बसली, म्या घातली. पर म्या घुणा कंचा केला? चार वर्सं झाली आता, त्याला माज्या पोटचं नानगं प्वार हाय. त्यानं पैका द्यावा. मी सनांग मागारी देतो. मी का नाकबूल न्हाय?''

पुन्नापा म्हनत होता,

---

३४. ओकाळे – जात-पंचायती चालवणारे.

३५. कै – जात-पंचायतीला 'जामीनदार.'

३६. सनांग – एखादी चांगली खास वस्तू. इथं देखण्या सुंदर बाईसाठी सनांग म्हटलंय.

३७. येशान – शरीरसंबंध.

"मालक परमेसरा, मी इस्वासानं माजी दौलत याच्याजवळ ठिवली. आता का ठिवली? तर मला गरज व्हती. मी गरज्या व्हतो. म्या बाई ठेवली, ती कामाला; निजायला न्हवं. आन् ह्यानं एक पोर काडलंय. मला पोर नगं; नुसती बाईल पायजे?"

त्याच्या बाईचा कै म्हणत व्हुता,

"महाराज, मी मुकं जनावर. हिरवा घास दिसला, खाल्ला. रीत-रिवाज कशाला केलाव? ह्यो चार वर्सं मला घाण ठिवून भाड खायाची[३८] म्हनतुया. शेजंला दिल, त्यो बाजंला घिल. त्यो का फुकाट खाया घालंल का? त्यात बायांची जात आन् ढोरांची जात सारखीच. ह्यानं मला त्याच्या दारात बांदली. ह्योच खाटीक हाय. महाराज, मला आई पांढरीनं न्याव द्यावा. मी आता एक पॉर घिवून ह्याच्या बरूबर कशी नांदू? आपन परमीसर हाय. आजून झाडाझडती घिवू नगा. मी तुमच्या लिकीसारखी हाय."

प्रत्येक जन बाजू मांडत व्हता. प्रत्येकाचं ऐकून झालं. सारा कालवा थांबला व्हता. पंच उठले, गटागटानं बाजूला जाऊन चर्चा केल्या. कुजबूज चालली व्हुती. सारे थळावर आले. आपलं-आपलं म्हननं ओकाळ्याला सांगू लागले. आपल्या-आपल्या म्हणण्याचा आग्रह धरू लागले. सगळ्या पंचांचं ऐकून घेतलं आन् इचार करायला बैठक संपली. पुन्हा सांचं बसायचं ठरलं. दोन्ही पक्षकारांचं आपापलं साक्षीपुरावे, म्हननं मांडून झालं व्हतं. कैनी युक्तिवाद केले व्हते.

हिकडं बघ्यांचं सारं लक्ष त्या बाईवर व्हतं. तिच्या कडंला तानं मूल व्हुतं. ते आनंदानं आईच्या थानाला लागलं व्हतं.

ज्यान्ला ओक ऐकायचा नसंल, त्यान्ला नदीच्या कडंला मोकळ्या जाग्यात तमाशा लागला व्हता. कोळाटणी नाचत व्हत्या. गडी रंगात आले व्हते. उनं उतारली तसं कुस्त्याचं फड लागलं. कुस्त्या झाल्या. खोबऱ्याच्या कुस्तीपासनं सुरुवात. म्या दोन-तीन कुस्त्या केल्या. खोबरं खायाला मिळालं. मग मोठ्या पैलवानांच्या कुस्त्या लागल्या. शेवटची कुस्ती गुकळीच्या आनंदा कैकाड्यानं जितली. चितपट मारली. त्याचा जय झाला. कुस्त्या संपल्या. मंडळींनी मटन संपवत आनलं व्हतं. साऱ्या झाडांस्नी पेकाट आन् फारच अडकावल्यालं. आकशी मटान खावून-खावून जत्रा इकाळली[३९] व्हती.

सांच्याला ओक ऐकायला बासंगं गेलो. ते दोन म्हातारे ओकाळे व्हते. त्यातला जरा कमी म्हातारा व्हता त्यो उठला आन् त्यानं निकाल सांगितला- "जितराब

---

३८. भाड खायची – वस्तू भाड्यानं देऊन त्या बदल्यात पैसे घेतात. इथं बायको भाड्यानं देऊन पैसे घेतलेयत. त्याला भाडखाऊ म्हणतात.

३९. इकाळली होती – खाऊन-खाऊन कंटाळली होती, दमली होती.

ज्याच्या-त्याच्या दावनीला बांधलं पायजे; पर लुणी पाघाळलंय. येणा झालाय.[४०] पाना फुटलाय. आता पुन्नाप्पाला खन्नी[४१] द्यावी. पुन्नाप्पानं याज आन् मुद्दल दोनी पंचान्ला द्यावं. तशी रीत हाय. जनावर ज्याच्या मागं जाईल, त्यानं दुसऱ्याची खन्नी द्यावी. सुला[४२] मामाला द्यावा. त्यो हितल्या हिथं. सारा पैका जनावर ज्याच्या दावनीला बांधलंय, त्यानं द्यावा. बाईची चूक न्हाय. त्ये मुकं जनावर, चालवलं तसं चाललं. पायांतली व्हान पायात ठिवावी, पर त्ये पुन्नाप्पाला जमलं न्हाय. धर्मानं, रीतीनं केलंय."

निकाल लागला व्हता. बा खुशीत व्हता. आता शे-पाचशे पंचान्ला मिळणार व्हुते. त्याची दारू होनार व्हुती. त्याला 'तिदळकी' म्हणत्यात. जतरंतल्या म्होरक्यांची मजा चालू व्हती. न्यायनिवाडा झाला व्हता. अन्यायाचा प्रश्नच कुणी काढला नाही. हिकडं न्याय चालला व्हुता आन् तिकडं देवळात आरती सुरू झाली व्हती.

जत्रंची शेवटची रात, डोळ्यांवर उजाडायची. कैकाड्यांच्या बैंडाच्या चुरशी व्हत्या. सारी सनंगं आन् बाजे घेऊन बसले व्हुते. पंच देवळाम्होरल्या वडाच्या पारावर बसले व्हते. सात-आठ वाजे जमले व्हते. पुसेगावकर जयसिंग, फलटणकर लालब, निरगुडकर सदबा, सांगलीकर दतुबा साऱ्यांचं बाजे उभे होते. पुसेगावच्या जयसिंगानं एक चीज वाजवली. तीच चीज बाकीच्यानं वाजवायची. ज्याला येणार न्हाय, त्यानं मागं सरायचं. सुरुवात झाली. गडी बिंबीच्या देठापास्नं कसब पनाला लावत व्हते. आतापतुर पुसेगावकराला जोड नव्हती. आवंदा नारळ कुणाला मिळणार? मंडळी गप बसून ऐकत व्हुती. चिजंमागनं चिजा निघत व्हुत्या. सांगवीचा दतुबा आवंदा तयारीनं आला व्हता. त्यानं कसब लावलं व्हुतं. पुसेगावकराची आन् सांगवीकराची टक्कर झाली; पण सांगवीकरांच्या ढोल्याला एका चिजंचा ठेका समजंना. दतू वैतागला. झपतालाचा ठेका धर म्हनून दतू सांगायचा. ढोल्या ठेका बराबर धरायचा; पण ताला उठायचा न्हाय आन् सारं फसलं. पुसेगावकराला नारळ मिळाला.

बेंडाचा खेळ झाला. कोलाट्याच्या तारंवरल्या उड्या झाल्या आन् रातचा तमाशा सुरू होनार म्हणून मंडळी उठली. रातचा छबिना निघाला. पालखी बिऱ्हाडावरनं गेली, तशी जत्रा फुटली. तमाशाला थांबली. सकाळी नाऱ्याळ फुटलं. 'गोळ्यां'नी

---

४०. लुणी पाघाळलंय. येणा झालाय – बाई भाळली. तिनं सर्वार्थानं स्वत:ला पुन्नाप्पाला अर्पण केलंय. पुन्नाप्पापासून तिला मूल झालंय.

४१. खन्नी – खन्नी म्हणजे लग्नाचा झालेला खर्च भरून द्यायचा.

४२. सुला – नवऱ्या मुलीच्या मामाचा हक्क. मामाला विचारल्याशिवाय मुलीचं लग्न होत नाही, लग्न लागत नाही. मामाला मावळखंड म्हणून सव्वा रुपयापासून पंच ठरवतील तेवढा मान असतो. तो नवऱ्याच्या मालकानं द्यायचा असतो. मावळखंड दिल्याशिवाय मामा लग्नाला होकार देत नाही. मामाचा होकार मिळाला नाही तर पंचायत बसते.

नारळाच्या कवचांची पोती भरली. गाढवाचं तांडं आलं, तसं दाही दिशा उधाळलं पुढच्या वर्षी येण्यासाठी. बिनभिकार आईच्या दर्शनासाठी येत्यात. आई त्यांचं रक्षान करती. भूतखेत, हाडळ, मुंजा काय-काय कुनाचं चालू देत न्हाय. लोकांची मसनवाट, लोकांची हागनदारी तिथं यांची वतनदारी. रानोमाळ पायांत भिंगरी बांदून पोटाला मिळतं, तिकडं जावं लागतं. आई टोपल्यातनी बरोबरच असती. वरसातनं एकदा 'देवीला भेट' लागतीच. न्हाईतर बोराटीचा चिप[४३] लागायचा. बा-आई रंगात आली, की असंच काहीसं सांगायचे. मी ऐकायचो. मनातनं देवाला टरकून असायचो. आई बाहेरची झाली, की नागडा फिरायचो. इटाळ व्हईल, म्हणून. देवाचं भ्या वाटायचं.

चैतीची जत्रा संपली. घरात दाण्यांचं सूप वाजलेलं असायचं.[४४] बा पाटिलकी करीत हिंडायचा. बेंडाच्या ताफ्याची जुळवाजुळव करीत बसायचा. आमचा घरचाच बाजा. बा पडघम वाजवायचा. आपा कारनेट, तात्या कलाट, मी घुगऱ्या. चार मानसं बाहेरची लागायची आन् त्यासाठीच बा फिरत व्हुता. दतूचा ल्योक आन् दतू. दतूला दीड वाटणी, त्यो लई कसबी म्हनून. मला चार आनं. दतूच्या पोराला, इठल्याला चार आनं, बाकीच्यानला एक वाटणी. बाजा जमला. सुपाऱ्या इयाला लागल्या. पंचीसपासनं पन्नासपातूर. तितीला लई लग्नं असली, तीत जोरात आसली, की भाव वाढायचा. तीत नरम असली, की जेवनावारी लाळ घोटायची.

घरात दानं नाहीत. घरच्या पाट्या-टोपल्याला गिऱ्हाईक न्हाय. आई किडूकमिडूक वळायची. इकायला सासकल, भाडली, सोनवडी, चिरकवाडी, दूधबायपातूर जायची. उनानं रान असं तापायचं, की पायाला टरारा फोड यायचे. आई सांची त्याला त्याल लावायची. जिवाची दिवसभर उलघाल व्हायची पन् करंजांचं न्हाय, तर निळुंबीचं, तरवाडाचं, कशाचंतरी फोक आनायची. बा कशाला हात लावायचा न्हाय. नुसतं सुपाऱ्या किती घेतल्या... इसा किती आला, वाटायचा कसा, यातच घुटमळायचा.

एकदा आईसंगं इकायला गेलो. सासकल आमचं गाव म्हणजे आमच्या बैत्याचं. त्या गावाला दुसऱ्या कंच्या कैकाड्यानं जायाचं न्हाई. अशी गावं कैकाड्यांनी वाटून घेतल्याली. त्या गावात झापपाटीपास्नं ते कनगीपातूर बैत्यानं द्यायचं. नुसती उरफोड. सुगी झाली की खळ्यावर जायचं. कुनबी दील ते घ्यायचं. वरीसभर काम

---

४३. बोराटीचा चिप – बोरीचा काटेरी फेस दाबून, दडपून त्याचा 'चेप' तयार करतात. तो वाडग्याला लावतात. एखाद्याच्या दाराला चेप लागणे म्हणजे त्याचा 'वंश' बुडणे असा अर्थ घेतात. म्हणून बोराटीचा चेप लागणे अपशकुन मानतात.
४४. दाण्याचं सूप वाजलेलं असायचं – दाणे, ज्वारी, धान्य संपलेलं असायचं.

फुकट करायचं. कवा हिरव्या मिरच्या, कवा शेंगा, कोरड्याला कायबाय, असं बलुतं मिळायचं. बलुत्याच्या गावात गेलं, की आई मला कुनाच्यातरी वसरीला बसवायची. गावातनं आयाबाया कोरकुटका, कोरड्यास द्यायच्या. मी, तिनं कुणाच्यातरी पडवीत बसून खायचं. पानी वरनं वाढायचं. दोन्ही हातांची वंजळ तोंडाला लावायची. पानी प्याचं. आई मालाची घासघीस करायची; पन फुकापासरी द्यावं लागायचं. आई चुटपुटायची. मिळंल ते घ्यायची. भाकरी फडक्यात बांधायची... शेरमापटं मिळालेलं गठुडं घ्यायची आन् येता-येता कुनाच्यातरी कडंला (वड्याच्या कडंची हद्द) फोका कापायची. कुनब्यानं बघितलं, तर शिव्या द्यायचे. कवा-कवा लई बाका परसंग यायचा. कुळवाडी झिपऱ्या धरून मारायचे. बा असला तर त्यालाबी मार पडायचा. त्यातून निभावलं तर बरं, न्हायतर कोर्टकचेऱ्या कराव्या लागायच्या.

एकदा असंच झालं. भल्या सकाळी आई-बा इकायला गेलं व्हतं. आमी पोरं घरी व्हतो. येळ ऐन उनाची आसंल. घरातनं त्वांड भाईर काढवत नव्हतं. गाव मरून पडल्यागत ओस पडलं व्हतं. चिटपाखरू दिसत नव्हतं. मी शिळी भाकरी चिंचंच्या पाण्यात भिजायला घातली व्हती. पोटात आग पडली व्हती. बाहेरच्या आगीत आतली आग धुमसत व्हती. डोळ्यांतनं पान्याच्या धारा लागल्या व्हत्या. घरात काईबी न्हवतं, सारी घाईकुतीला आली व्हुती. आई-बाची पाखरागत वाट बघत व्हुतो. आता आई ईल... आता बा ईल, येताना भाकरी आनत्याल; पण त्यांचा पत्त्या नव्हता. किसन्यानं–सगळ्यात धाकला– त्यो ज्यो रडाय लागला, त्यो काय केल्या ऐकेना. त्याला समी पानी पाजीत व्हुती. पॉर आलंबालं[४५] व्हतं. आई-बाला मनात शिव्या देत व्हुतो आन् एकाएकी कालवा वाढला. बा सगळ्यांच्या म्होरं व्हुता. त्याच्या मागं आई. आईच्या अंगात चोळी नव्हती. बाचं आंगारकं घातलं हुतं. लुगड्याच्या चिंध्या लोंबत व्हत्या. बा नुसत्या धोतरावर व्हता. साऱ्या अंगावर काळंशार वळ उठलं व्हतं. त्याच्या मागं चार-पाच बापे होते. आई बोंब मारत व्हती. बा तिला गप्प बसायला सांगत व्हुता.

आमचा कालवा झाला. आमी रडत आडवं पळत गेलो. आईनं किसन्याला उचलून पोटुशी धरला. त्याच्या डोस्क्यावरनं हात फिरवाय लागली. मी आईजवळ गेलो. तिचं दोन्ही हात रक्ताळलं व्हतं. डोक्याच्या खाली सारं त्वांड सुमारलं व्हतं. मी रडून-रडून कालवा करू लागलो. बाचं हात बांधलं व्हतं. बानं खाली मान घातली व्हुती. आईला-बाला घरी आनलं न्हाय. चावडीम्होरं नेलं. तवर बघ्यांची गर्दी झाली. माझ्या आईची अब्रू... बाच्या अंगारक्यात झाकली हुती. मी मनात पेटलो व्हतो. वय फार नव्हतं, पर कळत चांगलं व्हुतं. आई चावडीवरनं, 'घरी जाऊ दे', म्हणून

---

४५. आलंबालं – थकून गळून जाणे.

कुळवाड्यांच्या पाया पडत व्हती.

त्यो म्हणत होता,

"कशाला ह्यालपाटायला गेली व्हतीस? तुझ्या XXX पाय घातला."

मला काय करावं, सुचत नव्हतं. बघता-बघता साऱ्या गावभर वारं गेलं. गाव चावडीम्होरं जमलं. आमच्या आळीतल्या म्हाताऱ्याकोताऱ्यांनी पदर पसरला. दंड बांदा म्हनले; पण गावाला चेव आला व्हता.

"आयला, ह्यांच्या लई माजल्याती!! बांधाला हिरवा ढाळा ठिवनाती का रानात कणसं ठिवनाती. बघता-बघता उचलत्याती. काय म्हन ठिवायची सोय न्हाय. बांदा भडव्याला झाडाला आन् वता गुळाचं पाणी!"

सारं गाव बेभान झालं व्हुतं. कुनी काय, कुनी काय. चोरीपास्नं आईचं कुणीसंगं लफडं हाय, हितपातूर चाललं व्हुतं. सारा कैकाडवाडा गयावया करीत व्हुता, पर कुनाला पाझर फुटत नव्हता.

हे सारं चाललं व्हुतं. आमचा कालवा चालला व्हुता. बा खाली मान घालून पायानं माती टोकरीत व्हुता. पाटील आलं. पंच जमा झालं. ती बाहेरगावी सोनवडीची कुळवडी म्हणत व्हती...

"चार दिस झालं. गावात एक बाभळीचा फेस राह्यला नाय. रातचं येत्याती आन् बाभळीचं फॉक आन् काट्याचं फॅस उचलून नेत्याती. आज ह्या दोगान्ला धरलं. पळून चालली व्हुती. ह्यो आयघाल्या निसटला व्हत त्यातनंबी; पर ह्या रांडंच्या गांडीचं लुगडं फेडल्यालं बघितलं, तसा ह्यो मागारी पळत आला. लई मारलं न्हाय. तुमापातूर आनलंय. काय ते तुमीच ठरवा. पुना आमच्या शिवेच्या आत पाय ठेवणार न्हायती, ते बघा. न्हायतर जिती सोडणार न्हाय! पुना म्हणाल, 'आसं तसं झालं... याच्यासाठी आपल्यात वाकुडपणा नगं!'"

"ह्यांची घरं पाडून टाका. ह्या चोरट्या पोटच्यान्ला आपल्या गावातनं हाकला. यांच्यापायी सोनवडीकरांनी आमची आबरू घेतलीया. आताच्या आता ह्यान्ला हात दाखवा!"

एकेकाचा हात मिश्यांवरनं फिरत व्हता. आता आपल्याला गाव सोडावं लागतंय, आपल्या आई-बाला जिवं मारत्यात, ह्या इचारात मी बोंबलत हुतो. जयसिंग्या, पारी, तात्या, आप्पा सारी माणसं मयतीला गेल्यागत सुतकी तोंडं करून बसली व्हती.

हे सारं एक तरणाबांड, लालबुंद चेऱ्याचा पोरगा ऐकत व्हता. ठुनगुसा, चेऱ्यावर तेज व्हतं. मिश्यांचा झुबका, पायजमा, सदरा, डोक्याला भांग पाडलेला, शिकल्या-सवरलेला मुलगा. रामभाऊ त्याचं नाव. तिरमिरीत उभं राह्यला. तसं बोलणारांचं नरडं आवळलं. सारीजनं रामभाऊकडं बघाय लागली. रामभाऊ तरातरा

चालत गेला. आईचं हात सोडलं. आईच्या अंगावरील कळा बघून त्यानं डोळं पुसलं आन् घोगऱ्या आवाजात त्यो म्हणला,

"आनवरी, तू जा. मी सोडलंया तुला. तू जा." आई जीव मुठीत घिऊन उभी राहिली. सारी भुतं शांत; पन सारी बगाय लागली. पाटलाचा चेहरा लाल व्हुता.

"रामभाऊ, तुमी काय केलंय, समज हाय का तुमाला? तुमी सरकारी कामात आडकाठी करताय. तुमाला मला वर्दी दिऊन अटक करावी लागंल."

रामभाऊ रागानं उसळून म्हणाला, "त्या आनीच्या[४६] आबरूपेक्षा तुमच्या भनीला असं उभं केलं असतं, तर ते सोसलं असतं का? तुमालाबी आया-भईनी हायेत का न्हाय? मी दितो तुमच्या काठ्या. किती काठ्या आनल्या सोनवडीच्या? आन् काठ्यापायी शिक्षा करायचा तुमाला कुनी अधिकार दिला? तुमी वर्दी द्या. तुमच्या बायलीला हिथं चावडीवर आनल्यावर कसं हुईल?"

पाटील चिडला. त्यानं रागानं पायांतली वहान काढली आन् रामभाऊच्या अंगावर फेकली, तसं रामभाऊची भावकी उसळली. कलागत वाढत गेली. माणसं चावडीकडनं गावात पळत सुटली, आन् काय झालं, म्हणून गावातली चावडीकडं.

"काय झालं, काय झालं?"

"रामभाऊला मारलं,"... एकच बोंब सुरू झाली. रामभाऊची भावकी काठ्या घिऊन पळत चावडीवर आली. साऱ्या गावात दंगल हुनार म्हून. इट्या म्हार फलटणला पळाला. धराधरी... मारामारी... कोण कुणाला मारत व्हतं समजत नव्हतं. एक दुसऱ्याच्या बोकांडी बसत हुता. निमित्त कैकाड्याचं आन् भांडान गावाचं. म्हारवाड्यात बातमी समजली, रामभाऊला मारला. खालच्या आळीत म्हारं हातात दिसंल त्ये घिऊन पळत आली. मांगं आली, रामूशी आले आन् वरच्या आळीनं माघार घेतली. पाय लावून पाटील आदीच पळाला व्हुता.

रामभाऊला बरंच लागलं व्हतं. डोस्क्यातनं रक्त वाहत होतं. आईनं अंगातलं राहिलेलं खमीस फाडलं आन् डोस्क्याला बांधलं. तिचा नुसता कालवा झाला व्हता. शान्यासुरत्या मानसांनी भांडान थांबावलं. मंडळी आपल्या-आपल्या घरी घालावली. सारं शांत झालं.

आई, बा, तात्या, आप्पा, सारी रामभाऊच्या वाड्यात आसऱ्याला गेली. सोनवडीकर कुठं गेलं, समजलंच न्हाय.

सारं शांत झालं आन् पुलिसांची गाडी गावात आली. आठ-दहाजण असत्याल. पाटलानं साऱ्या चुगल्या केल्या होत्या. पुलीस रामभाऊच्या वाड्याम्होरं आले. रामभाऊ जखमी अवतारात आले. पोलिसांचं, त्यांचं काय बोलणं झालं, यास-फ्यास करीत

---

४६. आनीच्या – अनवरीच्या, अनसुयाच्या (अनसूया हे लेखकाच्या आईचं नाव)

पुलीस काय-काय बोलले कळत नव्हतं. रामभाऊ, आई-बा, पाटलाकडची चार-पाच मानसं असं आठ-दहा जनाला पिंजऱ्यात बसावलं आन् मोटार फलटणला गेली.

मी, समी, पुष्पी, किसन्या, लाली आप्पाच्या बिऱ्हाडात गेलू. नानीनं आमाला पोटाशी धरलं. रडाय लागली. 'कशाला काडी लावायला फेस आनायला गेलं,' म्हून आई-बाला शिव्या दिऊ लागली. आप्पा, तात्या, जयसिंग्या, सद्या, चंदन्या, मारत्या, सारीजणं पायपाय फलटणला निघाले. रामभाऊच्या भावकीतली शानीसुरती फलटणला गेली. बायका म्हणत व्हुत्या, रामभाऊला काय पडलं व्हुतं? ह्या व्हकांड्यांच्या नादाला कशाला लागावं? आपली पायरी रामानं सोडली. असंल काय पानी मुरत...

कैकांची तोंडं जे पायजेल ते बोलत व्हुती. माझा जीव खाली-वर व्हत व्हुता. इठ्या म्होरं कोतवाल. त्यो म्हनत व्हुता,

"त्यास्नी काय व्हुयाचं न्हाय. जामिनावर सोडत्याली. बापूवर आदी केस न्हाय. रामभाऊ हायती. तुमी गप्प बसा."

कालवा इरत गेला.[४७] सकाळपास्नं तोंडात पाण्याचा थेंब गेला नव्हता. नानीनं (आप्पांची बायको) लाली, पुष्पी, समी, मी, साऱ्यानूला क्वॉर क्वॉर भाकरी दिली. गावाकडं बघून नि थुकत-थुकत ती शिव्या देतच व्हुती. तोंडाला इल ते वळावळा करीत व्हती.

रात अंधाराच्या डव्हात बुडाली व्हती. नानीनं साऱ्यानूला झोपावलं. तिला झोप लागत नव्हती. सारका कानुसा घेत व्हुती. मी डोळं मिटलं व्हतं; पण डोळ्यांम्होरनं आई-बा हालत नव्हते. निनती पोरं[४८] झोपली. मला झोप येत नव्हती. आपुन आई-बा संग गेलो न्हाई, याचं वाईट वाटत व्हतं. सारी दुपार एका घुसमटीत गेली व्हती. माणसांच्या नजरा जाळत व्हत्या. आपल्या आईनं असं काय केलं? फेस, फोका रोज आनत्यात. मग आजच त्यानूला का मारलं? आपल्याला बा मारतुया, पर पुलिस कदी आला न्हाई. ही मानसं का भांडली? का मारलं आईला? ...प्रसंग डोळ्यांम्होरनं हालत नव्हता. डोळ्यानूला धारा लागल्या व्हत्या. कूस बदलत व्हतो. तळमळत व्हतो.

दुसऱ्या दिवशीची सकाळ झाली. आई-बा राती मागारी आलं असतील, म्हणून उठल्याबरबर घर धुंडलं. नानीला विचारलं. कुनीच आलं नव्हतं. दुपार झाली. ध्यान सारं सडकंला व्हतं. दुपार टळून गेली. मन काळवांडलं व्हतं. आता आपली आई-बा येत नाही म्हणून राहून-राहून रडत व्हुतो. अखेर देवाच्या टोपल्याम्होरं गेलो.

---

४७. कालवा इरत गेला – गोंधळ कमी होत गेला.
४८. निनती पोरं – लहान पोरं.

गुलाल घातला. पाया पडलो. आई-बा येऊ दे म्हणून कितीतरी येळ उभा व्हतो.

सांज झाली. आई, बा, सारी मानसं आली. आल्या-आल्या आईनं साऱ्यानूला जवळ घेतलं. आळंबाळं घेतलं. ती रडत व्हुती. मी विचारलं,

“आई निक लगव इड्डुचनगा हाई?”

(आई, तुला लई मारलं का गं?)

आईनं माननंच नाई म्हटलं. जवळ घेतलं. फुडं काय झालं... कसं मिटलं... कुणाला ठाव... मी पुन्हा इचारलंच न्हाई. सारं इसरून गेलो.

चार-आठ दिस बा बोलला न्हाई. आई कधी हसल्याली म्या बघितली न्हाई. दिस जात व्हतं. उपासमारीची सवय झाली होती. कोरड्यास नसायचंच, मिठाच्या पाण्यात नाहीतर चिचणीत भाकरी चुरून खात व्हुतो.

बानं सुपाऱ्या घेतल्या व्हत्या. बेंडाच्या ताफ्याची कामं सुरू झाली. पाच-पाच दहा-दहा मैल चालायचं. उनाचा तरास व्हुयाचा. वाजवायचं. गेल्याबरूबर बाजा वाजवायचा. बाजा झाला की, चार-दोन गानी वाजवायचो. मग हाळदी लागायच्या. मांडवात नवरा-नवरीला हाळद लागायला लागली, की आम्ही वाजवायचो. हाळदी लवकर संपू दे, म्हणून देवाला मनातल्या मनात इनवायचो. डोळं झाकायचं; पन बेंड वाजायचा.

हाळदी झाल्या की उकिरड्याच्या कडंला मांडवाच्या लांब बाहेर झुनका-भाकरी खायचो. पोरांच्या पातळ हाग्यासारखा झुनका... अर्ध्या-कच्च्या भाकरी. घरी त्याबी नसायच्या.

मी इतक्या लहान वयात बाज्या वाजिवतोय, याचं मानसं कवतुक करायची. घुंगऱ्या छान तालात वाजवायचो. लग्नाच्या दिवशी सारा दिस शेंबडं पॉर पन 'वाजवा' म्हटलं की वाजवायचं. लग्न लागलं की जरा इसावा असायचा.

साऱ्यांची जेवणं झाल्यावर आमची बाजावाल्यांची पंगत असायची. लांब मांडवाच्या बाहेर. च्याला आमच्याजवळ भांडी असायची. त्यातनं च्या प्याचो; पण जेवायला पत्रावळी-द्रोन असायचे. जेवणं झाली की पानं आमालाच उचलाय लागायची. हाका मारमारून वाढून घ्यावं लागायचं.

वरातीला सारी वाजवायला जायची. मी, दत्तूचा इठल्या झोपायचो. आठ-आठ पंधरा-पंधरा दिस घरी नसायचो. आईची आठवण हुयाची. पर लाडू खायला मिळायचे. घरी उपास, त्या परीस ही भटकंती बरी असायची. सारी जमून निघायचो. आई घर चालवायची. आमी घरी गेलो, की चिडलेली असायची, मग बा चार-दोन रुपये हातावर ठिवायचा. तेवढीच मदत.

लगीन सराय संपली. वाटण्या झाल्या. एकवीस रुपये मला वाटून आलं, असं

बा म्हनत व्हुता. बानं पाटी, पुस्तक, पेन्सिल, कापडं, सारं पैक्यातनं केलं. शाळा सुरू झाल्या व्हुत्या.

एका दिशी बा घरी आला... साळंची येळ झाली व्हती. बानं हाताला धरलं. पाटी, पुस्तक, पेन्सिल दिली... साळंत घिऊन गेला. कुरकूर चालली होती; पण शाळा कशाला म्हनत्यात माहीत व्हुतं. त्यात गावातली शाळा. मास्तरबी वळकीचा, गावातलाच. आकुबा मास्तर साऱ्या गावाला माहीत. काही नवं वाटत नव्हतं. हात-पाय बांदल्यावानी वाटायचं. पर सारी माझ्या वर्गातली पोरं माझ्या सिनंची. माझ्याहून लहानच. मीच टोनगा दिसायचो. माझ्या एवढाली पोरं तिसरी-चौथीच्या वर्गात असल्याली... तवा बानं साळंत नाव घातलं. मास्तरनं इचारलं,

"वय काय..."

बा म्हणला,

"कुनास ठावं... आसंल आठ-दहा वर्साचा. गांधीबाबा गेला, त्या सालचा."

"जन्म कुठं झाला?" मास्तरनं इचारलं.

बा म्हनला,

"आकुबा, आता कंचं गाव सांगू? कोकणात ह्याच्या येळी ती बाळात झाली ते गाव आठवत न्हाय..." मग मास्तर म्हनला, "निरगुडीच लिवतो."

बा व्हय म्हनला.

"आता शाळंत रोज आलं पायजे. शाळा चुकवू नगं," मास्तर म्हनत हुता.

शाळा सुरू झाली. रोज शाळंत जायचो. शाळा सुटली, की हुंदडायचो. गावच्या गावंदरीलाच मळं हुतं. मळ्यात जायचो. कुणाच्या पपया काड, कुणाची केळ मोड, आसं दिस मावळसतोवर चालायचं. मार खायचा... शिव्या खायच्या. 'कुत्र्याच्या जल्माला रया आसती, पर तुझ्या जल्माला रया न्हाय,' आई कावली की असंच काय-काय म्हनायची.

पावसाळा तोंडावर आला व्हता. बानं कर्ज काडलेलं वाजवून फेडत आनलं व्हुतं. रोज सांच्याला बाला घोर असायचा.

कैकाडी काम कुनी मागायचं न्हाय. कोर-चतकूर भाकरीसाठी बा कुळवाड्यांची मरनाची वझी वाहायचा. बैलं पानी पाज, कुनाच्या कुपाच्या काठ्या लाव, कुनाची गंज लाव, कुनाचं इंज्यान गाडीत चढव, असलं धंदं करायचा. मिळंल ते आनून द्यायचा. मधीच कधीतरी प्यायचा. पावसाळा आला की 'काळ' आला, असं म्हणायचा.

शेतात कामं नसायची. कपाशीला पानी पाज. कुठं रातचं दारी धरायला जा. कपाशीवर औषध मारायला जा. अशी कामं करायचा. आई मिळंल ते सारवान

भांगलान टूपलान[४९] करायची. मजुरी पैशात नसायची. वटाभर मिरच्या, कनसं, शेंगा, कालवाण, आसं जे काय कुळवाड्यात आसंल ते आनायची.

मी नेमानं शाळंत जात व्हतो. सकाळी शाळा भरस्तंवर गाढवं राकायची. गाढवांच्या मागं जळान येचायचं, काटक्याकुटक्या जमवायच्या. शाळा भरली की शाळंत जायचं.

पावसाला उघडीप असली, की कामं करायची. आकाड-सरावन वैरी होऊन यायचं. आई चार-चार दिवस जेवताना दिसायची न्हाय. दोन-चार भाकरी व्हायच्या. कोर-चतकोर आमी खायचो. आई-बा माझ्याम्होरं तर जेवाचे न्हाईत. मागं कुणास ठावं? सरावणात कापूस येचायला मानसं लागायची. मजुराला मजुरी रोक मिळायची. सुट्टी दिवशी मी, समी, आई, बा, सारी कापूस येचायला जायचो, आई-बाला पुरा रोज मिळायचा. एक-एक रुपाया. आम्हा बहीन-भावंडान्ला चार-दोन आणे. तेवढीच मीठ-मिरची. कुरकुर करायला जागाच नसायची. सारं कसं अंग झाडून कामं कराय लागायचं. भांगलान, टुपलान, कापूस येचनी, आसली कामं करीत-करीत दिवस ढकलायचं.

सरावण महिन्यातल्या शेवटच्या सोमारी देवदेव करायचा. पोळ्या हुयाच्या. निवद केलाच पायजे. पाच नारळ, पाच लिंबं, पेढं, असा गोडा निवद. पळाट्या[५०] काढायला आलेल्या असायच्या. बा एकरावर उक्ती उपटायला घ्यायचा.[५१] इस-पंचवीस रुपयं एकर. मग सारं घर त्या कुळवाड्याच्या शेतात पळाटी उपटायचं. रान असलं वलं तर पळाटी लवकर उपटायची. न्हाईतर लई जाचायची. आई-बा, मी, समी, लाली, पुष्पी, सारी कामं करायचो. बा हातात रकट्याचा टुकडा धरायचा. पळाटीचा शेंडा मांडीवर कोपरात धरायचा... दोनी हातांनी बुडका धरायचा. हिसका मारायचा. एक-एक पळाटी उपटायची. हाताला कातडं राहत नव्हतं. फोड आला, तर त्यो तितंच जिरायचा. हात हालायचे. बाच्या हाताला घट्टं पडलं व्हुतं. माझं हात कवळं. मी पळाटी उपटायचो. दमलो, हाताची आग व्हायला लागली, की ढीग जमा करायचो, सारी पळाटी एका जागी आनून टाकायचो. दोन-तीन दिवस पिट्टा पडायचा.

वीस-पंचवीस रुपये आलं, की देवदेव करायचा. शाळा, काम करीत-करीत शिकत व्हुतो. बा रोज आब्यास करायला बसवत व्हता. मला गमभन समजत व्हतं. शंभरापतुर आकडं येत व्हतं. असाच दसरा उजाडायचा.

---

४९. भांगलान-टुपलान – खुरपणी, भांगलणी

५०. पळाटी उपटायच्या – पळाटी म्हणजे कापसाचं झुडूप. बागायती पळाटी उपटूनच काढतात. नांगरून काढत नाहीत.

५१. उक्ती उपटायला घ्यायाचा – कापसाची पळाटी दोन पद्धतींनी उपटतात. एक म्हणजे– रोजानं, मोलमजुरीनं आणि दुसरी पद्धत उक्ती म्हणजे एकरातली पळाटी उपटण्याचं कंत्राट घेतात.

दसरा आला, की घट बसायचं. नवचंडीत नव दिवस रोज सांचं बा देवाम्होरं घुमायचा. आई उदारपादार करीत घर चालवायची. दसऱ्याला देवघेव व्हायची. अंगात वारं भरावं, तसं साऱ्या कैकाड आळीवर तेज यायचं. कोन-कोन कुनाकुनाच्या बिऱ्हाडात जायचं... ते ठरवायचं. आपली-आपली बिऱ्हाडं निघायची पोट भरायला, जगायला.

दसऱ्याला कोकनात भाताची सुगी आसती. सारी बिऱ्हाडं– म्होरं-मागं; पन– दसरा झाला, की मावळात जात. भीक मागायला बाहीर पडायचं. गाढवाच्या पाठीवर संसार घालायचे की, लोनंद, शिरवळ, करीत-करीत पेन, पनवेल, खारपाडा, खोपोली हिकडं कुणी, तर कुणी म्हाबळीशरावरनं खाली महाडाकडं उतरायचं. बा म्होरं आवंदा अडचन व्हुती. आई पुटूशी व्हती. दिवस भरत आले व्हुते. बानं इचार केला, आपुन खोपुलीच्या बाजूला जावं.

वाटंत लागत्याल तितं गावाच्या हागनदारीत, देवळाच्या मागं, झाडाखाली, मुक्काम बदलत, सुगी करीत-करीत पेन, पनवेल गाठायचं. कोकनात नुसता भात खायाचा. सुकट, बोंबील बक्कळ मिळायचं. कोरड्यास आन् भात. किक याचा.[५२] आमची शाळा गाढवाच्या पाठीवर चालू असायची, मुक्काम आसंल, तितं बा निहून बसवायचा.[५३] कधी शाळंत कधी बाहीर; पण शाळा चालली व्हती. घरी पुस्तकात बघून आब्यास करायला लागलो, की आई-बाला लई आनंद व्हायचा. कोकनात रोकीचं गिराईक लई. त्यात बाच्या हातात पैसा असायचा. पन् गाठीला गाठ मारून असायचा. रातरातभर कनगी वळत बसायचा. गिऱ्हाईक लई असायचं. दांडगं कष्ट. रातभर मी त्याला, आईला झोपल्यालू बघायचो नाही. दिवस उजाडला, की दोघं कनगी बांधून पसार झालेलं असायचं. येताना बा फोकाची भलीमोठी मोळी घेऊन याचा. आई सामानसुमान आनायची.

आमच्या बिऱ्हाडाबरूबर आप्पा, तात्याची-माझ्या चुलत्यांची बिऱ्हाडं आली व्हती. आई गरबार व्हती. म्हून बिऱ्हाडं एका जिवानं राह्यची. कष्ट करायची. खायची; पन जिवाभावाला आलं, तर जीव टाकायची. नानी-काकी-आई कंदी भांडल्या न्हाईत. बा भावांच्यासाठी आईला मारायचा; पन भावान्ला तोडायचा न्हाय.

एक दिवस रातची कामं चालली व्हती. मी चिरून देत व्हुतो. आई चिरून देत व्हती. बारकी पोरं झोपली व्हती. बा त्यानं ऐकलेल्या गोष्टी सांगत व्हता. देवादिकांच्या, भुतांच्या, त्यानं पायलेल्या. कधी आप्पा सांगायचा. बाकीच्यांनी हात चालू ठिवतच हुंकार भरायचं. कट घालायचं. कनगी मुरडायच्या, बुडं लावायची. असं चालायचं.

---

५२. किक याचा – कंटाळा यायचा, नको व्हायचं.
५३. निहून बसवायचा – नेऊन बसवायचा.

बाला आप्पा सांगत व्हता,

"आला गावा नान आज शत्यानी, मिदा आस मिदा."

(भाऊ, आरं, आज मी मेलो व्हुतो.)

तात्या, काकी, आई, नानी, बा सारीजण कामं थांबवून इचाराय लागली,

"मिदा आस-मिदा आस?"

(काय झालं?)

आन् आप्पा सांगत व्हता. आज सकाळी डोंगराला फोकाला तिघं भाऊ गेले व्हते. तिघांनी फोका कापल्या. एकमेकाला उचलू लागलं. कुणी डोक्यावर, कुणी खांद्यावर मोळ्या घेतल्या आन् पाय उचलून चालाय लागलं. बा आन् तात्या बरंच म्होरं गेलं, आप्पा मागं राहिला. दिवस उगावला व्हता. आप्पाचं वझं लई जड झालं व्हतं. त्यानं वझं खाली टाकलं... वझ्यातल्या थोड्या फाका काढून टाकल्या. वझं पुना बांदलं. डोस्क्यावर घेतलं आन् निघाला. तवर बा-तात्या दिसंनासं झालं व्हतं. ह्यो गडी झपाट्यानं चालत व्हता. रस्ता डांबरी-काळाझार. याच्या पायाचा आवाज हुईल तेवढाच, न्हाईतर एकादं पाखरू वरडंल, तेवढंच. रस्त्यानं वहानं येत नव्हती. रस्ता नुसता मोकळा पडलेला. बा-तात्या दिसत नव्हतं. त्यानला गाठायचं या इचारात चालत व्हता. त्यानं म्होरं बघितलं, तर रस्त्यात झाड आडवं पडलंय. आयला रस्त्यात झाड पडलंय वाटतं म्हनून पुढंच चाललाय. आता ते झाड जवळ आलं होतं. त्याच्या नजरंत याला लागलं. पन् ह्यो मनात म्हनतुया, 'आयला झाड लांब दिसत व्हुतं. हे चालतंया कसं! का चिताराबितराची भानगड हाय? कोकणात लई भुतं असत्यात, कायतरी क्योंड[५४] दिसतंय.' म्हनून मनातनं काळूबाईचं नाव घेऊ लागला. तसं झाड आणखीन जवळ आलं. आता मातुर आप्पाच्या अंगातली पैरन घामानं भिजली... पाय म्होरं हालंनात. समोर ह्योऽ चार मानसांच्या कवळीत मावंल येवढा साप. साऱ्या जलमात येवढा मोठा साप बघितला नव्हता. आप्पाचं पाय लटपटाय लागलं. तोंडातनं शब्द फुटंना. जितराब जवळ येत होतं.

तेवढ्यात मागनं चार-पाच सायकली आल्या, तशा आपल्याजवळ येऊन कोकण्यांनी म्होरं जितराब बघितलं आन् डांबरी रस्त्यावर पाय वाजवायला सुरुवात केली. टाळ्या वाजवल्या. सायकलीच्या घंट्या वाजवल्या. जितराब रस्त्यावरनं खाली उतारलं आन् जंगलात दिसंनासं झालं. कोकनी म्हणत व्हते,

"अरे, ह्या वझेवाल्याक, ह्या आजगरान् आत्ता अक्को गिळल्यान् असतो, बरा झाला आमी ह्यांसर इलाव."

---

५४. क्योंड – विचित्र.

काळ आला व्हता, पर येळ आली नव्हती, आप्पा सांगत होता. साऱ्यांनी देवाचं आभार मानलं, हात जोडले. बा उठला, टोपल्याजवळ गेला. काय-काय बडबडला, गुलाल आन्‌ला, साऱ्यांस्नी लावला. आप्पाच्या बिऱ्हाडावर टाकला. कपाळाला लावला. मी जरा टरकलो होतो. फॉक टाकलं आन्‌ गप जाऊन झोपलो.

रस्त्याच्या कडंला खोपोली फाट्यावर राहिलो व्हुतो. उंच-उंच डोंगरदऱ्या, हिरवीगार पर्वतराई बघत व्हुतो. आप्पा, तात्या लाड करायचे. सकाळी पाव-बटर मिळायची. कवा-कवा भेळबीळ मिळायची. मी अभ्यास करावा म्हणून सारी ग्वाड बोलायची. काई चुकलं, तरी लगीच मारायची न्हाईत... बापजाद्यानूला कुणालाच अक्षर म्हाईत नव्हतं. टपाल आलं तर मास्तराकडं न्यावं लागत व्हतं. मी साळंत जात व्हतो. कधी बुडवत व्हतो. जवा ज्या गावात जायचं, तवा तीच आमची शाळा. आता सवय झाली व्हती. कुणात मिसळत नव्हतोच. कुणी शिवूनबी घ्यायचं न्हाय. रातचा राकेलाचा खंदील. उघड्यावर वस्ती. तेच आपलं घर. तितंच राह्यचं. उकिरड्यावरच्या मोडासारकं मोठं व्हायचं.

बिऱ्हाडं रस्त्याच्या कडंला लावलेली. दिवस मावळतीला गेला व्हता. आईनं तीन दगडांची चूल पेटविली. जेजू[५५] घेतल्या. तांदूळ शिजायला घातलं. मी जाळ लावायला लागलो. आई कसंनुसं व्हतंया, म्हनत व्हती. बा उठला, एका आण्याचा गूळ आनला. बुकीची पुडी आनली. च्या केला. आईला दिला. आता जरा बरा वाटत व्हतं. पुन्हा काम सुरू झालं. आप्पाच्या, तात्याच्या चुली पेटल्या होत्या. वारं सुटलं व्हतं. जाळ नीट लागत नव्हता. जाळ नीट लागला न्हाय, की भगुल्यातला भात जाळ लागंल तिकडं शिजायचा आन्‌ ज्या बाजूला जाळ नसायचा तिकडे शिजायचा नाही. म्हून नानी, काकी, 'सुलोट आंट राकेल वतीक्योट फिनगीहुगोट' (जळू दे, राकेल पडू दे, मडं जाऊ दे) म्हनून वाऱ्याला शिव्या द्यायच्या.

सारी जेवायला बसलो होतो. आईच्या पोटात दुकत व्हतं. बानं अंगारा लावला. आई सारकी रडत व्हती. जेवनं बाजूला सारली. बानं धोतराचं धडप जोडलं. चार काट्या उभ्या केल्या. खंदील मोठा केला. पळत जावून म्या राकेल आनलं. आप्पानं दोन हांडं पाणी आनलं. नानी, काकी कामाला लागल्या. धोतराच्या आडुशाला त्या तिगीजणी काय-काय करीत व्हत्या... आमाला पोरानूला तिकडं जाऊ देत नव्हते. खेकसत व्हते. आसपासची दुकानं बंद होत व्हुती. अंधार वाढत व्हता. डोळ्यांत बॉट घातलं, तरी दिसत नव्हतं. खंदील धोतराच्या आडुशाला गेला आन्‌ अंधार

---

५५. जेजू – जेजू हा कैकाडी तमीळ भाषेतील शब्द आहे. जेजू म्हणजे पाट्या वळताना तयार झालेला फोकांचा कचरा-काटक्याकुटक्या.

आनकीनच वाढला. भ्या वाटत व्हतं. आसपास जंगल झाडीतनं किऽऽर्र आवाज येत व्हुता. फाट्यावर मोठी वस्ती नव्हती. वळकीपाळकी नाहीत. आई इवळत व्हती, नानी, "आया गप खान्नी" (आगं, गप बस, सोस.) म्हनत व्हत्या. काय व्हत व्हतं, मला ठावं नव्हतं. बाला इचारलं, तर त्यो चितागती झाला व्हता. बोलत नव्हता आन् एका जागी बसतबी नव्हता.

अखेर आईचं इवाळनं थांबलं, तसं बारकं पॉर रडल्याचा आवाज आला. तात्या, आप्पा, बा साऱ्यान्‌ला सुटल्यागत झालं. साऱ्यान्‌ला आनंद झाला. नानी आतनं पाणी मागत व्हती. आप्पा पानी देत व्हता. नानीनं आप्पाला शिव्या दिल्या.

"आला, गार तोल त्येन्री कीर मिया खखालकांसी?"

(आरं, गार बर्फासारखं पानी हाय. काय मारतूस काय?)

म्हणत व्हती.

बानं चूल पेटवली. पानी गरम केलं. काटा फुटला, की पानी धोतरामागं गेलं. मूल रडत व्हतं. आईला मूल झालं. मला बहीण झाली व्हती. "समिंदराच्या कडंला लेक झाली," बा म्हनत होता... "समिंद्रा नाव ठेवूया."

आई सुटली व्हती. रातभर काय-काय चाललं व्हतं! बानं आमाला रकटं हातरून दिलं. आमी झोपलो. थंडी पडत व्हुती. गार लागत व्हुतं. वारं सुटलं व्हतं. अंगावर रकटं पांगारलं व्हुतं. झोप कवा लागली समजलंच नाही.

आईच्या बाळंतपणाला चार दिस झालं असत्याल. रोज सकाळी भात खावा लागत व्हता, आईला इनायचं काम नसायचं. डोस्क्याला लुगड्याचा धडपा बांधलेला असायचा. तीन दगडांच्या चुलीवर जरमलच्या भगुल्यात भात रटरटायचा. आमा पोरान्‌ला नागडं केलेलं. कंच्याच पोराच्या अंगावर कापाड ठिवायचं न्हाय. बा म्हणायचा,

"इटाळ व्हईल. द्याव संगं हायती. खाजवून खिरापत नगं. शिवताशिवत चालायची न्हाय."

आईचा भात येगळा. सुकटीचं, न्हाय तर बोंबलाचं कोरड्यास. ईक[५६] आला व्हता. खोपडी[५७] फाट्यावर गिराईक नव्हतं. तरी बिऱ्हाडं हालत नव्हती.

कोकणात पैका बरा, बरकत बरी, मिळकतीचं दिस आन् आईचं हे असं. बा चिडायचा. हालहालायचा. पैका कमवायचा, ते गमवायचा आलं. पोराची पाचवी चांगली करायची झोकात! बा धाकल्या तात्याला म्हनत व्हता,

"तू आपल्या बाकीच्या बिऱ्हाडांसनी सांग जा. त्येसनी आवातनं दिलं पायजी.

---

५६. ईक – कंटाळा

५७. खोपडी – खोपोली

भावकीची बाकीची बिऱ्हाडं पेन, पनवेल खारपाडा, जितं असत्याल, तितं सांग जा.''

तात्या धोतरात तांदूळ बांधून दिस उगवताच हालला. आप्पा आन् बा कुठंतरी गेलं व्हतं. दुपारच्या पारी बा आला. त्याच्या हातात दावं हुतं. आप्पा मागनं गाढवाच्या पिंडरीवर ढाळ्यानं हानत[५८] व्हता. मी लांबनं बघितलं अन् पळत म्होरं गेलो. बा गरजला,

''वा मतुर कुडीकीर वा! मिदा थिंगराद कीर हा.''

(ये! मूत प्याला ये. काय खायाचंय व्हय? आडवा योतुयास ते?)

उत्साह मावळला. मान खाली घातली. बानं हिरमोड केला व्हता.

आमी बिऱ्हाडावर आलो. गाढवाला मेखेला बांधलं.

समीनं भात केला व्हुता. आमी जेवायला लागलो. बा बकाबका भात भरीत व्हता. खाता-खाता बोलत व्हता. आज सांची पाचवी करायची म्हनून आईला काय-काय लागतं, ते इचारीत व्हुता. आई सांगत व्हुती,

''पाटीच्या शेपटाला पांढरा डाग दिसतुया. पाचवीला काळीच पाट लागतीया.'' बा जेवता-जेवता उठला. टांग उचलून खाली-वर बघून म्हनाला,

''आगं, त्यो डाग न्हाय! कांद्याचं टरफाल हाय.''

बानं उसासा सोडला. बोकडाच्या रंगाची खात्री केली. पुना जेवायला लागला.

आई सांगत व्हती,

''गव्ह लागत्याल, कनकीचं दिवं कराय लागत्यात. गोडं त्याल, पाच नाऱ्याळ, पानं, सुपारी, लिंबं, हिरव्या बांगड्या, कुकवाचा करंडू, हिरवा खन, हाळद, कुकू, आन् कायबाय!''

बा सारं ध्यान दिवून ऐकत व्हता. दोघा भावांची जेवणं झाली. दोगंजन उठले. बानं धोतार खांद्यावर टाकलं, आन् दोगं लगालगा चालत गेलं. आईनं धुनं वाळायला घातलं. पोरावर ऊन आलं व्हतं. त्याच्यावर धडपा[५९] घातला आन् जळान येचायला गेली. मी पोराजवळ बसलो. समी, मी खेळण्यात दंग झालो.

दिस मावळाया गेला असंल. तात्यासंगं पाच-सहा गडी आलं हुतं. आईनं च्या कराय सांगितला. नानीनं च्या करून दिला. सारीजनं च्या प्यायले. मी साऱ्यांस्नी वळकत व्हतो. जयसिंग्याचं बिऱ्हाड खारपाड्याला व्हतं. तात्या त्याला म्हणत व्हता,

''आरं, जयसिंग! हिंत गिराईक न्हाय. आमीबी निघतुया; पर वयनीचा जीव

---

५८. पिंडरीवर ढाळ्यानं हानत व्हता – गाढवाच्या पायाच्या पिंढरीवर फोकाच्या ओल्या ढाळ्याने मारत होता.

५९. धडपा – जुन्या साडीचा फाडून काढलेला मोठा तुकडा म्हणजे धडपा.

मोकळा झाला. आता काय फिकीर न्हाय बघ. फोकाला हातच चालत न्हाय. ठकीला तर नुसतं वडतुया. तिला हे आपलं काम जमत न्हाय. नुसता रेडा सांभाळतुया. दुसरं एखादं सनांग असलं, तर बघ! दुसवं[६०] असलं तरी हायगय न्हाय, पर कामाला हारण पायजे.''

दोगांच्या गप्पा रंगल्या व्हत्या. तेवढ्यात बा आन् आप्पा डोस्क्यावर गठुडी घिऊन आलं. मंडळी जमली व्हती. बानं घाई केली. जोंदळं दळून आनलं व्हतं. तांदळाचं बोचकं बांदलं. परात, भगुलं, इळा एका उपनीत भरलं. तिकाट-मीट, त्याल, देवाचं सामान, सारी बांदाबांद केली आन् आप्पाला निघायला सांगितलं. त्यानं सारं गबाळ डोस्क्यावर घेतलं. बानं निवदाचं सामान घेतलं. एका हातात कनकीचा दिवा घेतला. कनकीचं गोळं बारक्या परातीत उतारलं. हातात इळा घेतला. त्यानं ते गोळं कापलं. चारी बाजूला टाकलं. तोंडातल्या तोंडात कायबाय बोलत सगळीजनं खालतीकडं तोंड करून निघालं. बानं साऱ्यान्‌ला सांगितलं,

"मागं कुनी बघू नगा. काय राह्यलं आसंल, तर राहू द्या. मागं बगायचं न्हाय.''

सारी गडीमाणसं बिनबोलता एकामागं एक मेंढरावानी काळ्याकुट्ट अंधारात चालत व्हती. मी आप्पाच्या मागं बोकाड हानत चाललो व्हतो. माझ्या मागं बा हारे रामा, रामा करीत, हेळ काढीत चालला व्हता. मागं का बगायचं न्हाय? मनात इचार येत व्हता. पन इचारायचं कुनाला? सारी मयतीला निघाल्यागत गप्पगार चालत व्हते.

चारी बाजूंनी अंधार मी म्हनत व्हता. डोळ्यांत ब्वॉट घातलं तरी दिसत नव्हतं. त्यात पायांत काय नव्हतं. ठेचा लागत व्हत्या, काटं मोडत व्हतं. 'आगं, आय आय' म्हनायचं. बा म्हनायचा, 'मिदा आसला?' (काय झालं रे?) सांगायची सोय नसायची. दबक्या आवाजात सांगायचं. बा म्हनायचा,

"डोळं गेलं व्हय? आप्पाच्या मागं-मागं चाल.''

आसपास मानूस न्हाय. रात गिळायला आल्यागत वाटायची. सारीकडं किऽऽर्र अंधार. रातकिडं वरडत व्हतं. सारंच भयान. भ्या वाटायचं. अंधारात बोकाडबी नीट चालत नव्हतं. येम आल्यागत[६१] मरगळ खायचं. कुनीच बोलत नव्हतं. साऱ्यांच्या म्होरं तात्या व्हता. जरा चांगलं पटांगान बगून तात्या थांबला. तसी सारीच थांबली. त्यो म्होरनंच म्हनाला,

"आला भाऊ ह्या, इंगी जागा नाला तोंगाकीर, आन शेडी बी कीर, इंजी शयुका?''

---

६०. दुसवं – घटस्फोटिता. गाढव दोन वर्षांचं झालं, की त्याचा दुसरा दात पडतो. त्या गाढवाला दुसवं असं म्हणतात. इथे दुसवं म्हणजे घटस्फोटिता, परित्यक्ता स्त्री असा आहे.

६१. येम आल्यागत – मरण जवळ आल्यासारखं.

(आरं भाऊ, हिथं झाड हाय, आडूसा हाय... आन् पटांगानबी हाय... हिथंच थांबू का? गावापासनं लई लांब आलू आपून.)

वझं उतारलं. बानं काडी वडली. उजेड झाला.

"खंदील आनला असता तर..." मी म्हनालू.

तसा तात्या खेकसला,

"आला गपरवाणी! (आरं, गप्प!) तसं म्हनायचं न्हाय."

बानं तवर करवंदीचं झाड निम्मं तोडलं. चांगला आडूसा केला. कनकीच्या दिव्यात गोड त्याल भरलं आन् त्यो पेटवला. तसा आंदूक उजेड झाला. सारीजनं उजेडाजवळ जमले. बानं दहा-बारा खडं गोळा केलं. पान्यानं धुतलं. वळीत मांडून ठिवलं. त्येच्यावर हळद-कुकू घातलं. बांगड्या ठिवल्या. खन, सुपारी, पान, लिंबू, सारं मांडून झालं. तात्यानं नाऱ्याळ सोललं व्हतं. फटाफट नाऱ्याळ फुटलं. उदबत्ती लावली. कापूर लावला. मोठ्या भक्तीनं देवाला हात जोडलं. सटवाय आनायला बा इसारला व्हता. काय करावं मोठं कोडं पडलं. शिऱ्यानं सांगितलं,

"आरं बापू, त्येला काय व्हतंय? ह्ये पूज मंजी झालं." तात्यानं चार आन्याचं नानं दिलं. बानं त्याला हळद-कुकू लावलं. 'आई सटवाई' करीत ते मांडून ठिवलं; तेवढ्यात रानातला कोला वरडला. अंगावर काटा आल्यागत झालं. मी देवाच्या बाजूला सरून मानसांच्या मदी बसलू.

आप्पानं बोकाड आडवं पाडलं. सोऱ्यानं लावायचं[६२] असतं. बानं जिज्याला सांगितलं. तेवढाच सोयरा आला व्हता. जिज्यानं बोकाड लावलं. रगात भळाभळ सांडाय लागलं. रक्ताची पयली चिपळी सुटली, ती अंदारात बानं धरली, देवाच्या म्होरं शिपली. बोकडाचा जीव गेला आन् शिरप्यानं कातडं काडलं. मुडी, खुरा देवाम्होरं ठिवल्या. जिज्यानं आन् तात्यानं दगड मांडलं. आप्पानं अंधारातच काट्या गोळा केल्या. पेटवल्या आन् जाळ झाला. तवा जरा बरं वाटलं. आता चांगलाच उजेड पडला व्हता. गार वारं अंगाला झोंबत व्हतं. मी चुलीकडं सरलो. आता जरा ऊब लागत व्हती. मानसं आपसांत गप्पा मारीत बोलत व्हती. लांब गावाकडं कुत्री भुकत व्हती. शिरप्यानं सारं मटान चुलीवर घातलं. आप्पानं भाकरी केल्या. बा भाकरी भाजीत व्हता. साऱ्यांचं ध्यान कवा शिजतंया ह्याच्यावर व्हतं. जिज्या म्हणाला,

"कवळं हाय, आत्ता शिजंल. जरा सुपारीचं खांड टाक. पाटीला यळ लागत न्हाय!" बानं सुपारीचं खांड आदनात टाकलं. जाळ ढणाढणा चालला व्हता. पोटात कावळं वरडत व्हतं. बानं खोबरं चेचलं.

"नानीला संगं आनलं असतं तर?"

---

६२. सोऱ्यानं लावायचं – व्याह्यानं बकरं कापायचं असतं.

मी इचारलं, तसा बा समजावनीनं म्हनला,

“अरं, बायकांनी यायचं नसतं. देवाला चालत न्हाय!”

सारं गडीमानसंच करीत व्हती.

मटान शिजलं. काळजाचा देट दोऱ्याला बांधून आदनात घातला, त्यो काढला. पितळीत भाकरी, मटन आन् काळजाचं घड घातला. तांब्यात पाणी घेतलं आन् खालतं तोंड करून बानं निवद दावला.

पितळ्या चारच होत्या. दोगं-दोगं चौगं-चौगं पितळी बगून बसलो. कोरड्यास लई तिकाट झालं व्हतं. शिरपानं निवदाला आनलेला परसाद सगळ्यांस्नी दिला. मला रातचं जायचं म्हनून परसाद दिला न्हाई. सारीजनं बाटलीतली दारू प्याले अन् पितळ्यावर पितळ्या रिकाम्या व्हायला लागल्या. बरबाट चांगलं झालं व्हतं. तिकाटं हू म्हणून घातल्यालं. सारं संपवायचं. मागारी न्ह्याचं न्हाय. नुसती सागुतीच खाल्ली.

मंडळी वाटंत काय बोलत व्हती! फाजील आन् इचकाट. गडी घोरात आला आन् बायनं कंबर काढून घितली, शिऱ्या रंगात येऊन सांगत व्हता. मला समजत नव्हतं. सारीजनं हसायचे. मीबी हसायचो; पन ‘गडी घोरात आला’, म्हंजी काय? गप्प बसून जेवत व्हतो. एकटाच सुदीत व्हतो. बाकी सारी जनं ल्हास व्हते.

जेवनं झाली. बानं राहिलेलं पुसून टाकलं. दिव्यातलं त्याल संपत आलं व्हतं. बानं घाई केली. सारं सामान गुंडाळलं आणि मंडळी धडपडत वाटंला लागली. शिऱ्याला लई चढली व्हती. त्याला आप्पानं धरलं व्हतं. म्होरं तात्या, त्यांच्या मागं जिज्या. आमी आलू तसं माघारी निगालू. आमूसेची रात, शिऱ्या आन् आप्पा खाचरात धडपडले. ‘आगं आये आये’ करीत उठले. बा ‘सावकाश चला’ म्हणून हुकूम सोडीत व्हता. मला अजिबात दिसंना. भित आंधळ्यागत डोळं सताड उगाडलं, तरी दिसत नव्हतं. बानं मला उचलून खांद्यावर घेतलं आन् आमी वड्याच्या काठाला आलो, तसी भराभरा सारीजन पाण्यात उतरली. भांडीकुंडी सोडली, तर सारं भिजावलं. आंघुळी केल्या. मला नागवा केला. नशीब! आंघूळ घातली न्हाय; पर थंडीनं दात वाजत व्हते. अंगावर गुंजभर कापड नव्हतं. रात बरीच झाली व्हती; पर झोप उडाली व्हती. पेंग यायचा आन् थंडीनं पळायचा.

वल्या अंगानं सारीजनं धडपडत, उठत-बसत माघारी बिऱ्हाडाला आलो. साऱ्यान्ला पांगरायला, हातरायला नव्हतंच. अंगावर वली कापडं. बानं धोतार फाडलं, साऱ्यान्ला धडपं वाटलं. सारीजनं धडप नेसली, आन् खुंडा घालून पाय पोटाला घिवून झोपलं. मी पोत्याच्या कंठाळीत घुसलो तवा जरा ऊब आली. ऊब आली, तशी डोळ्यांवर झापड येऊ लागली. बाकीच्यांनी काय पांगारलं कुणास ठावं? बा, मी झोपलो, तरी बडबडत व्हताच.

दिस उगवायचा व्हता. पाखरं वरडत व्हती. डांबरी रस्त्यावर वर्दळ वाढली व्हती. मासळी घिवून मासळीची गाडी गेली, की मासळीचा वास सुटत होता. दूधवाल्यांच्या सायकली, पाव-बटरवाला पोरगा. रस्त्याच्या जिवात जीव येत व्हता. बानं फोकाचा चुरा चुलीत कोंबला. च्या केला. एका आन्याचं दूद घेतलं. च्या झाला. सारी पावणी मंडळी च्या पेली आन् आल्या वाटेनं मागारी गेली. आमी मुक्काम हलवला. बाच सारी आवराआवर करीत व्हता. बिराड कंठाळीत भरत व्हता. तारांबळ उडाली व्हती. आमच्यावर खेकसत व्हता. आईनं बाळाला पाठीशी धडप्यात बांधलं. कासुटा घातला. लांबनंच देवाच्या पाया पडली. बानं आमाला गाढवावर बशिवलं. आप्पा-तात्याची बिऱ्हाडं बरोबर आली न्हाईत. तात्या दुसऱ्या दिवशी कुणाच्यातरी गावाला जाणार व्हता. आप्पा येगळ्या गावाला जाणार व्हता. आमी एका गावाला. आप्पा म्हणत व्हता,

"दिवाळीच्या आदल्या दिशी न्हाईतर रामजतरंला मी निरगुडीला यीन."

तात्या त्याच सुमाराला निरगुडीला येणार व्हता. आमी आगंमागं त्याच सुमाराला जानार व्हतो.

त्यानंतर महिना-सव्वा महिना आमी कोकनात राहिलू असू. वळनं, इकनं, रात-रात काम करनं, आई-बाची भांडनं, आमच्यावर खेकासनं, समजावनं, चाललं होतंच. सांच्याला बा वळाय बसला, की बिनचुकता मला अभ्यासाला बसवीत होता. मी माझ्या आकलंनं लिव्हत होतो. वाचीत व्हतो. एक-दोनची उजळणी, शंभरपातुर बाच म्हणायला शिकवीत व्हता. दोन इसा, तीन इसा करीत-करीत अभ्यास चालला होता. मध्येच एखाद्या दिशी बाला बेवडा राकीस[६३] करायचा. आई काय बोलायची न्हाय. तिला बा काय बोलू द्यायचा न्हाय. 'रांड, तुझ्या आईची गांड' हे चालू होतं. उरात रगात पडस्तवर आई-बा राबत व्हते.

आमी खारपाड्यात. पोट भरायला बिनभिकारांची कोकणात गर्दी उसाळली व्हती. आमच्या बिऱ्हाडाशेजारी जोश्यांचं बिऱ्हाड उतारलं व्हतं. नवरा, दोन बायका असा तिगांचा संसार फिरत व्हता. रोज सांची तिगांची भांडनं ठरलेली असायची. नवरा रोज बेवडा हानत होता आन् रात जागवीत व्हता. बाया डोस्क्यावर पाटीत जरमलीची भांडी भरत होत्या. साकरंवर मोडतोड करीत सारा दिस उनातानात पायांत भवरा बांधून हिंडत होत्या. ह्यो गडी नेमानं सकाळी आंघूळ करायचा आन् कपाळाला गंद लावून 'भविष्य सांगनार... जोतीस सांगनार' करीत हिंडत व्हता.

सांचा बासंगं बसायचा. बा त्याला भविस सांगायला लावायचा. त्यो हसायचा आन् खुशीत आला, की म्हणायचा, "आरं बापुदा, आसं भविस सांगता आलं

---

६३. राकीस – राक्षस.

आसतं तर पारी आन् सरी कवर मला टाळत्यात, तेच मला सांगाया आलं असतं की, आरं, तू वळतुयास कशासाठी? पोटासाठीच का न्हाय? आमी पोटासाठी सुताला धरून सरगाला जातो. मानसाच्या चेऱ्यावरनं हेरायचं. फसतंय, आसं ध्यानात आलं, की फसवायचं. तू कशी कांबीवर कांबी रचीत जातूस, तसंच हाय. घरात गेल्याबरूबर दारात बसायचं. पानी मागायचं. पानी आनायला बाई गेली, की घर निरकायचं. घरात चेंडू आसला, इटी-दांडू असला, वलणीवर बारक्या पोराची कापडं आसली, मोठ्या मानसांची कापड वाळाय घातल्याली आसत्यात, त्याच्यावरनं घरात मानसं किती आसत्याल? लहान मुलगा, का मुलगी आसंल... घरात फुटू आसत्यात, त्येंच्यावरनं नवरा, बायको आन् आनकीन किती मानसं आसत्याल... सारं हेरायचं. जाळं लावायचं. फसतंय आसं धेनात आलं, की दोऱ्या आवळत जायचं. घरची कळा धेनात आली, की बोलायचं. परतेकाच्या जलमात एकदा तरी आजार आसतोच. घरात कुरकूर आसतीच. ह्याच्यावरनं म्होरं जायचं. मानसाच्या बोलण्यातनं सारं समाजतंय. त्याला धरून बोलायचं. आमच्यातबी लई जाती हायत्या.''

आन् असंच काय-काय सांगीत बसायचा. सयपाक झाला, की पारी-सरी हाका मारायच्या, मग 'रांडा बोलावत्यात. घटकाभर बसू द्याच्या न्हाईत,' करीत उठायचा. सारका बिड्यावर बिड्या फुकायचा. खोकल्याची उबळ आली, की छाती दाबायचा. खोकत-खोकत उठायचा आन् जाऊनशान लवंडायचा. आई-भनीवरनं सारकं शिव्या द्याचा. पचापच थुकत राह्यचा. बाया लई राबायच्या.

आमी पेनंत राहत व्हतो. रस्त्याच्या कडंला वडाचं मोठं झाड व्हतं. त्या झाडाखाली आमची बिऱ्हाडं उतारली व्हती. आमच्या मागून आलेली चार बिऱ्हाडं आमच्याच जातवाल्यांची व्हती. आई-बा त्या बिऱ्हाडातल्या मानसांसंग बोलत बसायचे. मला खेळायला दोस्त मिळाले. लई आनंद झाल्याला; पन ही मानसं कोन लागत्यात, ते माहीत नव्हतं. मी आईमागं चिमट लावली व्हती. सारी मंडळी आईकडनं नात्यातली व्हती. त्यानं बाच्यावर आईचा लई ऊर भरून आला व्हता. ती लाडानं मला एकाएकाची वळक सांगत व्हती. कुनी मामा, कुनी काका, काकाला स्वाटू आन्... काकीला स्वाडमा... म्हनायला आईनं सांगितलं. आन् बगताबगता ती आल्याली नवी बिऱ्हाडं निरगुडकरांच्या बिऱ्हाडातलीच झाली; आन् कैक दिस ती संगट फिरली.

त्यात मारतीमामा एक माझा मामा व्हता. गडी तरणाबांड केळीच्या खुटावानी आन् देकना बी तेवढाच. मला वाटायचं, आयला, ह्यो मानूस काय आपल्यातला दिसत न्हाय; पण मामाच लागतुया तवा... लई बरं वाटलं. त्याची नजर तर कावळ्याच्या नजरंवानी सारकी कायतरी हुडकत असायची. मी आपसूकान त्येच्याकडं बगत बसायचो! त्यो फोका चिरत बसला, वळत बसला, की मी तिथं जायचो; पण

त्यो लई हिडीसफिडीस करायचा.

त्याची बायकू पारी. मी तिला पारुमामी म्हनत व्हतो. आता ती समीपेक्षा माजा लाड करायची. त्यानं ती मला आवडायची. बाई भयान देकनी व्हती. गुरीपान, उभ्या चवळीच्या शेंगेवानी. नुसती वाऱ्यागत चपळाईनं हलायची. माझ्या आईला आठ-आठ दिस अंगाला पानी मिळायचं न्हाय; पण पारुमामी तर रोज आंगुळ करायची. तिनीसांजा न्हाय तर फटफटीत व्होताना रस्त्याच्या कडेलाच न्हायची. ती न्हाया बसली, की घारी-गिदाडावानी तरनी पोरं उगाच आमच्या बिऱ्हाडाकडनं हुंगायची. ह्याचा भाव काय? आन् ह्याची किंमत काय? बा लई चिडायचा. चिडला की म्हनायचा,

"देनं कुसळाचं आन् झवनं मुसळाचं... तुला घ्याचं, तर बोल. न्हायतर मी रिता न्हाय. जा... बाबा, जा!"

म्हनून हाकून लावायचा. ती तर आंगूळ कराय लागली, की मारतीमामा नुसता दातव्हट खायाचा.

"अय निन गांमक खेदचा ह्याचा!"

(ये, तुझ्या आईला गाढव लावला, तू बामनीन हाईस का आंगाला गू माखलाय. सारकं आंगूळ करतीयास ते.)

म्हणून लई शिव्या द्यायाचा.

असंच एकदा तिनं आंगूळ केली आन् बिऱ्हाडातला आरसा घिऊन केस इचरत व्हती. मारतीमामा असला, की ती नुसती केसाचा बुचडा बांधायची पन् त्यो नसला की फनीनं केस इचरायची. आईबी तिला लई नावं ठेवायची.

"आपुन गरीब माणसं, कुठंबी ऱ्हानारी. ही बाय आपल्या भावाच्या जिवाला तात लावंल,[६४] तवा ऱ्हाईल." असं काय-काय म्हनायची. मला कायच समजत नव्हतं. ती केस इचारती हे लांबनंच मारतीमामानं बघितलं आन् गड्यानं, कुत्र्यानं झेप घालावी, तशी झेप घेतली आन् पारुमामीला खाली पाडून तो तिच्या उरावर बसला. हातातल्या आरशानं तिचं त्वांड-त्वांड हानायला लागला. आरशांच्या फुटक्या काचा लागून तिच्या गालाला रक्ताचा लोट लागला. ती बोंबलत व्हती. आई-बा आन् सारी मानसं मदी पडली. सोडवलं. तिला लई लागलं व्हतं. नवरा-बायकोची भांडणं. कोन काय करणार? तो म्हणत होता.

"कांट आरकाकी, काटं कापून ठेवणं... लई वाणी उदमीन झाली व्हय?" आन् असंच काय-काय. त्यो तिला आंगूळ करू देत नव्हता. केस इचरू देत नव्हता. 'घानीत राह्याचं. घानीवानी ऱ्हावा. लई तालीवारावानी करू नगं. रस्त्यावरची मानसं आपून, कुनीबी येत्यात-जात्यात, कुनाचं ध्यान गेलं तर?'

---

६४. जिवाला तात लावंल – जीव संकटात घालील.

त्यांची दोगांची सारकी भांडणं चालायची. मामा काय मामीला नजरंआड करायचा न्हाय. ती धुवायला गेली, तर ह्यो मागं हायच. फोकाला जाताना संगं... इकायला जाताना संगं... एवढंच काय, ती लघवीला गेली, आन् जर येळंवर आली नाय, तर 'हिच्या आईची गांड ही कुठं जाऊन बसली,' म्हणत लगीच जायचा. आई त्याला म्हनायची,

"मारतीदा, आव सग्गरक होना की निन त्येनी येतक्युनी होग्य बा!"

(ती हागायला गेली की तू पानी घिऊन जात जा. आरं, ती कलीत[६५] हाय. लाज आबरूची हाय. एवढं तिला सोनं लागलं व्हय, ते खुडून खात्याल?) आन् सारी हसायची. मामा जरा नरमायचा; पण जरा कुठं गेली की गडी लगीच कावरायचा.

आमची बिऱ्हाडं चार-दोन दिसांत हलणारच हुती. मारतीमामा आन् मामी दोगंबी मागारी जाणार हुती त्येंच्या गावाला. आन् एका रातीला पारुमामीच्या अंगावर आभाळ कोसळून पडलं. आमी सारीजनं जेवून झोपलू होतो. निमी रात झाली आसंल. काळूक पडला व्हता. आन् पारुमामी आरडत-वरडत-बोंबलत पळत येत हुती. सारी बिऱ्हाडं जागी झाली. 'अलयदग्यो' (आरं! उठा उठा) म्हनत सारी भराभरा उठलो. एकच कालवा झाल्याला. 'अल् मिदास'[६६] (काय झालं-काय झालं?) एकच गलका. पारुमामीचं त्वांड धडप्यानं बांधल्यालं व्हतं. ती सांगत-बोलत नव्हती, नुसता जिवाचा आकांत मांडला व्हता. जमिनीवरची माती तोंडात घालीत व्हती. पायाच्या टाचा घाशीत व्हती. डोस्क्याची केसं तोडत व्हती. तोंडानं मारून घेत व्हती. साऱ्यांस्नी वाटत व्हतं, मारत्यानंच हानलीया वाटतं; पण त्यो तर नुसता भात करापल्यागत उभा ऱ्हायला व्हुता. कुनी तिला शिवतबी नव्हतं. तिला शिवायचं नव्हतं. ती आज एकलीच झोपली व्हुती. शेजारीच मारतीमामा झोपला व्हता. त्याला काय म्हाईत नव्हतं, आन् ही बया नुसतीच बोंबलत व्हती. आकीर आई आन् सरीनं तिला धरली आन् आमच्या भाषेतनं इचाराय सुरुवात केली. साऱ्या बिऱ्हाडातल्या बायांनी तिला बाजूला नेली. सारे बापे एका बाजूला बसले. तिला भुतानंच धरलं आसंल, असा बाचा कयास व्हुता. मी आईच्या पदराला धरून बायकांत बसलो व्हुतो.

लई येळ गेला आन् पारुमामीचं वराडनं संपलं. मुस्करत-सुस्कारत तिनं सांगितलं. भेदारली व्हतीच. हातापायांचं कापरं झालं व्हतं. ती म्हटली,

"मी पोत्यावर झोपली व्हुती. झोप चांगली लागली व्हुती. आन् काळानं डाव साधला..."

आन् पुन्हा रडायला लागली. बाया पुन्हा खोदून इचारायच्या. ती पुन्हा म्हटली,

---

६५. कलीत हाय – समंजस आहे.

६६. अल् मिदास – आरं, काय झालं?

"म्या बाहेरची हाय म्हटलं, तरी सोडली न्हाय..."

पुन्हा रडू लागली.

"दोगं-चौगं व्हुतं... म्हाईत न्हाय. झोपंतच मला उचाललं आसंल. मी जागी झाली तवा माझं त्वांड बांधल्यालं व्हतं आन् मला दोगा-चौगांनी उचलून चालवलं व्हतं..."

आन् पुन्हा रडायला लागली. त्या तिकडं अंधारात बोट दाखवून ती सांगत व्हती...

"लई जुलूम झालं, गो! आला गावा मितशय्योट!" (आरं बाबा, आता काय करू) म्हणून रडाय लागायची.

"लई कळा सोसल्या... लांडग्यांनी सोडली न्हाय. देह्याचं फुटाणं झालं!" असं काय-काय म्हणायची आन् भवतल भरतलून रडायची.

आता साऱ्यास्नी समाजलं व्हुतं. तिला बायांनी धरून ठेवली व्हती. ती सारका म्हणत व्हती,

"नांक सागोटगू' (मला मरू दे. आता देह्याला ठिवाचं न्हाय.) आन् उठून पळायची. बाया धरायच्या. तिला गडी कोन व्हतं, माहीत नव्हतं. सांगता येत नव्हतं.

आईनं येऊन बाला आन् मारतीमामाला सांगितलं, तसा मारतीमामा गडाबडा लोळाय लागला.

"रांडंच्या गांडीनं तमाशा केला. मला वाटतच व्होतं... ही शिंदळ नांदायची न्हाय. आपलं नाक कापलं," आन् रडाय लागला.

त्याला बाप्यांनी धरला. समजावला.

दोगांनी आक्की रात जागवली.

मामाचा लई दिसांचा संशय होता. 'देकनी बाईल नव्हं आपली,' म्हणून फडाफडा तोंडात मारून घेत हुता.

कैकाड्यांच्या बिऱ्हाडावर लई कालवा झाला. मानसं जमाय लागली. फटफटीत झालं होतं.

"आता हितं राहण्यात सानपन न्हाय..." बा म्हणत होता, "ह्यास्नी सोडून चालायचं न्हाय. काय करावं?"

सकाळ झाली, तसं मारतीमामा मामीकडं बघून म्हनला,

"आता आपल्या वाटा वायल्या झाल्या. तुजं त्वांड कुठंबी काळं कर. माजा संबंध न्हाय. सारी आबरू नाशिवलीस. आता देसूधडीला लागलूयाच. तूबी लाग." म्हनत बिऱ्हाड बांदाय सुरुवात केली.

पारुमामी उठून निगाली. आता काय करतीया, हे बगायला आई-बा मागं-मागं गेलीत. आमी बिऱ्हाडावर बसलो. सारी मोठी माणसं दोगांच्या मागं गेली व्हती. मामानं

पारुमामीला नेहली न्हाय. 'भोग, रांडं, कर्माचा भोग!' म्हनत गाडीनं निगून गेला.

पारुमामी येड्यावानी धा-पाच गावं आमच्या बिऱ्हाडासंगं फिरली. जेवायची न्हाय. खायची न्हाय. जवा बगावं, तवा रडायची. आई-बा तिच्यासंगं फटकून वागायचे. एका रातीला ती निगून गेली. कुठं गेली, कुनाला ठावं? चुकल्या-चुकल्यासारखं वाटत व्हतं. आई तिला लई निसूक[६७] शिव्या द्यायची. काय झालंय, ते समजत नव्हतं; पन कायतरी वाईट झालं, येवढंच समजलं.

म्होरं बऱ्याच दिवसांनी काळूबायच्या जत्रंत पारुमामीचा बा आईला म्हनत व्हता, "ती माझ्याकडं आली व्हती; पन तिला याड लागलं व्हतं आणि त्यातच ती खितपून-खितपून मेली. मरतानासुदा सारकं बडाबडा करीत व्हती. नुसत्या शिव्यांचा तडाका लावायची. मी पंचात मारत्याला वडनार हाय!"

मारतीमामानं दुसरं लगीन केलं व्हतं; पण आई म्हनायची,

"भिकारानं गरतीवानी[६८] ऱ्हावं. तमाशातल्या नाचनारनीवानी नट्टापट्टा करून वागू न्हाय. न्हाईतर पारीवानी हुतं."

आन् खरंच आईनं डोक्याला कदी फनी लावल्याचं मी पाहत नव्हतो. बा तेवढं नेमानं आंगूळ करायचा. त्येला देवाला पानी घालायचं असायचं आन् त्यानं आंगूळ केली नसली, की मला आंगूळ करून देवाला पानी घालावं लागायचं.

असंच कोकणातनं घराकडं जायची तयारी सारी जण करीत व्हुते. आपल्या जवळचं तांदूळ इकून पैका करत व्हते. आन् चार-दोन गावं करून निगायचं होतं. भाताची खाचरं रिकामी झाल्याली, सुगी संपत आल्याली. गिराईक इचारत नव्हतं. परतेकाचं ध्यान घाटावर लागलं व्हतं. बिऱ्हाडं मागारी फिरनार व्हती.

आमच्या बिऱ्हाडापासनं बरंच लांब एक देऊळ व्हतं. त्या देवळाच्या आडूशाला एक पिंगळा जोशी राहत होता. पिंगळा वराडल्यावानी त्यो वराडायचा; पण दिवसाचं वरडायचा न्हाय. एका हातात खंदील घेतलेला आन् दुसऱ्या हातात घंटी घेतलेली. घंटी वाजवत निम्म्या रातचं त्यो बाहेर जायचा. झुंजमुंज होताना ह्यो ज्याला दिसंल, त्याला चांगला दिस जायचा. दिस चांगला जावा म्हून ह्या पिंगळ्याला भेटंल त्यो पैसं द्यायचा. कुळवाडी धान्यबी द्यायचे. ह्यो 'त्याला बरकत येऊ दे' म्हनत आवकाश[६९] चिंतत म्होरं जायचा. मधीच पिंगळ्यावानी वरडायचा.

ह्या जातीच्या नशिबाला लई भटकंती असायची. आमी निदान चार-दोन दिस

६७. निसूक – घाणेरड्या

६८. गरतीवानी – पतिव्रता बाईसारखं

६९. आवकाश – आशीर्वाद, आयुष्य.

एका गावाला ऱ्हायचो. ह्यांचं लई न्यारं. हे नाथपंथी का काय म्हनायचे. दिस उगावला, की भीक मागायची ऱ्हाई. कुणी दिली तर घ्याची ऱ्हाय आन् एका रातीपेक्षा एका ठिकानी राह्यचं ऱ्हाय.

तर ह्यो पिंगळा, चार-पाच पोरं आन् बाईल. तिला तो सारखा रांडीचे म्हनायचा. ती अशी दोनपारी त्या देवळाजवळ उतारली. दुसऱ्या दिवशी सकाळी पिंगळ्यानं बरीच झोळी भरून आनली व्हती. आता दिसभर कामच ऱ्हाय... मग कुठं मासं बग, कुठं खेकडं बग... चुलीचं जळाण बग, असं करत बसायचं. ऱ्हायतर गांजा वढत उतारला असंल, तिथं बसायचा. आता दुसऱ्या रातीला दुसऱ्या गावाला जायचं; पण ह्याला कनकनी भरली व्हती. तापानं नुसता फुलला व्हता. बाई घाबरून गेली व्हती. ती बाकडं आली. आमच्या बिऱ्हाडातनं अंगारा नेला. बानं उतारा सांगितला. त्यो टाकला; पन काय उपेग हुईना. उतार पडेना. सारी पालं काळजीत व्हती. बाईल एकलीच; पन धीराची होती. तिला बानं कायतरी झाडपाल्याचं औषध आनायला सांगितलं आन् कडूसं पडताना ती आली. मी आमच्या बिऱ्हाडावर चुलीला पाय लावून बसलो व्हतो. उबीनं बरं वाटत व्हतं; पन धुरानं डोळ्याला धारा लागायच्या... काटकं पेटत नव्हती. नुसती धुपायची...

तेवढ्यात पिंगळी पळत-पळत औषध घिऊन आली आन् तिच्या बिऱ्हाडावर गेली. ह्यो अगूदरच तापल्याला. त्यात बाईल दिस गेल्यावर आली! बाबा खाड्कन उठून बसला, आन् "रांडं! उडंगे! तुझ्या आईला गाढव लावतो. कुठं शेण खाल्लीस?" म्हणत अंगावर गेला. बाई धीरानं त्याला खाली निजवीत झाडपाल्याचा रस त्याच्या तोंडात वताय लागली; पण म्हातारा काय पीना. "आगो, रांडे! आता संबंध काय उरला? ...ऊठ ऊठ! माझ्या म्होरं थांबू नगंस! म्हातारपणात चळ भरलाय गो तुला!" म्हनून औषध सांडून दिलं.

बा चिंतागती झाला व्हता. काय झालं, ते समजंना... बानं त्याला औषध दिलं तर घिईना.

"मी मरू दे मेलो तर! मरू द्या! रांडनं तोंडाला डांबूर फासलं गा!" म्हनून किंचाळाय लागला.

तिनीसांजंचा बकूत, माणसं जमाय लागली. आमचं बरं असतं. आमी काय वाटलं ते आमच्या भाषेत बोलायचो. पिंगळ्याचं असं ऱ्हाय. त्यो म्हराट्यावानी बोलायचा. माणसं हसायची. बाईल अगदी काळीठिक्कार पडली व्हुती. आईनं तिला इचारलं, तवा तिनं भोकाड पसारलं. ती सांगत व्हुती, आमच्यात दिस बुडायच्या आत बिऱ्हाडावर यावं लागतं. ऱ्हायतर बाई वाईट चालीची म्हणत्यात. हयात ह्यांच्यासंगं काढली. हाड आन् हाड ह्यानं चेचलं आन् वर त्वांड करून निगाला व्हुता, म्हून गेलो. ह्या दादानं सांगितलं औषध आनायला. तर ह्यो माजी शंका

घितुया. आता चळ भरलो काय?

बाईनं पोरं घेतली. चुलीत पाणी वतलं आन् पचापचा थुकली आन् तशीच निगाली. आईनं अडीवली. तवा, "त्याच्या शेमण्यात रग हाय. दुसरी करू दे. चार कच्चीबच्ची कशीबी जगीवतो," म्हनाली आन् झनक्यात निगाली.

आता म्हाताऱ्याच्या डोक्यात उजेड पडला. त्यो मोठ्यानं नुसतं "अगे, रांडे कुनाखाली निजलीस? मले सोडून कुठं चाललीस?" करीत वरडाय लागला. आयला, मजाच हाय. मी ऐकत बसलो व्हतो. मगा ही त्याला बिलगत व्हती, तर ह्यो फुगला व्हता. आता ही निगाली, तर ह्यो बोंबालतुया.

जशी-जशी रात वाडाय लागली, तसतसं म्हातारं वरडाय लागलं. बिचारी म्हातारी आन् चारी पोरं मागारी आली. आता ह्याची मिजास उतारली व्हुती. इजावलेली चूल पुना आमच्यातला इस्तू नेऊन पेटावली. चार दामटं केलं आन् पोरास्नी, म्हाताऱ्याला घातलं. आता त्यो नरामला होता. मुकाट्यानं जेवला आन् सकाळी त्यांनी आपलं बिऱ्हाड हलवलं. जाताना म्हातारा बाकडं आला. निगतू म्हनला. "तुझ्या औषधानं बरा झालू. बाईल लई चांगली हाय, म्हून खातुया. दादा, भेटलास म्हंजी वळुक ठीव. आमी तकडचं, कोलापुराकडचं हाय. दर वरसला येतू"... म्हनत निघून गेला. बाईल आन् पोरं संगट होती. एका पोराला खांद्यावर घिऊन बाईल म्होरं चालत होती आन् ह्यो पाठीला बिऱ्हाड बांदून मागनं चालला होता.

भादव्यात पोट भरायला भाईर पडल्याली कैकाड्यांची बिऱ्हाडं कार्तिकात जिजुरीला जमायला लागायची. कुनी पुन्याकडनं, कुनी मावळातनं, कुनी शिरवळावरनं, लोनंदाकडनं जमा हुयाची. सारी वळकीपाळकीची, पावनं-रावळं, ईन-इवाय[७०] गळ्यात पडायचं, डोळंभर बगायचं ते जिजुरीत, लगीनयाव जमायची, सुपाऱ्या फुटायच्या. पोरींच्या मालकाला भाव असायचा.'माझ्या शाम्याला दे', 'माझ्या लाल्याला दे', 'माझ्या इल्याला दे' असं चालू असायचं.

रस्त्याच्या कडंला बिऱ्हाडं थाटून, देवाचं दर्शन घिऊन बेलभंडार उधळून, भंडारा उचलायचा. आनाभाका घियाच्या. पोरी जमवायच्या. सारं भावबंद सुगी करून आल्यालं असायचं. खिशात चंदी असायची. खारी आन् काळ्ळाचा (मटन-दारू) बार उडवायचा. बिनभिकारं चिक्कार जमायची. वैदांच्या पालावर कैकाडी जायचा न्हाय. कैकाड्याच्या बिऱ्हाडावर वैद यायचा न्हाय. कशाला शिवायचा न्हाय. वैद काय बी खात्यात. मांजरं, बोकं धरून, खारुट्या धरून भाजायचे. खिखांजल्यावानी[७१]

---

७०. ईन-इवाय – व्याही, विहीण

७१. खिखांजल्यावानी – अभक्ष भक्षण करीत असताना, खारोटी भाजताना तिच्या केसांचा घाणेरडा वास येतो, त्याला खिखांजलेला कसनुसा वास म्हणतात.

कसनुसा वास सुटायचा. सारी माणसं नाकाला, त्वांडाला हात लावायची अन् वैद, माकडवाली बिऱ्हाडावर कालवा करायची. आमी डुकरावर फड[७२] करायचू तसं. सारं देवाला दाखवून.

तिसऱ्या पाराची येळ आसंल. बगली फलटणकरीन आमच्या बिऱ्हाडावर आली व्हती. ती माझ्या बाची चुलत-चुलत बहीन. भावानं भईनीला ठिवून घितली. आप्पा, तात्या, सिऱ्या, सारी भावकी जमली व्हती. भयनीचं बिऱ्हाड जवळ उतरलं व्हतं. खरं ती आता म्हायाराला आली व्हती. त्या दिशी ती आमच्या बिऱ्हाडात राहिली, जेवली, झोपली. सकाळचं झुंजूमुंजू व्हताना वस्या, शाम्या, लाल्या, नाऱ्या, सारी तिची पोरं आमच्या बिऱ्हाडात त्यांच्या आईकडं आली व्हती. बानं पावूनचार केला. भयनीला चुळी, बांगडी केली. जेवण केलं. आईनं चुळीच्या खणाला कुकू लावलं. "वइनसं वांगू" (वइनसं या)[७३] म्हणून म्होरं गेली. तशी बगडी बिगाडली.

"मी काय तुझ्या चुळी-बांगडीसाठी आलीया व्हय? माझं दार बंद झालंया," म्हनत रडायला लागली.

मला समजंना काय झालं त्ये. मी आपला सदऱ्याचा कोपरा चगळीत कंठाळीवर[७४] बघत बसलू व्हतो. तितनं उठून आईजवळ जाऊन बसलो. बगडी रडत व्हती,

"माजी वाट चालू दे. माझा उंबरा चालू राव्ह दे," असं काय-काय म्हनत व्हती. समी आईच्या मागं मातीत खीळत व्हती. बा बगडीला म्हनत व्हता,

"आया बगडी! मीदा शवोट शल, नीक गुबल्ली इल्ला, लक्षांनक श्येद्योका." (आगं बगडे, काय करू सांग...! तुला ल्येक न्हाय. लक्ष्याला करून घितली असती.)

बगडी रडतच व्हती. ती म्हणत व्हती,

"बापुदानाक, नान् वश्यानाक निना इद खांचीर इतनक ता"

(बापू, माझ्या वश्याला ही मातीत खेळतीया तिला दे.)

झालं, बा सावरला. 'बगू' म्हनला. पन् बगडी चुळी-बांगडी घिईना. बा कोड्यात पडल्यागत चिताकती[७५] झाला. आप्पा, तात्या, बा एका बाजूला गेलं. तिघा भावांनी इचार केला. समी, मी, वश्या, लाल्या मातीत खेळण्यात रंगून गेलो.

---

७२. फड – डुक्कर भाजून त्याचे मांस वाटप करण्याची जागा.

७३. वइनसं या – नणंदबाई या

७४. कंठाळीवर – रिकामे पोते दोन्ही बाजूंनी शिवून बंद केलेल्या पोत्याच्या मधोमध त्या पोत्याला नवीन तोंड फाडलं जातं व पोत्याच्या दोन्ही बाजूंना प्रपंचातल्या चीजवस्तू भरल्या जातात, त्याला कंठाळी म्हणतात. ही कंठाळी गाढवाच्या पाठीवर सहज बसवता येते.

७५. चिताकती – चिंताग्रस्त.

थोड्या वेळानं आईनं समीला हाक मारली. समी व्हती तशीच मानसांत गेली. भावकीची मानसं जमली व्हती. मदी एका पितळीत पान, सुपारी, साकर ठिवली व्हुती. तात्या समद्यासनी पान-सुपारी वाटीत व्हता. मी हात म्होरं केला. त्यानं डोळं मोठं केलं. तसा मागं सरलो. समीची मजा चालली व्हती. ती बगडीच्या मांडीवर बसली व्हती. वश्या आईच्या मांडीवर बसला व्हता. दोगान्च्या कपाळाला कुंकू लावलं व्हतं. ती दोगं आपल्यापास्नं उटून गेली आन् त्यान्ला सारी नावजत्यात, म्हनून मी अगदी कावून गेलो व्हतो.

म्या हळूच लाल्याला खुनावलं. लाल्या मानसं वलंडत आला. कुणाच्यातरी पायावर पाय पडला म्हणून कुणीतरी त्याच्या मांडीवर झपाटा हानला तसा त्यो रडतच आला. मी त्याला गर्दीत 'काय व्हतंय?' इचारलं. तसा त्यो म्हनला, "समीचं लगीन जमलंया. आमच्या वश्यासंगं." "वश्यासंगं?" मी परत इचारलं. त्यो 'व्हय' म्हनला. तसा मी रडायला लागलो. आता समी जानार, आपली समी हे दिऊन टाकनार म्हनून. सांचं पोळ्या तेलच्या[७६] झाल्या. समीचा साखरपुडा झाला व्हता. बाचा पाय ठरत नव्हता. बगडीनं चुळी-बांगडी घितली व्हती. भावकीला साखरपुड्याचं जेवान मिळालं व्हतं.

चार-पाच दिस आमी जेजुरीला व्हुतो. कितीतरी पोरांची, पोरींची लग्नं जमली व्हती. आपलं दिकून असंच जमंल. आपल्याला पुरी येतात आन् बा नगं का म्हनतुया, ते न समजून मी बावर चिडत व्हतो.

जेजुरी सोडली आन् आमी पोट भरत-भरत बाजरीच्या सुगीला खटावाकडं आलू व्हतो. खटावात लई पावनं. चार दिस राहून पुसेगाव, बुध करीत-करीत आमचं बिऱ्हाड पुना, पालवन, कुळकजाई, बुध, कळसकराची वाडी असं बारा वाड्या करीत हुतं.

कोकणात जमंल तसं शाळंत जात व्हतो. बा मास्तराच्या हातापाया पडायचा. मी चार दिस शाळंत जायचो. कोकणी भाषा न्यारी, समजायची न्हाय. बा कावायचा. घरात कज्या नको म्हणून मी शाळंत जायचो. तसी हिकडली मास्तरं न्हाईत. बा गाववाल्यान्ला वळकायचा तसा ह्यो आपला मुलूक म्हणायचा. मास्तराला टोपली, कुडूक, कनगी, उपन्या तशाच द्याचा. मी शाळंत बसत व्हतो.

बगता-बगता शिमगा जवळ आला, तसं बानं सुगी आवरली. बिऱ्हाडं गाढवावर घातली आन् निरगुडी गाठली. आकुबा मास्तरानं बाजारकरांच्याकडनं निरोप दिला व्हता. 'लक्षाची परीक्षा आलीया, बापूला सांगा.' बानं निरुपाला झेललं हुतं.

---

७६. पोळ्या तेलच्या – तेल लावून केलेल्या पुरणपोळ्या.

गावची शाळा, पोरं, मास्तर सारी वलकीची. त्यानं बुजत नव्हतो आन् आता मास्तरचं भ्या मोडलं व्हतं. महिना-दीड महिना निरगुडीला शाळंत गेलो आन् एका दिशी आकुबा मास्तरनं पयलीची परीक्षा घितली. मला लिहायला, वाचायला येत नव्हतं. एक-दोन कसंतरी काढलं असंल. आपून काय पास व्हनार हाय असं वाटत व्हतं; पर चैतीच्या जत्रंच्या आदीच बा चावडीवरनं घरी आला. मला उचलून घेतलं. बा असं कधी वागायचा न्हाय. त्यानं मला काकंला उचलून घेतलं आन् सरळ घरात देवाम्होरं निवून उतरावलं. त्यानं हात जोडलं. गुलाल लावला. काय व्हतंय, समजत नव्हतं. बा दोवाम्होरं रडत व्हता. त्याच्या डोळ्यान्‌ला धारा लागल्या व्हत्या. मला काय समजत नव्हतं. बा रड्तुया म्हणून मीबी रडाय लागलू. आमी बाप-ल्याक रडतुया बघून बारकी पोरंबी रडाय लागली. आई घरात नव्हती, न्हायतर तीबी रडली असती. बानं पोरांच्याकडं बघितलं. पोरं रडाय लागल्याती, हे ध्येनात आल्यावर त्यांच्यावर खेकासला,

"आरं, कुनी मेलं व्हय, रांडंच्यांनो, रडताया ते?"

माझं रडनं थांबलं व्हतं. बा म्हनला,

"आरं, माझा ह्यो वाग पास झालाय, पास!" म्हनत पुन्हा त्यानं मला काकंला घेतला. गालाचा मुका घेतला आन् सारा दिस भेटंल त्याला सांगत सुटला... 'माझा वाग पास झालाय... पास! आरं, वरीसभर म्हेनत घितलीया.'

आईनं तर मला दिवसभर नजरंम्होरं ठिवला व्हता. च्याआयला, दिवाळीलाबी कुणी लाड करीत नव्हतं. साऱ्या दिसाचा मानकरी व्हतो. मनात गुदगुल्या होत व्हत्या. मला तर कायबी येत नव्हतं. पन मला वाटाय लागलं, आपून आता मास्तर होणार. आपून अभ्यास करायला हवा. म्हून साऱ्या भिती नुसत्या रेगोट्यांनी भरवून टाकल्या व्हत्या.

वैशाक आला, की बाला काम नसायचं. त्यो बेंडातला ढोल वाजवायचा. आप्पा कारनेट, तात्या कलाट, आन् मी घुंगऱ्या. चार मानसं घरची. कुणाचा साकरपुडा, टिळा, बारसं आसंल की ते वाजवीत व्हुतो. म्होरं दतबाच्या बाज्यात आमी सारी गिलू.

चैतीची काळूबाईची जत्रा झाली, तशी कैकाड्यांच्या अंगात तालकालाची, चिजंची, रागदारीची, ठेक्याची आन् रेकार्डाची पिन फिरायला लागली. रेसल करायची. दत्तू म्होरं वाजवायचा. साऱ्यान्‌ला दाखवायचा. बाकीची तोंडं बाजेवाल्यामागं वाजवायची. त्येच त्ये गानं, त्येच त्ये राग बसवायचे. बा ठेका धरायचा. मी घुंगऱ्या वाजवायचो. रातरातभर हे चालायचं. कवातरी दमून मी झोपायचो. लग्नावर सामना असला की लई रेसल करायची. अगदी व्हट सुजस्तंवर. बाच्या बोटांची सालटी निघायची. घुंगऱ्या फुटायच्या. हाताला फोड यायचे; पन वाजविण्याच्या नादात ते धेनात यायचं न्हाय.

आमी रेसल करायला लागलो, की गावातली पोरं उगंच्या उगंच गर्दी करायची. कुनीतरी त्यांच्यावर चिडायचं; पन पोरं हटायची न्हाईत. रेसल झाली, की मी पोरांच्यात खेळायला जायचो. सारी 'नाच्या आला, नाच्या आला,' म्हनून हिनवायची. 'ये नाच्या! ये बेंडवाल्या!' म्हणून मागं पळायची. मला नको व्हायचं... पोरं माझा पिछा सोडायची न्हाईत. मग मी चिडायचो. आई-भनीवरनं शिव्या द्याचो. तेबी शिव्या द्यायचे. मारामारी व्हायची. लई मार मीच खायचो; पर घरी बोलायचं न्हाय. न्हाईतर पुना बाचा मार खावा लागायचा.

दिस उन्हाळ्याचं. ऊन नुसतं मी म्हणायचं. आमी लिंबाखाली न्हाय, तर चिंचंखाली गोट्या, सूरपाट्या खेळायचो. पोरं कालवा करायची. आया-बाया दोपारच्या शिव्या घालायच्या. कळवंडी[७७] लागल्यात म्हणून.

कुंडल्या म्हनला, "आपुन पवायला जाऊ. येताय का?"

मला पवायला येत नव्हतं. मी रेंगाळलो. तशी सारी गावडी माघारी आली. माझ्याशी दोस्ती करीत कुंडल्या म्होरं आला. मी पागाळलो. घरात सांगितलं न्हाय. न्हाईतर जाऊ दिलं नसतं. तसाच पोरांच्या संगं हिरीवर पवायला गेलो. मी आपला हिरीच्या काठाला बगाडाजवळ बसलो व्हतो. सारी पोरं पवत व्हती, उड्या टाकीत व्हती. कुंडल्यानं, बाळ्यानं, भान्यानं कापडं काढून नागव्यानं उड्या मारायला सुरुवात केली. कुंडल्यानं पाण्यातनं भान्याला खुनीवलं. काय-काय पान्यात बोलले.[७८] बाळ्या हिरीतनं वर आला. मुतायला गेल्यावानी गेला आन् मी हिरीत बगतुया असं बगून कापडासकट मला हिरीचं पानी दावलं. मला पवायला येत नव्हतं. मी पान्यात गेलो, वर आलो. नाकातोंडात पानी जात व्हतं. जीव गुदमरत व्हता. वरडत व्हतो पन समजत नव्हतं. गटकाळ्या खात व्हतो. कुंडल्या, बाळ्या, भान्या फिदीफिदी दात काडीत व्हते. आता आपुन मरनार म्हनून जाम घाबरून गेलो व्हतो. बऱ्याच गटकाळ्या खाल्ल्यावर कुंडल्यानं पान्यात उडी मारली. माझ्या पायाला धरला. हात-पाय हलत व्हुते. मी कसाबसा पायरीवर आलो. पायरीवरनं वर चढत व्हुतो, तेवढ्यात भान्यानं पुना पान्यात ढकाललं. मी पुना बुडाय लागलो. पुना कुंडल्यानं काडला. मी मोठ्यांदा रडायला लागलो व्हुतो. आपल्याला ही पोरं जिवं मारनार, असं वाटत व्हतं. मला असं चार-पाच येळा पान्यात टाकलं म्हनून कपाटीला धरून चिऱ्याचिऱ्यानं वर चढलो. बगाडाच्या लाकडाला मिठी मारून बोंबललो, तशी पोरं गोडीला आली.

---

७७. कळवंडी – भांडणे

७८. पान्यात बोलले – पाण्यात पोहत असताना बोलले.

"वरडू नगं! न्हाईतर, व्हंकाड्या,[७९] पुना पान्यात टाकू!" असा दम देऊ लागले.

मी मुकाट्यानं गप्प झालो. अंगातली पैरण, चड्डी भिजली हुती. तसाच वल्या अंगानं पळत सुटलो. वरडत-आरडत घर गाठलं.

उनं उतारली हुती. लिंबाच्या पारावर आई वाट बघत व्हुती. आईला बघितल्याबरीबर रडायचा आपुनच थांबलो. ह्यातलं घरी काय सांगायचं न्हाय... कुंडल्या म्हनाला व्हुता. अंगात भिजकी कापडं बगून आई मारंल म्हणून तिला बगल दिऊन घराकडं निगालो हुतो. आईनं वळाकलं व्हतं.

"आरं, मुडद्या! कुठं निगालास... तुझी डुळी मी सिनगारली![८०] म्हणत ती आली, तसा पळालो. म्होरं मी आन् मागं आई पळत व्हती. तिनं मला गाठला, हात धरला. चार-पाच कानसुलात बसल्या. 'पवायला जातुयास व्हय?' म्हनत-म्हनत व्हती. कापडं काढीत व्हती. 'तुझ्या बापाला सांचं सांगून तुला टांगायलाच लावती का न्हाय बग,' म्हनत दम देत घरी आणलं, तवा मनातनं आधीच भ्यालाला मी आनकीनच हबकून गेलो व्हतो. पन आईनं मातुर बाला कायबी सांगितलं नव्हतं.

गावात कुणाचं लगीन निघालं, की बिनभिकारांची तारांबळ उडायची. मधल्या आळीच्या तानाजी पाटलाचं लगीन असंच गाजलं. मोठ्याचं लगीन असलं, की आईला कामच काम असायचं. सारा मांडव आन् आसपासची जागा लोटायची. केर भरायची. मी तिला मदत करायचो. त्या दिशी घरात चूल पेटायची न्हाय. दिसभर दाताचं पाणी गिळत बसायचं. कवा पंगती बसत्याल असं हुयाचं. सारकं ध्यान तिकडंच असायचं. कुणीतरी पंगती बसल्या म्हणून कैकाडवाड्यात सांगायचं, आन् आमच्या हातांतल्या जरमली ताटल्या, धडपी उडवीत आमी पळत लगीन घराकडं पळायचो. लगीन घराजवळ गेल्यावर पंगतीचा पत्त्या नसायचा. पुना मान मिरवीत मागारी यायचे. आखीर पंगती बसायच्या. आमी उकिरड्याच्या कडंला लांब येगळी पंगत धरायचो. आमच्या बैत्याचं घर असलं, की आमी मालकावानी मिरवायचो. आमच्या बैत्याचं घर नसलं, की दुसरं कुनी तरी मिरवायचं. वाढपी वाढत यायचे. आमी कालवा करायचो. वाढपी निगून जायचा. लई कालवा झाला, की कुनीतरी यांच्या आईला झवलं म्हनत अंगावर धावून यायचा. आमची रेटारेटी हुयाची. आमी पळत सुटायचो. त्यो मानूस गेला की पुना जमायचो. 'दादा वाढ रे, बाबा वाढ रे'

---

७९. व्हंकाड्या – कैकाडी या शब्दाची चेष्टा. एका अर्थानं कमी लेखण्यासाठी. जसं 'म्हारड्या', 'न्हावड्या' तसं कैकाड्यांचं व्हंकाड्या.

८०. डुळी मी सिनगारली – एक शिवी - तुझ्या मढ्याची ताटी सजवली.

म्हनत असायचो. एकांदा पोक्त[८१] मानूस आनून वाढायचा. मग पितळीत लापसी, लाडू, भात, असंल ते मिळंल तेवढं घ्यायचं आन् पुना वाढ म्हनून बसायचं. पुना कुनीतरी शिव्या घालायचं.

सारं ध्यान पंगती उठण्यावर असायचं. एकदम पंगत उठायची. पत्रावळ्यांचा ढीग व्हायचा. आमच्या उड्या पडायच्या. आमी पत्रावळ्यांवर धावून जायचो. मिळेल त्यो जिनस धडप्यात घालायचा. कुत्री पत्रावळ्या चाटायच्या आत सारं उरकायचं! जमल्यालं खरकाटं धडप्यात बांधून आपसांत शिवीगाळ करीत मागारी यायचं.

दोन दिवस त्येच. दुसऱ्या दिवशी राहिलेली आमटी, भात मागायला जायचं. लापशी, भात उनात वाळवायचं. वाळून चांगलं कडंग[८२] झालं, की दोन-तीन दिस खायचं. लगीनसराईत लई येळा सयपाक व्हायचा न्हाय. साऱ्यान्ला आवतनं असायची. आपल्याला का न्हाय, मनात यायचं; पन उत्तर म्हाईत नसायचं.

जमंल, मिळंल ते खायचं. मिळंल तवा काम करायचं. असं करीत आकाड कवा सरला ते समजलं न्हाय. बा-आई सारकं राबायचे. पै-पैका गाठीला मारायचे. समीचं लगीन ठरल्यालं. फलटणकरनीनं तगादा लावल्याला. लगीनसराई संपली. सारी कैकाडी रिकामी झाली आन् बानं लगनाची तीत धरली.

लगीन जवळ आलं, तसं सारी नात्यागोत्याची मानसं जमाय लागली. गाढवाच्या दिंडीच्या दिंडी यायला लागल्या. सारा कैकाडवाडा मानसांनी भरला. लगीन आठ दिवस म्होरं हुतं, फटलणकरनीचं वऱ्हाड येऊन बसलं व्हतं. पावन्याचं जेवनखान सुरू झालं.

बघता-बघता हळदी लागल्या. हळदी लागताना बरीच बाचाबाच झाली. आमचा मामा आडून बसला हुता, त्याच्या फारदुटाचा सुल्ला[८३] मांडाय उशीर व्हत व्हता. चौदा रुपये नवऱ्याचं मालकानं मावळखंड[८४] मांडायचं. त्यो मांडल्याशिवाय हळद लागायची न्हाय, असा नेम हुता.

---

८१. पोक्त – प्रौढ.
८२. कडंग – कडक
८३. फारदुटाचा सुल्ला – फारदुटाचा सुल्ला हा कैकाडी तमिळ भाषेतील शब्द आहे. फारदुट म्हणजे माहेर. सुल्ला म्हणजे खंडणी. फारदुटाचा सुल्ला म्हणझे मावळखंड. नवऱ्या मुलाकडून मामाला द्यावयाचा त्याचा हक्क. हा हक्क दिल्याशिवाय मामा लग्नाला संमती देत नाही.
८४. मावळखंड – मामाचा मान. तो पैशात असतो तसाच धान्याच्या स्वरूपातही असतो. सव्वा पायली गहू, तांदूळ, गूळ, डाळ सारं सव्वा पटीत ठेवतात.

हळदी झाल्या. लग्नाचा दिस उजाडला. सकाळच्या पारी गुळाचा खडा, बुकी वाजवत नेली. आन् दिस कासराभर आल्याबरूबर फलटणकरनीनं ११ पायल्या फुटुल[८५] वाजवीत मांडवात आनला. नवऱ्याच्या मालकानं दोन रुपये आन् फुटुल माल गहू, तांदूळ, दाळ आणून मांडली. पंच म्होरं झालं. त्यांनी नवऱ्याच्या मामाकडनं, नवरीच्या मामाकडनं नवऱ्याच्या बापाकडं आन् नवरीच्या बापाकडं काटनमाडा,[८६] आवनमाडा,[८७] कुडतनमाडा,[८८] म्हनत-म्हनत पाच रुपयांपास्नं ५० रुपयांपोतुर पैसं घेतलं. ते पंचांनी आपल्याजवळ घेतलं.

हळदी दिवशी नवऱ्याच्या मालकानं तेल्याचं जेवान दिलं व्हतं. लग्नाच्या दिशी नवरीच्या मालकानं फुटुल आल्यावर जेवान द्याचं. साड्याच्या दिवशी[८९] पुन्हा नवऱ्याच्या मालकानं जेवान द्याचं. सारा दिस समी बाशिंग बांधून बसली व्हुती. तिला लुगडं नेसिवलं व्हतं. तिला ते झेपत नव्हतं. गुंडळून-गुंडळून नेसिवल्यालं लुगडं पायांत अडकायचं. मला कुरवल्याचा मान व्हुता. नुसता मिरवीत व्हुतो. साऱ्यान्ला नवी कापडं घेतली व्हुती. आप्पा, तात्या, बा लागंल त्याला दारू, बिड्या, पान, सुपारी देत व्हुते. चिंचंखाली, लिंबाखाली ओक चाललं होतं. ओकाळे थळभरणी[९०] घ्यायाचे. पंचांची चंगळ असायची. कुनाचा कज्जा आसला की बैठक बसायची. पैसं वसूल करायचे. दारुड्यान्ला ऊत आल्याला.

लगनाची येळ झाली तरी देवाक गेलं नव्हतं. सारीजन पिऊन ल्हास व्हते. आईचा जीव तुटत व्हता; पन् बाबी मानसांत नव्हंता. आकीर देवाक आन् नवरदेव एकदमच देवाला गेलं. मारुतीच्या देवळाच्या म्होरं नवऱ्याला खांद्यावरनं न्हेला व्हता. भाईरनंच पाया पडून खांद्यावरनं मिरवत त्यो मांडवात आनला. आकशिदा वाटल्या. बामन मांडवाच्या भाईर उभा राहून बडबडत व्हता. लोक तांदूळ टाकीत व्हते. बामनानं खुनीवलं, तसं बेंड वाजला. लोकांनी टाळ्या वाजविल्या. तवा

---

८५. फुटुल – मावळ खंडात आलेले धान्य, स्वयंपाकाचा सारा माल.

८६. काटनमाडा – मांडवखंडणी, जी पंचांना पैशाच्या रूपात मिळते. नवरीचा बाप ती देतो.

८७. आवनमाडा – पंचांना खंडणी मुलाचा बाप देतो.

८८. कुडतनमाडा – मामा आपल्या भाचीच्या प्रीत्यर्थ पंचांना खंड देतो.

८९. साड्याच्या दिवशी – पूर्वी लग्न तीन दिवसांपासून नऊ दिवसांपर्यंत लागत असत. पहिल्या दिवशी हळदी, दुसऱ्या दिवशी लग्न, तिसऱ्या दिवशी साडं. साडं म्हणजे मणी मंगळसूत्र ओवण्याचा दिवस. साडं - अक्षदा पडल्यानंतर करण्याचा धार्मिक विधी.

९०. थळभरणी – थळ. पंचायत बसायची जागा. थळभरणी म्हणजे जात पंचायतीला खर्चासाठी भरावयाची वादी-प्रतिवादीची कोर्ट फी.

तिनसांज टळून गेली व्हती.

कपाळाला बासिंग बांधून समी आन् वश्या मोठ्या मानसावानी गपचीप बसली व्हती. समी मला जवळ बसवत व्हती.

"दादा, मला लई भूक लागलीय... उपास कवा सोडायचा?"

मी पोक्त मानसावानी तिला समजावीत आईकडं गेलू. तिचा उपास साडं लागल्यावर सुटनार व्हता. साडा लागायला लई रात झाली व्हती. ती कवा जेवली कुनास ठावं? मी मातर पंगतीला बसून जेवलो व्हतो. पाच-पाच दहा-दहा जनं एका-एका परातीत पोळ्या गुळवनीत कुस्करून हानत व्हतो. सारी बडाबडा करीत व्हती. घाण वड्यार वास येत व्हता. शिरप्या तर सारका वकत व्हता आन् तरी बडबडत व्हता. "लाल्याला शिकवीन! आसंल ते सारं इकीन; पन लाल्याला शिकवीन!" असं बडबडायचा.

बा म्हणायचा,

"आरं शिऱ्या, शिकीव, शिकीव लेका! माझा वाग आवंदा पास झालाय. आता कागूद, पतार वाचील."

दोगं मांडवाच्या मेडीला टेकून बोलत बसलं व्हतं. जेनवारं[११] जेवत व्हती. आप्पा, तात्या हाय-न्हवं बघत व्हते आन् बा ल्हास झाला व्हता. त्यो सांगत व्हता,

"दगड्या म्हाराचं टपाल आलं म्हून त्यो काकाकडं गेला, तर काकानं ते पतार घेतलं आन् वाचून बाजूला ठिवलं. दगड्याला म्हनतू कसा, 'दगड्या, तेवढी लाकडं फोडून दे.' दगड्यानं सारी लाकडं फोडली आयघालीत, तवा पतार वाचून दाकिवलं. आन् टपालात लिव्हलं व्हतं, त्याची मावशी मेलीया म्हनून. आला घरी बोंबलत, आन् काय!"

शिऱ्या उचक्या देत हुंकारत व्हुता. बा म्होरं बोलत व्हुता,

"मी आमच्या दहिगावकरनीचं टपाल आलं, म्हनून रावसाब धन्याकडं न्हेलं व्हुतं, तर माज्याकडनं धन्यांनी ढिगभर वैरण कापून घालाय लावली, तवा टपाल वाचलं. लई वंगाळ आसत्यात ही कुणबाटं. तू लाल्याला शिकीव, झ्याटमारी!" आन् असंच माझं बा सांगत व्हुता. कवाकवा शिव्याबी देत व्हुता. ऐकत-ऐकत एका रकट्यावर कवा झोप लागली, ती समाजलीच न्हाय.

दुसऱ्या दिवशी पंचांनी जमल्याल्या पैक्यातनं शालगुन्ना[१२] आनला व्हता. त्याची मेजवानी झाली. दारूचा पूर आला होता. तांदळातला खडा निवडावा तसा बिन-पेलेला मानूस सोदायचा. येवढा पैका घालविला; पन आईच्या म्हातारीची

---

११. जेनवारं – जेवणावर, जेवण, जेवणावेळी

१२. शालगुन्ना – डुकराचं जवान पिलू (पुढच्या पानावर घ्या)

पोटझाकणी काय बगडीनं आनली नव्हती. दुसऱ्या का तिसऱ्या दिसी वऱ्हाड गेलं. पण वऱ्हाडासंगं समी गेली, तवा कितीतरी वेळ चिंचंखाली मी हामसून-हामसून रडत व्हतो.

आता खानारं एक त्वांड कमी झालं हुतं. पावसकाल म्हंजी जिवावरचं दुकनं. त्यात लग्नात बानं हौवसमवज केल्याली. कर्जाचा ढीग झाल्याला. घरात दान्याचा कन नसायचा. आई-बा मिळेल ते काम करायचं. मूठभर मिरच्यांसाठी दिसदिस मिरच्या तोडायची. येताना ढेसं आनायची. ढेसं उकडून खायाचं. मागून आनल्यालं, खरकाटंमरकाटं खायाचं. बाचा जीव कळवळायचा; पन पाटी-पुस्तकं घेता येत नव्हती. आकुबा मास्तरानं कुनाचीतरी जुनी पुस्तकं दिली हुती. तीच घिऊन आसंल तर खाल्लं, नसंल तर मिठाचा खडा घालून पानी पियाचं. साळंत जायाचं.

आई-बा बरोबर फिरत-फिरत आज हितं... उद्या तिथं करीत चौथी कसातरी पास झालो. आता चांगलं समजत हुतं. आई-बासंगं फिरायचं, तर शाळंचं नुकसान हुयाचं. म्हन मी आईमागं सारकं टुमनं लावलं हुतं. मी येकलाच घरी ऱ्हातू. तुमी जावा, पोट भरायला. बाला पटत न्हवतं. आकीर रामभावनं बाला सांगितलं,

"माझ्या जिवावर त्याला ऱ्हाऊ दे. मी ध्यान ठिवीन. लागलं-सवरलं बगीन."

आसं जवा म्हनलं, तवा बा तयार झाला.

आई-बा पोट भरायला गेलं. मला जवारी, तिकाट, मीठ ठिवलं. गावात मानसान्नी सांगितलं. मला बैजवार ताकीत दिली. 'घरी कुनी न्हाय... पोरांच्या कळवंडी काडू नगं... न्हायतर मारून टाकत्याल. म्हन...' आई सारकं सांगीत हुती; मला रडायला यायचं; पन दाबून धरायचो. रामभावचा मोठा आदार वाटायचा. आईनं, बानं मन दगडावानी केलं.... आन् पोट भरायला गेले.

मी नेमानं शाळंत जात व्हतो. शाळंत कांबळेमास्तर ऱ्हायाचा. शाळा सुटली, तरी मास्तरसंगं बोलत बसायचो. ते हातानं करून खायचे. मला कोरचतकूर मिळायची. कवा-कवा घरात भाकरी करायचो. भाकरी कराय नगं वाटायचं; पण भूक लागली की करायचो. लइ येळा तर बाहीरच भागवायचो. बा कुनाकडनं तरी टपाल लिव्हायचा. ते वाड्यात न्हाईतर शाळंत वाचायचो. शाळंतच कांबळेमास्तरच्या जवळ झोपायचो. शाळंत झोपायला आसल्यावर अभ्यास व्हायचा. आई, बा, समी, लली, पुष्पी, किसन्या, साऱ्यांची सारखी आठवन यायची. झोपंतनं बरळत उठायचो. दिसभर शाळा असायची. रामभाव सारकं ध्यान ठिवायचे. माझ्यासाठी गावातल्या पोरान्ला शिव्या द्याचे. म्हनून कुनी वाटं जायाची न्हाईत; पन सांची अभ्यासाला आली, की रातचं कुनीतरी रॉकेलच्या चिमनीतलं राकील वतून घ्याचे आन् चिमनीत

मुतून ठिवायचे. अगुदर पैसा नसायचा. असं राकेल गेलं की कांबळेमास्तर खंदील द्याचे. त्यांची सारी कामं करायचो. ते काळजी घ्यायचे. कुनी मारलंसवरलं, तर आदार वाटायचा.

महिन्या-दोन महिन्यांतनं बा जवारी, बाजरी, कायबाय आनून द्याचा. जाताना पैसं द्याचा. दुकानदाराला उदार द्यायला इनवायचा. मास्तरांच्या पाया पडायचा. रामभाव तर देवावानी वाटायचा. ते बाला लई कायबाय सांगायचं. बा खुलायचा आन् याचा तसा जायाचा. आता खर्चबी लई होत हुता. त्याला जमत नव्हतं; पर मला बोलायचा न्हाय. दुपारची सुट्टी झाली, की पोरं भाकरी खायाला घरी जायची. मी, मांगाचा बब्या आन् रामुश्याचा म्हाद्या पांढरीत जायाचो. गाव बागायती. साऱ्या गावाभवतनी शिवार. केळीच्या बागा, उसाचं मळं, पपया, भुईमुगाच्या शेंगा, आसं काय-काय असायचं. हिकडं-तिकडं बगायचं आन् एकएकट्यानं उसात शिरायचं. उसाचं पान हलू द्याचं न्हाय. बिनबोभाट पोटभर ऊस खायाचा आन् एकाएकानं बाहीर सटकायचं. तवर शाळा भरल्याली असायची. मास्तर बोलायचा, छड्या बसायच्या. गुमान मार खायाचा; पन बोलायचं न्हाय. केळं तर रोज दुपारी खायाचीच. हिरवी गाबुळल्याली केळं तोडायची, तवर एकानं खड्डा काडायचा, दुसऱ्यानं वला पाला गोळा करायचा आन् केळं पुरून त्याच्यावर खुनंनं दगाड मांडायचं. चार-पाच दिसानं त्यो खड्डा उकरायचा. केळं खायची. पुना नवी घालायची, आसं तिगांचं मितकूट जमल्यालं. बदलून-बदलून रोज दुपार झाली, की पाय आपुआप शिवाराकडं वळायचं.

असंच एकदा मोळीच्या नादात केळीच्या बागंत गेलो हुतो. आमचा सपाटा चालू व्हता आन् आकरीत झालं. एक बाय आन् एक बाबा बटनं लावीत खसपसत म्होरं येऊन उभं राहिलं. बब्या आन् म्हाद्या चाहूल लागल्याबराबर पळाले. मला भूक लागल्याली, मी केळी हातात घ्यायला वाकलो आन् त्यानं गांडीवर लाथ मारली, तसा उलतापालता झालो. त्यानं दुसरी कोन पोरं हुती इचारलं... पडस्तंवर मारलं. घरी कुनी न्हाय म्हटल्यावर मास्तराकडं न्हेलं. मी गप्प झालो व्हुतो. हातानं आकरीत झालं व्हतं. मास्तरनं त्याला राग जास्तवर गप केलं. मला चार-पाच रुळाचं तडाखं बसलं; पन ते तितंच मिटलं.

आखाळ्या लई करायचो. एक दिस मार बसला न्हाय असं काय हुयाचं न्हाय. 'कुतऱ्याच्या जलमाला रया असती, पर तुझ्या जलमाला रया न्हाय,' आई म्हनायची. ते आठवलं की नीट वागायचं असं ठरवायचो, आन् पुना त्याच वाटेनं जायचो.

शिमगा जवळ आला, की आठ-पंधरा दिसांत कैकाडवाड्याला मानसाची कळा यायची. मानसं भरारा यायची. शेन लावून लावल्याली कुलपं उगडायची. दारं मोकळी व्हायची. टोपली, पाट्या, कुडीक वळत बसायची. साऱ्यान्ला एक-एक

गाव बैत्यानं वाटल्यालं असायचं. ज्याला जे गाव दिलं असंल, त्यानंच या गावात जायचं. दुसऱ्यानं जायचं न्हाय. दुसरा जर कुनी तितं गेला तर सांचं रक्ताचं शिपनं व्हायचं! दांडगी मारामारी हुयाची. भावकी त्या घराला वाळीत[१३] टाकायची. त्याला पंगतीला घियाचं न्हाय, त्यांच्या लग्नकारव्यात जायचं न्हाय, त्याच्या मयतीला जायचं न्हाय. असा नेम असायचा. सद्याचं घर असंच... कैकाड्यांनी वाळीत टाकल्यालं. त्यो धुमसत राह्यचा, कलागती लागायच्या आन् त्या कलागती पंचाम्होरं याच्या. एकांदी बाई शिंदळ निगाली, तर त्ये घरबी वाळीत असायचं. वाळीत विटी फिरली की ते घर, गाव सोडायचं. आशी कैक जनांनी गावं सोडल्याली असायची. सांचं कडुसं पडायच्या आत बाईनं घरी आलं पायजे, न्हायतर नवरा तिला घरात घियाचा न्हाय. तिनं बाकडं जायाचं. तिला कुनी आसरा दियाचा न्हाय. बा घिऊन पंचात यायाचा. पंचांनी बांदल[१४] ती शिक्षा भोगायची आन् पुना तिनं नवऱ्यासंगं राह्यचं. एक-एक बाय चार-चार लग्नं करायची. एका बाईसंगं लगीन लागल्यालं. तिला सोडली म्हनायची आन् पुना तिला नांदवायची. असंबी हुयाचं.

अशीच आमची गजरा कैकाडीन हुती. तिनं फोकाचं वझं आनून टाकलं हुतं. फोकाचा बिंडा सोडून तिनं बसल्या-बसल्या चार घास पोटात घातलं व्हुतं. चार झापाचं गिऱ्हाईक लागलं व्हुतं. त्याचाच इचार करत म्होरं बघून झापाला फोका चिरत व्हुती. तेवढ्यात इठू न्हावी तिथं आला आन् म्हणाला,

"गजराबाय, माझ्या कोंबड्याला डालतीयास का न्हाय? आगं, तुझा झाप लई चांगला हाय. म्हनतुया, जरा माझाबी कोंबडा डाल तू!"

गजरा हसली आन्

"दीन, दीन! आदी खिशात तर हात घालून बग. न्हायतर कालर ताठ,आन् खिशात न्हाय झाट, आसं हुईल!"

दोगं बराच येळ बोंबलत हुती. दुपारी उनं उतारली. आमी पोरं लिंबाच्या झाडाखाली खेळून चेकाळलो हुतो. म्हन पानी ढोसायला गजराच्या मानस्यासंगं तिच्या घरात गेलो. पानी ढोसलं आन् घरातनं भाईर आलो, तसं आई दारात उभी. मी चपापलो; पन् तिला घावलो हुतो.

"रांडंच्या, गाडग्यात पानी पितुयास. आबरू कुठं घान ठिवलीस व्हय?" म्हनत मुस्काटात बसली, तसं कळवाळलो; पन् काय बोलायची बिशाद झाली न्हाय.

आमची आई सांगायची, "गजरीचा उंबरा चढायचा न्हाय, येसवा रांड. तिचं

---

१३. वाळीत – बहिष्कृत

१४. बांदल – बांधल (बांधून घालत)

त्वांड बगायचं न्हाय."

गजरा तशी दिसायला बरी, जरा सुटल्याली. उंचीपुरी. सात लेकांची आई.

आई म्हनायची,

"नवरा जिता हुता; पन शेनाच्या पवावांनी नुसता बसून न्हायाचा. आन् ही रांड गावाला वाटत हिंडायची. सात पोरं सात जनांसंगं काढल्याली हायती. त्यांच्यावर वाळीत हाय. जात त्यानला पंगतीला घेत न्हाय."

मला समजत नसायचं; पन आईसंगे इकायला गेलं, की वाटंत ती सारं सांगायची. गजरीच्या पोरांत खेळू नगं म्हनून सारकं तिचं टुमनं असायचं. तिची पोरं आमच्यातलीच; पन त्यांचं कुनासंगं पटायचं न्हाय. सारा कैकाडवाडा एका बगलंला आन् हे घर दुसऱ्या बगलंला. मयतीलासुद्धा कुनी जायाचं न्हाय. गजरीची पोरं तरणीताठी; पन जातीवर हात चोळण्यापल्याड काय करत नसायची. आईचं वागनं त्यान्‌ला बी दिसायचं! पन, बा गेल्यापासनं तिनं साऱ्यान्‌ला ह्यो धंदा करून लहानाचं मोठं केल्यालं. आईला सोडून राहावं, साऱ्यान्‌ला वाटायचं; पन जगासाठी पोरं गप्प बसायची.

एकदा रातचा आसाच कालवा झाला. म्हनून आमी आलो हुतो बाहिर तर गजरीच्या दाराम्होरं मारामारी चाललेली. पैल्यांदा वाटलं आसंल भावाभावांची. त्यात काय रोजचंच हाय; पन जरा येळानं समाजलं, भावाभावांची भांडनं न्हाईत. गजरी बाहीर निजली हुती. तिच्याजवळ थोरली सून तिच्या पोराला घिवून निजली हुती. ल्योक गावाला गेला हुता आन् ह्या सद्यानं भडव्यानं डाव साधला हुता. सद्या उंडारत फिरणारा गावातला पोळ. वरच्या आळीच्या पाटलाचा पोरगा. गजरीकडं सारखा येऊन बसायचा. बसता-बसता सासू सोडून सूनच डोळ्यांत भरली होती; पन सुनंच्या बिचारीच्या धेनात आलं नव्हतं. ती सासूजवळ झोपली आन् तिला ही खरूज उतली. सद्या तिच्या सासूला सोडून तिच्या हातुरनात घुसला व्हता. ती बोंबलली, तवा कालवा झाला. आन् तिच्या बाकीच्या दिरांनी सद्याला धरून हाणामारी सुरू केली हुती. सारी कैकाडआळी जमली व्हती; पन कुणी सोडवत नव्हतं. आकीर गावातली मानसं जमली हुती, त्यांनी कज्जा सोडीवला व्हता.

मानसं पांगली आन् मिटवामिटवी झाली. म्हून झोपाय घरात गेलू, तर रातचीच पुना बोंबाबोंब झाली. आईनं घरात शिव्या हासाडल्या; पन तसाच बाहीर आलो, तर आमच्या भाषेतनं सद्याचा भाव आपल्या आईला शिव्या देत व्हता. एक-एक जन इंगळावानी डोळं करून धावत आईला हानत हुता. आई बोंब मारीत हुती आन् ल्याक 'तुझा जीवच घेतो, म्हंजी ही खरूज बरी होईल!' म्हणत आईवर तुटून पडत हुते. सुनाबी हानत हुत्या. बिचारी गजरी आता जगत न्हाय. मी मनामदं ह्या लोकान्‌ला शिव्या देत हुतो. आन् हे ल्याक आईला मोठ्यामोठ्यानं शिव्या देत व्हते. आकीर तर, मदल्या लेकानं तिचं केस धरून फरपटत भाईर आनली आन् ह्यो मोठा धोंडा

तिच्या डोस्क्यात घालनार; येवढ्यात त्याच्या पाठच्यानं त्याला ढकालला. म्हनून न्योम चुकला, न्हायतर... न्हायतर गजरी 'राम राम' म्हनाय लागली आसती.

"तुला गाव पुरंना! आई हाईस, का कसाबीन? आता आमाला पैदा झालू तवाच का न्हायी नरडं दाबून जीव घेतलास? निदान ही आबरू तरी आशी वेशीवर टांगली नसती. तुझ्यापायी मानसातनं उठलो. कुनी सोयरीक करंना, का कुनी पंगतीला घीना, का कुनी जवळ बसवून घीना."

सारी पोरं मोठ्यानं नरडं काढून रातभर रडत हुती. गजरी हमसून-हमसून रडत व्हुती. तिच्याकडं कुनाचंच ध्यान नव्हतं. सारी कैकाडआळी रातभर जागी हुती; पन कुनी दिकून घरातनं भाईर आलं न्हाय, का इचारलं न्हाय, आसं का? गजरी असं काय वाईट वागत व्हती, समजत नव्हतं; पन ती खवीस हाय, तिची पोरंच तिला हानत्यात, तवा ती कायतरी वाईट करीत असंल, म्हनून मनाची समजूत घालीत मी झोपलो.

ह्या घरावर येवडी कडकडीत वाळीत पडली होती, की गजरीच्या पोरान्‌ला लगनाला कुणी पोरी देत न्हवतं. त्यानं तरणीताठी पोरं वाटंल त्याच्यासंगं मारामारी करायची. गावातले लोकबी सारकं पाण्यात बगायचे. कुनाच्या बांदाला म्हनून जायची सोय नव्हती. आतनं जातीचा जाच आन् बाहीरनं गावाचा जाच. गावात कुनाची चोरी झाली, कुनाचं काय कापून कुनी नेलं, की यांच्यावर आलं. पयल्यांदा ह्यांच्या घराची झडती आन् मग दुसरीकडं.

असंच एकदा झालं. खाल्ल्या आळीच्या नामदेव पाटलाच्या हिरीतल्या इंजनाचं सारं सामान कुनीतरी रातचं काढून नेलं. नामदेव पाटलानं फलटनला जाऊन पोलीस आनलं. पुलिसांचा पिंजरा आला की गावातल्या मांग, म्हार आन् कैकाड्यांच्या गांडीवर काटा यायचा. परल्या रामुश्यानं माग काढला, त्यो मात्र नेमका कैकाडवाड्याकडं आला. आमच्या अंगनाच्या म्होरं त्याला काय दिसंना. झालं. आई, बा, आप्पा, तात्या, नानी साऱ्यान्‌ला पोलिसांनी खुदून-खुदून इचारायला सुरुवात केली; पण काय ठाव लागंना झाल्यावर मात्र नेमका गजरीच्या दारात जाऊन थांबला आन् पोलिसांनी घराची झडती घेतली. घरात काय दिकून घावलं न्हाय. पोलीस आई-भनीवरनं शिव्या द्याय लागले. गजरी आन् तिची पोरं जीव तोडून सांगाय लागले; पन 'ह्यांच्या आईच्या भोकात पाय! ह्यांच्याशिवाय हे काम कुनीच करनार न्हाय!' पाटील म्हनला. पोलिसांनी चार-पाच तरन्या पोरान्‌ला पिंजऱ्यात बशिवलं. तसं गजरी आन् सुनांनी हातापाया पडायला सुरुवात केली. रडाय लागल्या. पोलिसांनी दोगींना दोन-दोन हानल्याबराबर गप झाल्या. गाडी आली तशी गेली.

म्होरं ह्यान्‌ला कुणी जामीन झालं न्हाय. पोलीस रोज मारत हुते आन् हे रोज

एकाचं नाव घ्याचे. त्याला पोलीस घिऊन जायचे. माराच्या भ्यानं की लोक कुणाचंबी नाव घ्यायचे! पन, इंजनाचा तपास काय लागंना. आकीर धागादोरा सापडला आन् पाटलाच्या भावकीतल्याच, त्याच्यासंगं वाकुडपणा असलेल्या एकानं ते निवून दुसऱ्याच्या हिरीत टाकल्याचं समाजलं; पण मार खाऊन-खाऊन गजरीची पोरं सुजली हुती. त्याला सजाबी झाली; पण पोरं सुटून आली तवापास्नं ती कवाच माणसांत बसली न्हाईत. सद्यानं गाव सोडलं, ते कायमचंच. बाकीच्या भावांनीबी आपापली बिऱ्हाडं हालीवली. घरी राहिली ती एकटी गजरी. म्हातारपणात पोटाकरता पसा-कुडता मिळवीत व्हुती. मिळंल त्याला घरात घेत व्हुती. पोरांनी कवाच तिचं नाव टाकलं व्हुतं . जातीनं पोरान्ला पुन्हा दंड बांदून जातीत घेतलं व्हतं. वाळीत होतं एकट्या गजरीवर. ज्याचा हात मोडला, त्याच्या गळ्यात बांधला होता.[९५]

बायका इकायला जायच्या. जाताना दोगी-चौगींनी जायचं. कंच्या गावाला बाजार आसंल तितं जायचं. पैसं जवळ असल्यावानी दानाच्या यापाऱ्याला चौगींनी चौकडं भाव इचारायचं. घासाघीस करायची आन् माप घ्याला लागायचं. माप घेताना पिसवीचं तोंड जोडून धरायची. बरीच मापं आलटून-पालटून घ्याची. यापारी मोजण्यात गुंगला, की एकीनं तवर दुसरी पिशवी लांबवायची आन् मधीच 'ये बाबा किती मापं घातलीस?' म्हणून वर्दळीला यायचं. बाकीच्या दोगी-तिगींनी कालवा करायचा. आमाला तुजं दानंच नगंत म्हनून पिसव्या रिकाम्या करायच्या आन् फुडं जायचं. याला 'उज्ज काढणं' असं म्हनत्यात... चोरी करायची; पन समजायला न्हाय पायजे. आन् जर घावल्या, तर कुत्र्यावानी मरस्तंवर मार खायचा. हातापाया पडायचं.

शिकन्याची आता गोडी लागली हुती. लिव्हनं-वाचनं येत व्हुतं. बाला समाधान व्हतं. चौथी पास व्हून पाचवीत गेलो व्हतो. चांगल्यापैकी बेंडात वाजवीत व्हतो. खुळखुळा सुडून आता पडगम वाजवीत होतो. ढोल शिकत व्हुतो. कैकाडवाड्यात वाजिवन्याची लई चुरस[९६] लागायची. वरातीम्होरं व्हढाचढीनं बाजे वाजायचे. डावं-उजवं आसायचं. नवरदेवाला खिटून आसंल त्यो बेंड चांगला. समद्याच्या म्होरं आसंल त्यो कमीचा, आसं आसायचं. त्यानं बाला वाटायचं आता मी सिकण्यात येळ घालवू न्हाई. बेंड वाजवायला शिकावं. मला बी त्यात बरं वाटत हुतं. पाचवीत असतानाच मी बेंडात ढोल वाजवायला लागलो. माझ्या शिनंच्या पोरांत मला बरं वाजवायला येत हुतं. बा म्हनायचा,

---

९५. ज्याचा हात मोडला होता त्याच्या गळ्यात बांधला होता – ज्याचा गुन्हा झाला होता त्याला शिक्षा झाली.

९६. चुरस – स्पर्धा

"आता लिव्हनं-पुसनं बास झालं. माझ्याबर फोकाला चल. वळायला शीक, बेंडात चांगलं नाव कमीव. साऱ्या आळीत उजवा झाला पायजे."

आईला मातर वाटायचं, "त्येला शिकू दे. त्याचं त्यो शिकतुया. आपल्याला तरास न्हाय." बा कुरकूर करीत हुता; पन बेंड वाजवीत हुतो. फोकाच्या वज्याला जात हुतो. आईबरूबर इकायला जात हुतो. घरी पोरं संबाळत हुतो आन् साळाबी शिकत हुतो. अजून नापास झालो नव्हतो. बा आता पैल्यावानी मारत नव्हता. चिडला की शाळंवर उठायचा.

"नापास तर हू, मंग बग तुझी शाळाच बंद करतू का न्हाय ते." ही भाषा सारकी येत व्हती. ऐकंनासा झालो, की शाळा बुडवून जगायला त्याच्यासंगं जात व्हतो. आता मोठा झालो हुतो. बाच्या वज्यातलं वजं घेत हुतो, मूठमूठ फोका कापीत हुतो.[१७] चिरून देत हुतो. एकाला दोन-दोनाला तिगं कमवायला लागलो. तसं बाला सारकं वाटत व्हुतं, की शाळंचा नाद सोडावा. पोटापुरतं बास झालं. आन् असं करीत पाचवी पास झालो.

"आयला! पोरगं कायबी करतंय, वाजवतंयबी आन् पासबी होतंय. आता ह्याची शाळा बंद कशी होणार? हे लई शिकलं तर? त्याच्या आयला नगंच. हेला नापास झालं, की काढूनच टाकतो!" असं सारखं बडबडायचा. मी सहावीला आलो म्हनल्यावर, "आता जाऊ दे त्याच्या आयला! सातवी येवढी झाली, की पुरं झालं." ह्या इचारात सहावीचं वरीस घरीच राहिलो. बानं खळखळ केली न्हाय; पन समज चांगली आली व्हती. रामभावपण बाला मदनंआदनं सांगीत व्हतेच.

सहावीत आलो, तसे गावातल्या मानसांनीबी, "आतापातुर, आयला, कैकाडवाड्यात तूच शिकतुयास गड्या!" असं कौतुकानं म्हनायचं, ते सोडलं आन्, 'लेका, गाढवाला आन् घोड्याला काय बराबरी असतीया व्हय?' म्हणून हिनवायला सुरुवात केली व्हुती. कुनीच जम बसवून घेत नव्हतं. कितीबी शान्यासारखा वागलो, तरी किटाळ उभी राह्यचीच.

असंच एकदा पोरांच्या नादानं जकतापांच्या लग्नाला वऱ्हाडासंगं जिंतीला गेलो व्हतो. जाताना बैलगाड्यातनं गेलो; पर लई गर्दी झाली, की चालत बी व्हुतो. लव्हाराच्या बाज्याच्या गाडीत बसून गेलो व्हुतो. साऱ्या लग्नात नाचत-बागडत गावातल्या पोरांच्यात खेळत व्हुतो. सारी पोरं साळंतलीच असायची. गावची पोरं परगावात लई चांगली वागायची. चांगलाच मिसळून गेलो हुतो. लग्नाच्या पंगती बसल्या. मी आपला पोरांच्या नादानं पंगतीत आगदी मांडवात जेवायला बसलो.

---

१७. मूठमूठ फोका कापीत हुतो – फोका म्हणजे वनस्पतीचा सरळसोट चिरता येईल, असा फाटा.

आता वराडाच्या पावन्यातला, कशाला कोन काय म्हनतंय? आन् येवढ्या मानसांत कोन वळाकतंय, म्हनून पोरांनी आगरेव केला आन् मी पंगतीत जेवायला बसलो. जेवान बरंच झालं हुतं. वाढपी वाढत हुते. पंगतीला सारी मराठ्याची पोरं हुती आन् एक वाढपी आला त्यो आमच्या वराडातला आन् लगीनघरचा पावना. त्यानं डोळं मोठं केलं. खाली वाकला, माझा कान धरला आन् म्हनला,

"व्हंकाड्या, काय समजतं का न्हाय? चल, निग हितनं!"

आन् भरल्या ताटावरनं उठलो. कुनी काय बोललं न्हाय. जिवाला लागलं हुतं. जवळनं नीरा नदी वाहत हुती. पान्याचा शांत प्रवाह चालला हुता. डोळ्यांच्या टिपानी सदरा वला झाला हुता. मुकाट्यानं जाऊन जानवस घरी झोपलो. कुनी इचारलं न्हाय, की पुसलं न्हाय. आता गावात गेलो, की आपलं मराण जवळ येणार, येवढाच इचार सारका मनात असायचा. आन् राहून-राहून डोळ्यांला पाणी याचं.

आन् झालंबी तसंच. आता बाचा मार चुकला व्हता; पण घरी वराड आलं आन् जकतापानं बाला बोलावून, "लेकाला सांग! सारी पंगत बाटिवली! आम्ही म्हून गप्प बसलू. गावात असता, म्हंजी समाजलं आसतं," असा दम भरला तर त्याच्या थोरल्या लेकानं, "असलं बेणं कुठं काढलं व्हतंस, रं... बाप्या. लेका, ते चार बुकं शिकलं... अजून नाकाचा शेंबूड निगंना, आन् गांड धुवायला यीना, तवर थेर करायला लागलंय. संबळून आस. परिनाम लई वंगाळ व्हत्याल!"

बा घरी आला तो धुमसतच. मी दारात उसाचं टिपर खात बसलू हुतो. आला तसा, 'निन गामक खेद्या हेचा मिसेक मुतुर कुडीकिरक हुगीना हाला नाई' ('तुझ्या आईला गाढव लावला! कशाला मूत प्यायला गेला व्हतास रं लग्नाला?') म्हनत पायांतली नालाची व्हान काढली आन् राग शांत होईस्तोवर मारीत सुटला. मी गप्प सोसत हुतो. डोळ्यांतनं रक्ताची धार लागली व्हती. आई मधी पडली, तर तिलाबी चार-पाच रट्टं बसलं.

"रांडं, तूच डाळ नाशिवलीयास. ह्याला आपली जात समजत न्हाय का गोत समजत न्हाय. आपुन काय खरकाटं-मारकाटं खानारी मानसं! आपल्या पायरीनं वागल्यालं वंगाळ म्हनतुया. आन्, रांडं तूच तेला नासविलीयास!" म्हनत बडबड करीत राहिला.

गावातली मानसं आन् पोरं जत्रंवानी जमली व्हुती. रामभाव बावर बिगाडला व्हुता. "आरं, पॉर हाय ते! त्येला काय समजतंया?" आसं म्हनत व्हुता; पण बाकीच्यांनी बाचीच री वढली व्हुती.

---

आता, काम केलं... म्होरं-म्होरं करून बाचं काम वढलं, तर त्यो चांगलं बोलायचा. खुशीत असला, तर नीट मोकळं बोलायचा... न्हाय तर सदा तिरसिंगराव

झालेला असायचा. आळीतली माणसं, 'बाप्याचं पॉर शिकतंय, हे काय चांगलं न्हाय. त्यानं हे आसलं म्हारलाड[१८] बंद कराय पाहिजे. आपल्यात आसलं बरं न्हाय. खरूज नासंल. व्हत्याचं नव्हतं व्हईल,' म्हणून बाला बगलंबगलंनं बोलत हुते आन् मी आता घरात जेवन्यापुरता आन् कामापुरता असायचो. बाकीचा सारा येळ रामभाऊ जितं आसंल, त्यांच्या मागंमागं न्हाई तर आकुबा मास्तरच्या मागं, न्हाई तर कांबळे, गायकवाड, भंडारे मास्तर यांच्या मागं असायचा. ते बोलत आसलं, की मी मन दिऊन ऐकत हुतो. शिकल्यावर आसं बोलायला ईल, मास्तर होता ईल, म्हनून जिवाचा कान करून त्यांच्या गप्पा ऐकत व्हुतो. वाढत व्हुतो वयानं. आकलंनं, अनुभवानं घडत होतो... गाढवामागं तंबाकू खायला कवा लागलो, हे सांगता यायचं न्हाय; पण तलाप झाली म्हंजी बाकडं मागूनबी खात व्हुतो. आता आई तंबाकूला दोन आनं देत व्हुती. पुडी आन् डबी मागं लागली, ती कायमची.

सहावी पास झालो ते काठावर. कसातरी. खरंतर आकुबा मास्तर होता म्हनूनच पास होत होतो.

सातवीला आलो, तवा माझी पुस्तकं, वह्या, कापडं, सारं माझ्या बेंडाच्या पैशातनंच झालं व्हतं. बा पोट भरायला गेला, तरी मी गेलो न्हाई. लई उचलआपट झाली. घरात आदीच चार-चार दिस चूल पेटायची न्हाय. त्यात आता कुनाच्या दारात भीक मागायला नगो वाटायचं. कापडं धूत होतो. साबन नसायचा. हिंगणबिटक्या लावायच्या आन् आंगारकं, चड्डी धुवायची. बदलायला दुसरं नसायचं. उवा व्हायच्या. तसंच चाललं व्हतं. बानं आता सारकं काट्यावर धरलं होतं. आई तळमळायची. चोरून दानं पाठवायची. हातानं-परहातानं जेवढं जमंल तेवढं करायची. बासंग सारका कज्जा करायची. मार खायाची.

माझी शाळा चालली व्हती. बंद पडली नव्हती. मनात अनेकदा अनेक इचार यायचे; पण टिकून व्हतो.

बगता-बगता सातवीचं वर्ष संपत आलं. अभ्यास मन लावून करीत होतो. त्या वर्षी बानं मढीला नेलं व्हुतं. 'जात जमती. आता तुला नेलं पायजी' म्हणून नेलं. बाकी जत्रा लई मोठी; पर धेनात एकच गोष्ट राहिली. पंचाम्होरं ओक चालला व्हता. गुन्हेगाराच्या डोस्क्यावर गू-घाणीनं पाणी भरलेला डेरा भरून दिला होता. त्यो देवाला फेऱ्या घालीत व्हता आन् बाकीच्या पंचांनी एक-एक खडा त्या डेऱ्याला मारायचा. डेऱ्यावर दगडाचा खडा बसला, की डेऱ्याला भॉक पडायचं. भोकातनं घाण अंगावर सांडायची. भळाभळा वाहत राह्याची. गडी उभा नहाला व्हता. मनातनं

---

१८. म्हारलाड – फाजील लाड.

त्याच्या जाग्यावर मीच उभा राहिलोय, असं वाटायचं. जत्रा संपून कैक दिस झालं; पण ते धेनातनं जात न्हाय.

परीक्षा केंद्रावर होती. फलटणला परीक्षेला जायचं. चार-पाच दिवस फलटणला राह्यचं. मनातनं आनंद झाला होता. कसं का आसंना, आपुन सातवीपतुर आलो. आभाळाला हात पोचल्यावानी वाटायचं.

परीक्षा जवळ येत हुती. मन लावून अभ्यास करत हुतो; पन काय आभ्यास करायचो ते समजायचं न्हाय. त्यात गावात एक नवंच स्वांग आलं हुतं. ग्रामपंचायतीच्या निवडणुका आल्या हुत्या. गावात ज्यो-त्यो उठायचा आन् मतांचं बोलायाचा. सगळ्या गावाला याड लागलं हुतं. आमची आळी, खालची आळी, वरची आळी, मदली आळी, म्हारवाडा आन् व्हलारवाडा म्हंजी आमचं गाव. आळीगणिक उमीदवार उभं राह्यलं. रामभावचा एक पॅनाल आन् वरच्या आळीचा एक पॅनाल. रामभावासंगं लाल्या म्हार, मद्या रामूसी आन् बब्या मांग उभं राहिल्यालं. रोज सांचं मानसं बोलाय बसली, की गरामपंचायतीशिवाय दुसरं बोलत नव्हती. आमी पोरंबी त्यात उतारल्यालो. मास्तर वरडायचा; पन् साळंतबी आळीगणिक पोरांच्या पार्ट्या पडल्याल्या. मी मनापासनं रामभाव निवडून यावा म्हणून काम कराया लागलो. आई आन् साऱ्या कैकाडवाड्यातल्या बायान्ला खुना सांगत हुतो. वरच्या आळीच्यान्ला हे दिसत हुतं. बाप्याचं पॉर लई प्रचार करतंय म्हनं... बाला शिव्या बसायच्या... बा बोंबलायचा; पन मी काय ऐकत नव्हतो. सारा म्हरोडा, मांगोडा, रामोसवाडा-सगळ्यांना खुना सांगीत हुतो. परीक्षा जवळ आल्याली, पर ते डोस्क्यात बसत नव्हतं.

बालाबी मनातनं रामभाव निवडून यावा, आसं लई आसायचं; पण त्यो मला दटवायचा. 'आपलं काम नव्हं. जीव घेत्याल. घर पेटीवत्याल! गावात ऱ्हाऊ द्यायचे न्हाईत. पान्यात ऱ्हाहून माशासंगं वैर बांधू नगं' म्हणून बोलायचा; पन मी घरात फारसा नसायचोच.

—आन् आकीर निवडणूक झाली. आमचा सारा पॅनल पडला. त्या रातीला लई उशीर जागलो. पुस्तक काय हातात नव्हतं. सारकं भ्या वाटायचं. आयला! ह्या म्हारांनी तर रामभावाला मतं द्यायची. सारकं डोस्कं सनकायचं; पर दिसत हुतं... चुली पेटत नव्हत्या. रोज बांदाला जायचं. सेजंला देल, त्यो बाजंला घ्येल... रामभाव काय देनार हाय? त्येला का निवडून द्याचा?

परीक्षेला जायाचं, तर पोरांतनी गट पडल्यालं. मी गांगारलो व्हतो. आईला सारकं भ्या वाटायचं. ह्यो नीट जगू द्याचा न्हाय, म्हनून रोज डूली सिनगारीत हुती. सारी पोरं निगाली. चार दिस फलटणात ऱ्हायचं. जेवनं घरनं आनायची हुती. माजं जेवान कोन आनील? आई जेवान कुठनं आनील? कोन जेवायला देल? एक भोकपडका पैसा जवळ न्हाय. बानं ठेका धरला हुता. आईनं दोन रुपयं दिलं. जेवान

पाठवीन म्हनाली. मी परीक्षेला गेलो. साऱ्यांचं डबं आलं, की आकुबा मास्तर मला भाकरी देत हुते. मी खायचो. पेपर लिव्हायचो; पर मनात सारकं असायचं, आपलं जेवान का न्हाय? ढसाढसा पानी प्याचं आन् वाचायचं. यील तेवढं लिवायचं.

पेपर सुटला, की पोरं कायबाय घिऊन खायाची. कुनी दिलं तर... दिलं न्हाय तर गलासानं पानी पियाचं आन् पेपर लिव्हायाचं.

पेपर झालं. आता घरी जायचं, तर मास्तर म्हणाले, "फुटू काडायाचाय." काय असतू फुटू? कसा काढत्यात?... कवा फुटू काढत्याल असं झाल्यालं; पन मास्तरानं वर्गनी जमवायला सुरुवात केली आन् माझं त्वांड कोरडंफट पडलं. मी गप बसलो व्हुतो. मास्तरनं मला वर्गनी मागितली न्हाय. आमी एका माडीवर गेलो. फुटू काढाय वळीत बसवायचं. मास्तर सांगंल, तशी पोरं बसली. मला बसावलं तितं बसलो. माझ्या शेजारी गावातली पोरगी बसली. दिसायला लई देकनी व्हती. गोरीपान. नाकाडोळ्यानं तरतरीत. एकाच वर्गात; पन आख्ख्या वर्गात मी जवळ कदीच गेलो न्हाय. तिला माझ्याजवळ मळमळल्यावानी वाटत व्हुतं. ती उठून पल्याड जायला लागली; पन् फुटू काढनारा मानूस खेकासला. ती बसली, बटान दाबलं आन् आमी सारी उठून आलो. झालं, मी इचारलं न्हाय, पुसलं न्हाय. मास्तरनं सांगितलं, 'घरी जायाचं.' आमी आपलं चालत घरी मागारी आलो.

दोन-चार दिस गेलं असत्याल. मी उसाच्या फडात टिपऱ्या येचत हुतो. दुपारची येळ असंल. आई घाबऱ्याघाबऱ्या येत हुती. मला वाटलं, हानली असंल बानं. ती जवळ आली. तिनं मानसातनं बाजूला नेलं आन् म्हनली,

"असाच फलटनाला जा. घरी येऊ नगं. घरी आलास, तर कुतरी रगात पेत्याली." मला समजंना... आपुन तर कायबी केलं न्हाय. मी आईला खोदून-खोदून इचारलं. तवा ती म्हणाली,

"आरं... तू त्या रांडंला काय म्हनलास? ... आन् फुटू काढताना तिचा हात धरलास व्हय?"

मी देवाची, आईची शपथ घिऊन तिला सांगत हुतो. ती ऐकत नव्हती... ती म्हनत व्हती...

"तिचा बा आला व्हुता. तुज्या बाला मारलाय. मानसांनी सोडिवलाय. लई मारला. म्हनत व्हुता... तुजी सून घिऊन जा, म्हून." आईनं समजावलं. डोळ्यांतनं पान्याच्या धारा वाहत हुत्या. आईनं आळंबाळं घेतलं. दोन रुपयं हातात ठिवलं आन् म्हनाली,

"सोमवारी न्हायतर आईतवारी आमी बिऱ्हाड घिऊन फलटनला येतुया. तुझ्या बानंच सांगितलंया. तू गावात येऊ नगंस... फलटनात बगडाकडं ऱ्हा. ह्यो गाव

सोडायचा. कायमचा; पुना हितं यायचं न्हाय.''

आई रडतच मागारी गेली.

मी रडतरडत वाटंनं चाललो हुतो. मनातनं चडफडत हुतो, की असं काय झालं व्हुतं? साऱ्या वाटंनं इचार करीत हुतो.

का असं झालं? बाला लई लागलं असंल. त्यांनी डाव साधला हुता. मी हात चोळत हुतो.

दोन-तीन दिसांनी सारी उस्तवारी करून बानं बिराड बांधलं आन् फलटनात आला.

शेरात निभायचं न्हाय, म्हणून सोमंथलीला बिऱ्हाड गेलं. बिऱ्हाडासंगं जात हुतो; पन बाच्या बोलन्यात फरक व्हुता. आईच्या बोलन्यात फरक हुता. जीव द्यावा, असं सारकं वाटत हुतो; पन पाय वडत-वडत मागं चालत हुतो.

शाळा आता सुटलीच व्हती. पास-नापास समजायचं व्हतं. बानं सोमंथली सांगवी धरली हुती. नेवरती नायकाच्या चांदवीला बिऱ्हाड लावलं व्हतं. नायकानं आसरा दिला व्हता. त्याच्या चांदवीला उतारलो, तितंच ऱ्हाईलो. बेंडाचा तापा जमला. वाजवायला जायाचो. चांगल्यापैकी ढोल वाजवीत हुतो. रंगून जायाचो. तात्या कलाट वाजवायचा. चुलते-पुतने रंगात यायचो. भजनात भजनं म्हनत हुतो. गावात लई घरं म्हंजी धनगरांची, बेलदारांची. मराठ्यांची घरं थोडी. गमत व्हुतं. पायरीनं ऱ्हात व्हुतो.

एकदा सांगवीत वाजवीत व्हतो. नवरदेवाला वाजवीत गडांगणाला नेला जानवस घरी आन् आमी बाजूला सपराच्या चांदवीला टेकलू व्हतो. इतक्यात शेंबडं पॉर आलं. त्ये व्हतं लाडकं. सारकं म्हनायचं, ''वाजीव!'' झक मारीत वाजवायचो. त्ये नाचायचं. त्येच्या बाला लई बरं वाटायचं आन् आमचा जीव जायाचा.

बाजा वाजवून-वाजवून तान लागली. पान्याचं पिंप भरलं व्हतं, तितं पोरं पान्यात हात घालून खेळत हुती. वराडणी बाया टिपातलं पानी घेत हुत्या. मी पानी मागत व्हतो. कुनी पानी वाढत नव्हतं. आकीर वैतागून गेलो. बानं पानी मागितलं. वरनं पानी प्यालो. हाताच्या वंजळीनं तान भागली न्हाय. अंगावर पानी उडतंय म्हणून मागं सरलो, तसा तोल गेला आन् टिपाला शिवलो. तसी एक बाय वराडली,

''आरं, आरं... मुडद्या! बाटीवलंस... का पानी आता? काय तुझं मडं प्यावं का?''

झालं, बगता-बगता सारी चवताळली. बॅन्डवाल्याचं पोर टिपाला शिवलंय. जाहिरात झाली. वर-बापानं टिपाड वतून दिलं. गाडी जुपली आन् पानी आनायला पिटाळली. बा नुसता धुसमुसत व्हता.

"जितं जाईल, तितं ह्यो आई घालतुया. सुदीनं वागंना झालाय. कपाळात आंड गेल्यागत करतुया. मला तर नुसतं गू खाल्ल्यागत केलंया!"

झालं. पास-नापास समजलं. मी एका ठिकाणी वाजवीत व्हुतो. तितं 'सातवीचा रिजर्ट लागलाय... पेपर आलाय!' म्हनून माणसं बोलत व्हुती. मी ढोल गवयाला दिला आन् पेपर वाचाय गेलो. साऱ्या पेपरांत पोरांची नावं छापली व्हुती; पण माझं नाव दिसंना. पुना-पुना वाचीत व्हुतो. नाव काय दिसत नव्हतं. आपुन नापास झालुया ही कल्पनाच भयान वाटत हुती. पास झालो असतो तर निदान फुडं शिकलो असतो. आता आपल्याला शाळा न्हाई. शिकशान बंद. तसाच जरा वेळ गेला आन् तिकडं बॅन्ड वाजाय लागला. मुकाट्यानं पेपर व्हुता त्याला दिला आन् वाजवायला लागलो.

मनानं कवाच घेतलं हुतं, की आता फोका, पाट्या, कुडीक, उपन्या, कनगी आन् पॉट भराय फिरायचं. बास! बा म्हनंल तसं वागलं पायजे. आता आपुन शानं झालं पायजे. पायरीनं ऱ्हायाचं. घरी साऱ्यान्ला समाजलं हुतं. मी मनातनं झुरत व्हुतो. आपल्यामुळं बाला मार बसला. गाव कायमचं सोडावं लागलं. तसं आपल्याला गाव न्हाईच; पर वाडवडील तितं पाऊसकाळात ऱ्हायचे, म्हनून आपलं गाव आन् त्येबी आपुन सोडलं.

बगता-बगता लगीनसराय संपली. तसा एका दिशी बा म्हनला,

"आक्काकडं जाऊन येतो."

चार-पाच दिस त्यो त्याच्या भईनीकडे गेला. मागारी आला, त्यो पोरगी पास करूनच. आईला म्हनला,

"लक्षाचं यंदा ठिवायचं न्हाय. रिन काढू. कुनाचा गू-मूत उचलू; पन आवंदा लगीन ठिवायचं न्हाय!"

आईलाबी कामाला हाताखाली सून ईल याचा आनंद व्हुता आन् 'माझ्या सिनंच्या साऱ्यांची लग्नं झाल्यात; आता ह्याचंबी करू.'

झालं... पावनं आलं. बाच सारं लगीन करून देनार व्हता. सुपारी फुटायची व्हती. सारी मानसं जमली व्हती. मी मारुतीच्या देवळाम्होरं इटी-दांडू खेळत व्हतो. मला किसन्यानं सांगितलं,

"दादा निना कनाला कुडसातीरगा."

(दादा तुजं लगीन जमवाय लागल्याती.)

मी ऐकलं. मनात नेमकं काय आलं, सांगता येत न्हाई; पन लगीन करायचं न्हाय. मराठ्याच्या पोरायेवढा झाल्यावर बगू. आसं सांगायचं ठरवून बिऱ्हाडावर आलू; पन तवर सुपारी फुठली हुती आन् म्होरची बोलनी चालली हुती.

"नवरदेव आला, नवरदेव आला," म्हनत साऱ्यांनी म्होरं घेतलं. कुंकू

लावलं. मनात, मोठ्यानं वरडून सांगावं आसं वाटत हुतं; पन त्वांड उगाडलं न्हाय.

सांच्याला जेवनं झाली. मी जेवलो न्हाय. लई इनत्या केल्या; पर जेवलो न्हाय. बा पावन्यांम्होरं काय बोलला न्हाय.

दुसऱ्या दिवशी पावनं गेलं. आता तिथी काडायच्या ठरल्या. अर्धं लगीन झाल्यालंच... काय करावं, सारका इचार करीत हुतो. जगात मानसं हायेत... आपुन सारं सोडावं... पोटापुरतं मिळवायला यील असा इचार केला आन् एका रातीला घर-गाव-आई-बाप-बहिनी-भावंडं सोडली आन् रातचाच निघालो. काळूक पडला हुता. किती रात व्हती, म्हाईत न्हाय; पन ठेचा खात, रडत आगतत[११] घर सोडलं.

घर सोडून आलू. मनात सारकं भ्या वाटत हुतं. त्यात रातचा एकलाच चाल्यालो. मागं-म्होरं मानूस न्हाय. एकांदी मोटार आली, की वाटंच्या कडंला जात व्हतो. कुठं जावं, इचार करीत व्हुतो. त्येवढ्यात एकांदं पाकरू वराडलं, न्हाईतर कसला आवाज झाला, की उभा राहून मागं-म्होरं बगत व्हुतो. पुना चालत व्हुतो. चालत-चालत बराच लांब आलो आन् गापदिसनी उभा राहिलो.

वाटंत म्होरं वडा आला व्हुता. वड्याच्या कडंला भुतं असत्यात... नुसत्या भ्यानंच कापरं भरलं व्हुतं. वडा कसा वलंडावा, इचारात पडलो. एक मन म्हनत व्हुतं, 'बा सांगतुया तसं कर-म्होरं जाऊ नगं... मागं जा... आईचं, किसन्याचं काय व्हईल...? बा तरास करंल.' आन् दुसरं मन म्हनत व्हुतं... 'लगीन व्हईल. गाढवावानी वझी वाह्या लागत्यात. फोका कापाव्या लागत्याल. वळावं लागंल. इकावं लागंल आन् बावाणी सारं करावं लागंल. ते बरं न्हाय. आपल्याला ये हाल जमायचं न्हाईत. कामाला टिकायचा न्हाईस. सारी म्हनत्यात, आपुन खरंच मरून जाऊ...' असं. मनाचा इचार होत नव्हता. घर सोडून आलो व्हतो. बराच उशीर उभा व्हतो.

तेवढ्यात मागनं एक ट्रक आला. त्यो वड्यातनं गेला. उजेडात सारा वडा बघून घेतला. मोकळा वडा बघितला... जिवाचा दगूड केला आन् म्होरं निघालो. वडा जाता जात नव्हता. धूम ठोकली. त्यो दुसऱ्या कडंला आलो. मनातल्या मनात काळूबाईचं नाव घेत हुतो. 'सुखरूप पोचव. पाच आन्याचं पेढं वाटीन,' म्हणून नवस केला व्हुता. फलटण जवळ यायला लागलं, तवा झुंजूमुंजू झालं व्हुतं.

फलटणात घुसतानाच माकडवाल्यांची घरं लागत्यात. माकडवालीबी आमच्यातलीच. बा सांगायचा,

'माकडवाले सिंदीचं फड कापत्यात. सिंदीच्या फडाबिगार त्ये कशाला हात लावीत न्हाईत आन् आपुन सिंदीला हात लावीत न्हाईत. त्ये किरसुन्या करतात.

---

११. आगतत – अगतिकपणे

शेन इकत्यात. आपुन ते करीत न्हाय; पन त्ये आपलं भावबंद हाईत. त्यांची आन् आपली भाषा एकच हाय. रोटी येव्हार व्हुतुया. बीटी येव्हार व्हत न्हाय...’

जरा येळ तिथं थांबलो; पन कुनीच जागं झालं नव्हतं. पाव-बटरवाला तेवढा ‘पाव-बटर...’ करीत वरडत निघाला व्हता. मी केनालवर गेलू. कापडं काढली आन् आंगूळ केली. कुनी बगायच्या आत फलटण सोडायचं, असं ठरवून गावात गेलू.

तवा सारं फलटण म्हाईत नव्हतं. बारामती चौक तेवढा समजत व्हता.

सकाळची वर्दळ चालू झाली व्हुती. हाटिलात कप-बश्या वाजत व्हुत्या. उगीच्या उगी घुटमळलो; तेवढ्यात केऱ्या वडारी दिसला. त्यो मागंदी निरगुडीत व्हुता. त्याला उगंच्या उगा पोक्त मानसावानी, “का रं, काका? फलटनाला आलायास?” म्हणून इचारलं, तसं त्यानं वळाकलं.

“आरं, निरगुडी सोडलीसा म्हनत व्हुती बगडी.”

“व्हय,” मी हुंकारा दिला.

त्यानं बाकीची बिऱ्हाडं कुठं उतरली हाईत ते इचारलं. तसा मी बावरलो. तत... पप कराया लागलो. त्याचा चेरा एकदम गंभीर झाला. त्यो म्हनाला,

“लक्षा, कुनासंगट आलायास?”

मी रुसून आलोय, हे समजल्यावर त्यो म्हनतो कसा,

“हात पेनसुन्या, आसं लेका रंडीवानी पळून व्हय येतुतास? चल बगडीकडं न्हेतो.” त्याला गुंगारा देऊन पळणार हुतो; पन तवर त्यानं मनगट धरलं व्हुतं. मी रडायला लागलो, तसं त्यानं समजावलं. हाटिलात न्हेलं. मिसळ दिली. त्यानं पाव, मिसळ, च्या घेतला. भाईर येऊन, पान खाल्लं आन् त्याच्या घरी घिऊन गेला.

केन्याला सारं सांगितलं. त्यानं तानीला त्याच्या भाषेतनं सारं सांगितलं, आन् “ऱ्हावू दे ह्याला-आपुन सांगू त्याच्या बापाला,” म्हनाली. “तू लगीन करनार न्हाईस न्हवं... नगं करू... पर, लेका, आसं करावं व्हय? रांडंच्या! बा काय म्हनत आसंल?...” म्हनून चार समजुतीच्या गोष्टी सांगितल्या. मला घरात ठिवला... घर मंजी पत्र्याची कोप, शेजारी कसाबखाना... वासानं जीव जायला झाल्याला. पळून जावं, असं वाटत व्हुतं; पन काय करणार? पोटाला भूक लागली व्हुती. त्याच्या पोरांत जेवलो. त्यानं गाढवं जुंपली. गोनी घातल्या. गाढवाला कळव घातलं. घम्याली, खुरी, टिकाव-सारं गाढवावर लादलं आन् गाढवं निगाली.

केऱ्या म्हनाला,

“लक्षा, चल.”

मी आपसूक चालाया लागलू.

“गावच्या भाईर लांब, बानगंगेला गाळ खांदायला जायाचंया. सांचं बगडीकडं न्हीऊन सोडीन,” म्हनत व्हुता.

मी गाढवं हाकत व्हतो. तानीनं पोर पाठीला बांधलं, तिची दोन-तीन पोरं, दोन-तीन पोरी आन् मी– सारी नदीच्या कडंला आलो. तानीनं माती बघितली. आन् केऱ्याला गाढवं थांबवायला लावली. केऱ्यानं गाढवं थांबावली. तानीनं काष्टा घातला. तान्या पोराला खाली जमिनीवर झोपावलं. त्याच्याहून मोठ्या पोरीला पोराजवळ बसवलं आन् टिकावानं खांदायला लागली. केऱ्या 'आता येतू' म्हनून कुठं गेला व्हुता, त्यो बराच येळ आला न्हाय.

मी तानीकडं बगत व्हुतो. ती खाली मान घालून खांदत व्हुती. घामानं सारं अंग निवाळलं व्हुतं. आजून केऱ्या आला नव्हता. ती चिडली व्हुती. गाढवं एका जागी बांधल्यावानी उभी व्हुती. ती दमून खाली बसली असंल-नसंल, तेवढ्यात केऱ्या आला. धोतराचं खोच खवत आपल्याबरबर बोलतच जवळ आला. आन् तानीला बसल्याली बगितली तसा, "इन यामान द्यांगा," म्हनत वडारी भाषेतनं शिव्या देऊ लागला.

"गांड माजलीया व्हई गा, बसलीयास ते?" ...तानी आदी कावली व्हतीच. तिनंबी शिव्या द्यायला सुरुवात केली. गडी लई रागात आन् 'कैकाड्याच्या पोराम्होरं पानउतारा करती,' म्हनून कलागतीला आला. मी गाढवं लांब गेल्याली हानून आनली. त्यानं तवर तिच्या पाठीत, ढुंगनावर चार-पाच खोऱ्याची दांडी हानली व्हती. तिच्या आवाजानं कालवा झाला व्हुता. उनं वर येत व्हुती. त्यो कामाला लागला. भराभर घमेली भराय लागला. मी तानीला घमेली उचलाय लागलो. तसं ती म्हनाली,

"आंडात आव न्हाय आली तुज्या. तूबी तसलाच."

मी मागं झालो. तिनं भरारा गाढवाच्या पाठीवर गोन्या भरायला सुरुवात केली.

केऱ्या पिऊन आला व्हुता. कामाला लागला, तसा राकिसावानी खांदायला आन् भरायला लागला. सात-आठ गाढवं भरली. त्याच्या थोरल्या पोरानं आन् तानीनं गाढवं हाकीत कुंबाराच्या भट्टीवर न्यायची. ती माय-लेकरं निगाली, तसं मीबी त्यांच्यासंगं भट्टीपतुर गेलो. मी भट्टी बगितली. वाटंत गाढवं हानत-हानत तानीला इचारलं,

"केवढ्याला एक खेप करता?"

ती म्हनाली,

"पंचीस रुपयाला शंबर गाढवं. मंजी एका खेपंला किती, ती तूच सांग!"

मी आपला हिशोब कराय लागलो. एका येळी सात गाढवं... लई हेलपाटं होत असत्याल. मनातनं हागाटलो व्हुतो. च्या आईला! म्हंजी आपलं आन् ह्यांचं कामच न्यारं हाय. दिवसभर गाढवासंगं हेलपाटं मारून पायांत गोळं आलं व्हुतं. दुसऱ्या खेपेपासनं तानी बंद झाली... आमच्या खेपा संपल्यावर त्यानं एक रुपाया दिला. च्या दिला. सांचं बगडीकडं घिऊन गेला. समी दारातच व्हुती. रडून-रडून तिचं डोळं लाल झालं व्हुतं. मला बगताच सारी कैकाडं आली... जागी झाली. सारा कालवाच

झाला. बा, आई, तात्या, आप्पा सारी येऊन गेली व्हुती. सारी समद्या पावण्या-रावळ्यांच्याकडं हुडकायला गेली व्हुती.

केऱ्यानं सारं सांगितलं. बगडीनं जवळ घेतलं. वश्या, लाल्या पळालं. बगडी म्हणाली,

"आरं, बापूदाला सांगा जा."

समीनं जेवायला वाढलं. जेवलो. साऱ्यांनी सुस्कारा सोडला व्हुता.

"लई आवखळपणा करतुयास... मुडद्या! आईचा जीव कासावसा झालाय. रातचाच घर सोडून आलास ते."

कोन काय-काय बोलत व्हुती. कुनी जाऊ द्या, भगवंताला काळजी, त्याला चांगली बुद्या दिली आन् केऱ्या देवावानी उबा राहिला, न्हाईतर कसं झालं असतं? ...म्हनून केऱ्याची वाहवा करीत व्हती.

मनातनं तसा आनंद झाला व्हुता. कशी जिरली बाची? लगीन करतुयास व्हय! ...आता कशी खोड मोडली, आन् तेवढ्याच जोरात दुसरं मन म्हनायचं, 'आयला, बा बिगाडला तर आता धडगत न्हाय. जीव जास्तवर मारंल; पर येवढी मानसं हायती. उगाच आपुन भितुया. बा मारायचा न्हाय, म्हून बरंबी वाटायचं.'

रातचं आठ-नऊ वाजल्या असतील... समीनं रकटं घालून दिलं. त्याच्यावर जाऊन झोपलो व्हुतो. तेवढ्यात बा, आई, आप्पा, तात्या, लाल्या, वश्या सारी आली. मी हाय, ह्याची आईनं खात्री केली. बाला गप्प बशिवला. माझ्याजवळ आली आन् जवळ घिऊन रडाय लागली.

"लक्षा, हाडाचं काडं करून जगीवतुया आन् परमिसरानं ह्ये कसं तुझ्या डोस्क्यात घातलं!" म्हनून थाडथाड हानून घियाला लागली. मी चांगलाच नरामलो व्हुतो. खाली ध्यान घालून जमिनीची माती उकरीत बसलो व्हुतो. आई, बा सारी मानसं रडत व्हुती.

बा म्हनाला,

"लक्षा, निंकमिदा शायीराट् कीर राई पन हिना या ऱ्यानगत राईमान."

(लक्षा, तुला काय करायचं ते कर; पन अशी डोस्क्यात राख घालून येड्यावानी करू नगं. घरी चल मुकाट्यानं.)

रातची रात बगडीकडं राहिलो. समी, आई, बा, बगडी, सारी बोलत बसली. बा म्हनत व्हुता,

"निरगुडी सोडली ह्याच्या पायात... ह्यो कुठंबी नीट ऱ्हाईना... बगडे, गू खावा असं केलंया ह्यानं. कंच्या आईझवीच्यानं बुद्ध्या दिली आन् म्या शाळंत घातला! नसता शिकवला तर... जाऊ दे. आई काळूबाई त्याचं नीट करू दे! म्हनून सारा जीव तुटतुया. ह्याचं एकाचं दोन झाल्यालं बगितलं आसतं, तर ह्यो आसं करतुया!"

बगडीनं सारी रात भावाला ग्यान शिकविलं. मी आपला डाराडूर झोपलो. बा आता लगीन करीत न्हाय, ह्याचाच आनंद दांडगा व्हता.

दुसऱ्या दिशी नाईलाजानं आई-बासंगं माघारी सोमंथलीला गेलो... आता सोमंथलीत पोरं वळकीची झाली. लगीनसराय संपत आली व्हुती. बानं मावळणीला, त्याच्या भइनीला निरूप धाडला. आवंदाच्या वरीस लगीन रहित केलंया. बहिनीनं कुरकूर करीत टपालानं कळिवलं... झालं... आवंदाचं साल तरी लगीन व्हत न्हाय.

आता घरातलं कुनी बोलत नव्हतं. मारत नव्हतं. मी गाढवं राकायचो, जळाण येचायचो. आईसंगं इकायला जायचो. येताना येत्याल तेवढ्या फोका आनायचो. साऱ्यान्ला वाटत व्हुतं, आता ह्यो सुदीवर आलाय. बानं तर त्या दिसापासून मारायचं सोडलंच व्हुतं. आता बितारला, मंजी डोळं मोठं करायचा.

एका राती आमी शाळंच्या म्होरं झोपायला गेलो व्हुतो. बा रंगात येऊन यद्या मांगाला सांगत व्हता...

"आरं यदू, निरगुडी सोडली, ती बरं झालं. न्हाईतर माझ्या लेकराला गावात काट्यावर धरला व्हता. मला मारला. च्या आईला ती मऱ्हाट्याची माणसं. आपुन भिकारी! कुठं बराबरी करतूस? माझ्या कारट्याला न्हाय समजत."

यदू म्हनत हुता,

"आरं, काय झालं? का मारलं? ...कायतरी अन्याव घडला आसंल का नसंल..."

बा म्हनला,

"व्हय. सांगतो की, ह्यो परक्षाला गेला हुता. गावातल्या पाटलाची पोरगी बी परक्षेला हुती. फुटू काढला म्हनत्यात; पर मला समाजलंय त्ये न्यारंच हाय."

"त्या पाटलाच्या पोरीसंगं त्यांच्यातलाच एक पोरगा व्हुता. त्याचं आन् त्या पोरीचं जमत नव्हतं. आन् त्ये पॉर तर तिला धरीन म्हणून बसलं व्हुतं. पोरगी मीठ घालू देत न्हवती.[१००] तवा तिला एकतर निजवीन, न्हायतर उठवीन म्हणून त्ये बसलं हुतं. निजलं तर न्हाय; पन तिला उठवायची, तर काट्यानं काटा काढावा. म्हजी आपुन आलगत भाईर पडू, म्हनताना माझ्या लेकरावर आळ घेतला, की कैकाड्याच्या लक्षानं त्याला सांगितलं, की फुटू काढताना म्या तिच्या गळ्यात हात घातला आसता तर ती माझी बायकू झाली आसती, आन् मी तिला धरली आसती. आता, यदूदा, तूच सांग, ह्या पोराला काय समजतंय धरायचं? पोरगी माप वापला आली व्हुती.[१०१] पर सोबंल ते तरी बोलावं का न्हाय? त्या पोरांनी सांगितलं आन्

१००. मीठ घालू देत नव्हती – प्रतिसाद देत नव्हती. सहकार्य करीत नव्हती.

१०१. पोरगी माप वापला आली व्हुती – पोरगी उफाड्याला आली होती.

ह्याच्या-त्याच्या तोंडानं ते पाटलापातुर गेलं. आन् पाटील आमच्या जिवावर उठला. आई काळूबाईनं वाचिवलं, न्हाईतर ह्यांचा झाला व्हुता ख्येळ आन् आपुन गरीब मरायचं आलं आसतं. आता ह्ये पोराला नीट जगू द्यायचं न्हाईत. सारक्या कुरापती काढत्याल, कुठवर बगावं? पोटाला काडी लावू का ह्याचं निस्तरू? म्हनूशान गाव सोडलं."

यदू हुंकारत हुता. मी झोपंचं स्वांग घिऊन-घिऊन गप निजलो हुतो. बा सांगत हुता,

"पाच-पन्नास घराचा कैकाडवाडा निरगुडीस व्हुता, आता तितं दोन-तीन घरं राहिल्यात. बाकी साऱ्यांनी घरंदारं सोडली आन् पॉट निईल तकडं गेल्याती. कोन ऱ्हाईल आसल्या आगीत? आन् लक्षाचंबी चुकलं. त्यानं तरी कशाला उटाच्या गांडीचा मुका घ्यायला जायाचं? पन ह्ये बेनंच लई आरवाळी[१०२] हाय."

बोलत-बोलत विषय माझ्यावरनं देवावर... त्यांच्या अंगातल्या काळूबाईवर दोघं गडी बाता मारत व्हते. मी आपली दिली तानून. मला एका नव्या गोष्टीची जान होत होती... पोरगी-निजनं-धरनं-असलं काय-काय इचार करतच झोप लागली व्हुती.

आता मनात सारकं हुतं, मी सातवीला नापास झालो व्हतो; पण फॉर्म परीक्षेला पास झालो व्हुतो, म्हनून आठवीला जात येत व्हुतं. गावातली काय-काय पोरं सांगवीच्या शाळेत गेलीबी व्हुती. शाळा सुरू होऊन बरंच दिस झालं व्हुतं. मी बाला सांगितलं–

तसं बा म्हनाला,

"काय आय घालायची ती घाला. आमाला नीट मानसावानी जगू द्या. तुमी आन् तुमचं नशीब! कसं व्हईल, तसं बगा!"

मी सांगवीला गेलो, आप्पा संगं आला. हायस्कूलाची चौकशी झाली; पन प्रवेश मिळाला न्हाय. पुना उदासर झालो. आता फलटणला हायस्कूलात नाव घालतो, म्हनून फलटणला निगालो तर बा म्हनाला,

"लक्षा, आता शाळाबिळा बास झाली. आपलं घरपरपंच बग. पोटापुरतं झालं... बास झालं."

पण, मनात सारकं असायचं. आपुन शिकू न्हाय, आसं ह्या लोकान्ला वाटतंया. बाला पाटलानं मारलंया. काय वाट्टंल त्ये झालं, तरी शिकायचं. म्हराठ्याच्या पोरीसंगं गटायचं; पण शिकल्याबिगार जमायचं न्हाय. सांगवीचं जमलं न्हाय

---

१०२. आरवाळी – टारगट, हूड, वांड, अवखळ.

म्हनताना फलटणला गेलू. पाटलाची पोरगी आन् तिच्या जातीची पोरं मुधोजी हायस्कूलला गेलीत, मला कुनाकडं तरी समाजलं... मी आपला बाकीच्या भानगडी उभ्या नगं म्हणून श्रीराम हायस्कूलात प्रवेश घ्यायचा असं ठरीवलं. कुनीच संगं आलं न्हाय. आईनं हिरव्या मिरच्याचा खरडा आन् भाकरी बांदून दिली. चालत फलटण गाठलं. गावातली पोरं श्रीराम हायस्कूलला हायती. त्यांच्यासंगं हायस्कूलात गेलो. ना. मा. भोसले हेडसर व्हते. त्यान्ला सांगितलं... एकीकडं रडत व्हुतो. दुसरीकडं सांगीत व्हुतो. सर ऐकत हुते. त्यांनी चष्मा काढून डोळ्यांच्या कडा पुसल्याचं अजून ध्यानात आहे. त्यांनी शिपायाला बोलावून सांगितलं... मी शिपायासंगं हापिसात गेलो. फॉर्म भरून दिला. सरांनीच फॉर्मचं पैसं दिलं. पाठीवर हात ठेवला आन् सांगितलं,

"उद्यापासून ये. मी पुस्तकं, वह्या घिऊन देतो."

माझ्या आनंदाला सीमा नव्हती. हात आभाळाला लागल्यागत चालत-पळत घरी कवा आलो, समजलं न्हाय. आई पाट्या वळत बसली व्हुती. बा घरी नव्हता, आईला सारं सांगितलं. पैसं लागलं न्हाईती आन् पुस्तकांची बी सोय हुतीया म्हटल्यावर आईला गहिवर फुटला. ती लई उशीर रडली. मला तिनं आतल्या अंगानं परवानगी दिऊन टाकली.

बा सांचं आला. त्याला आईनंच सारं सांगितलं. बा गप्प झाला व्हुता. तो म्हनला,

"लक्षा, तू शिकावं नगं, असं मी म्हनतुया. ही सात-आठ पोरं संबळू, का तुला शिकवू? मी काय तुला देनार न्हाय. तू फलटनला जायाचास, माझ्याच्यानं निबायचं न्हाय. तुजं तू बग. आन् दुसरंबी वैऱ्यावानी मनात येतंया. ततं निरगुडीची मानसं सारकी आसत्यात... तुजं कमी-ज्यास्त झालं, तर कुणाला इचारू? कोण दाद घील? आपलं कोण हाय, त्याला इचारू? सांग."

बा बोलत हुता... सारी गप्प झाली व्हुती. बाच्या डोळ्याला धारा लागल्या व्हत्या. त्याचं काळीज काळजीनं फाटत व्हुतं.

मी म्हनलो,

"भाऊ, काळजी करू नगंस. मी कायबी करनार न्हाय. काय पायजे ते करीन; पण शिकीन... वाईट कायबी करायचा न्हाय!"

दुसऱ्या दिवशी बा फलटणला संगं आला. मास्तरला भेटला. सरांनी सारं ऐकून घेतलं, "मी बगीन. तुम्ही निष्काळजी ऱ्हा," म्हनालं. येवढा मोठा मानूस हे बोलत व्हुता. बा खाली वाकला... मास्तराच्या पाया पडला. म्हनला,

"गुरुजी, मी आसा पोटामागं जानार... गरिबाच्या पोराची तुमीच आई आन् बाप, काय चुकलं, तर संबळून घ्या. लई केलं, पर ह्यो शिकायचंच म्हनतुया. माजी

ताकद न्हाय; पन् काय करू पोटात गोळा फिरतुया. सकाळपासनं घरात दान्याचं कण न्हाय. आमी जिवलूदिकान न्हाय.''

सरांनी शिपायाला कायतरी सांगितलं. ना. मा. भोसले म्हंजी देव माणूस. आमाला त्यांचा डबा खायला दिला. दोगं बाप-ल्याक पायरीवर बसून जेवलो. कॅनॉलवर पाणी पेलो आन् बा घराकडं निगून गेला.

सोमंथली-फलटन पाच मैलाचं अंतर... रोज जाऊन-यिऊन दोन-तीन महिनं शाळा केली. कंटाळा यायला लागला. त्यात मराठी शाळेपेक्षा सारंच नवं. गाव नवं. शाळा नवी. मास्तर नवं. आमचं आपलं खेड्यात एकच मास्तर सारं शिकवायचा. हितं प्रत्येक विषयाला मास्तर आन् त्याचा वेगळा तास, जमत नव्हतं. वळकीचं कुनीच न्हाय. शाळा सुरू होऊन बरंच दिस झाल्यालं. मी आपला साऱ्यांच्या मागं बसायचो. कवा येकदा घंटा होते, असं व्हयाचं; पन पोरं चांगली वाटायची. व्हंकाड्या, मैकाड्या, कैकाच्या पोटच्या कैकाड्या, असलं कुनी काय म्हनत नव्हतं, का छळत नव्हतं. तेवढंच समाधान व्हतं. सारी आडनावानं बोलवायची. आता पातुर 'लक्षा'च होतं. आता सारी माने म्हणायची. बरं वाटायचं. एक नवंपण नवा जन्म घिवून आल्यागत वाटत व्हतं. हेटाळणी थांबली हुती. रोज चालत जाऊन-येऊन कंटाळा याचा; पण गावात व्हंकाड्या म्हणून घ्यायचं... सारकं तुटक वागायचं; शाळंत त्याच्यापेक्षा बरं वाटायचं.

पैले चार-पाच महिने जाऊन-येऊन केलं. आता तर फलटणात माहिती झाली हुती. गावात समी व्हुती; पन बा म्हनला व्हुता,

"पावन्यारावळ्याला तरास देयाचा न्हाई. त्यांच्या दारात जायाचं न्हाय. त्यांची चूल पेटत न्हाय.''

निरगुडीची माझ्या वर्गातली बरीच पोरं मुधोजी हायस्कूलला होती. त्यांची फलटणात गाठ पडायची. आता तीबी जरा बदालल्यावानी वागत-बोलत व्हुती. एका दिवशी चार-पाच जण भेटले. त्यांनी खोली भाड्यानं घेतली व्हुती. फलटनात कुणी वळकीचं नव्हतं. एकांद्या दिवशी उशीर झाला, तर त्यांच्या खोलीवर मुक्काम कराय लागलो. आता निरगुडीची पोरं लई गोड बोलत व्हुती. हितंच ऱ्हा. घरनं भाकरी मागीव. नसली, तर आमी देतो, असं संप्या म्हणत व्हता. तसा त्यो एकला चांगला हुता. मला चालायचा कंटाळा व्हुताच. बाला रामभावनं बाजारात समजावलं. आता पुन्हा निरगुडीची संगात सुरू झाली. पोरीचा विषय सोडून बाकीचं बोलायचो. त्यांच्यात ऱ्हायचो; पन भाजी-भाकरीला शिवायचं न्हाय. भाजी-भाकरी आली न्हाय, तर वरनं देत्याल ती खायचो; पन वळकी होस्तंवर भागच हुतं, म्हनून दिवस काडत व्हुतो. वर्गातली पोरं, त्यांच्या खोल्या माहीत करून घेत व्हुतो.

हिकडं बा बाजाराला आला, की त्याला न्यारंच समजत व्हतं. बा बोलत न्हवता; पन लक्षान ठीक वाटत न्हवतं. त्याचं असं झालं... मी निरगुडकराच्या खोलीत मुक्कामाला असायचो. त्या पोरांच्या भाकरी सकाळी यायच्या. आमी सारीजनं शिगरेटी वडायचो. च्या-पानी झालं, की हे येताना शिगरेटी आणायचे. सारी जण वडायचे. मातर एक बात व्हुती... रस्त्याकडंच्या खिडकीच्या म्होरं त्ये मला कधीच बसू द्याचं न्हाईत. वळीत झुरकं मारायचं, आन् खिडकीम्होरं बसलेल्याला रस्त्यावरचं दिसायचं. रस्त्यावरनं डबावाला आला, की त्ये खिडकीम्होरच्याला दिसायचं. त्यानं खुनवायचं आन् शिगरेट माझ्या हातात यायची. मी शिगरेटीचे एक-दोन झुरके मारले, की दारात गावातला डबावाला असायचा. मी बिगी-बिगी शिगरेट इजवायचो; पण वडताना घावायचो. बोंब मातर माजीच व्हायची. हे त्या वेळी ध्येनात येत न्हवतं. बाला सारं एकाचं दोन करून समजायचं,

'हे कसलं शिकतंया! लेका, गाढवाला आन् घोड्याला काय बराबरी आसतीया व्हय? ...आमची पोरं येवढी शिकवली तर नोकऱ्या न्हाईत्या आन् तू कशाला ह्या फंदात पडतूस?'

बाला भरवायचे. बा वैतागायचा. रामभावला सांगायचा. रामभाव धीर द्यायचे. असं एक वरीसभर शिगरेटी, शिनेमे, बाया, पोरी, कितीतरी किटाळं झाली. मी आठवीला मातूर पास झालो.

चैती आली, की कुरवलीची जत्रा असायची. तिगा भावांची तीन बकरी. पाच-सहा कोंबडं दरसाल असायचं. जत्रा भरली की, सारी जमात जमत व्हती. आता चांगलं समजत व्हतं, मी पास झालो की देवाला पेढं वाटायचो. 'दर साल पास हुऊं दे, तुला म्होरल्या वर्षीबी पेढं वाटीन,' म्हनून नवस बोलायचो.

आता आईला पयल्यासारखी कामं होत नव्हती. तिला सून यावी, असं सारकं वाटत व्हुतं. तिनं माज्यामागं सारकं टुमनं लावलं हुतं. मावळणीची पोरगी किती चांगली हाय ते सांगायची. मीबी कदी-कदी पागळायचो; पण का कुनाला ठावं, लग्नाला मातूर तयार होत नव्हतो. सारी नात्याची मानसं नावं ठेवायची. शिनंच्या समद्या मुलांची लग्नं झाल्याली. ती चिडवायची. मावळण तर जीव की परान करायची. आत्या जतरंत लई पैसं खायला द्याची. त्यात आता बेंडात ढोल वाजवीत होतो. ढोल वाजिवताना रंगून जायचो. ती आमची जन्मजात कला व्हुती. बाज्यांच्या व्हडाचढी असायच्या. पालकी निगाली, की म्होरं पालकीला लागून आसंल, त्यो सगळ्यात भारी बाजा. त्याच्यासाठी मारामाऱ्या हुयाच्या. मी बडा, का तू बडा... तट पडायचे. कितीकदा रक्ताचं सडं पडायचं. देवाच्या देवळात गोळ्यांच्या साक्षीनं झाल्याली भांडनं पंचात जायची... पंचात गेल्यावर सुटायची.

वैशाखात बाजे ठरायचे. सुपाऱ्या धरायच्या. तिथी असत्याल, तसं भाव कमी-जास्त हुयाचे... एका-एका तिथीला जेवनावारी वाजवायचं, तर ज्या तिथीला लई लग्नाची गर्दी असंल, त्या तिथीला लई पैसं घ्याचं. कधी-कधी दोन-दोन लग्नांच्या सुपाऱ्या घ्यायच्या. मालकाला टांग मारायची. ज्याला कायच वाजवायला येत न्हाय असल्या मानसाला चार रुपयं दिऊन नुसतं हत्यार दिऊन उभं करायचं. चार मानसं चांगली वाजवनारी आन् बाकी चार-पाच नुसती उभी करायची. जवळ-जवळ लग्नं असली, तर एकाच्या हळदी लावायच्या आन् दुसऱ्याचं वराड आत घ्याचं. न्हाईतर एकाची लग्नं लागली, की दुसऱ्याची वरात वाजवायची. ह्यानं एकाच तिथीला दोन-दोन लग्नं वाजवायची. मालकानं हौसेनं बेंड लावल्यालं, "नीट वाजवा की!" मालक बोंबलायचा.

एकदा तर लईच बाका प्रसंग आला.

आमी लगीन वाजवत व्हुतो. सांगवीत. लगीन मोठं व्हुतं. त्याच्या हळदी लावल्या आन् कांबळीसरांच्या खलाट्यांच्या घोड्यावरनं रावसाब खलाटा आला. आला त्यो आमी वाजवत व्हुतो तिथंच. गडी उंचापुरा, भरल्याला अंगाचा. डोक्यावर हिरवागार पटका कोसा. अंगात नेहरू शर्ट, पांढरं धुवाट धोतर, गळ्यात उपारनं आन् पिऊन ल्हास झाल्याला. हातांतल्या घोड्याला मारायचा चाबूक हवेत उडवून म्हणाला,

"ऐ! बंद करा आईनिजव्यांनो. तुमचा बाप आलाय. ह्या हातांतल्या हासुडानं कातडं लोळवीन."

बा उठला, 'काय झालं?' म्हून इचाराय लागला, तसं घोड्यावरनंच खलाट्यानं हासुडाचा कडाका वडला, तसं बा वरडला. बेंड बंद झाला. तवर खलाट्यानं दोघा-चौघांना हानलं व्हुतं. वरडावरड झाली. तशी आमी बोंबलाय लागलो. कुनीतरी खलाट्याला धरला व्हुता. त्यो सुटायचा प्रयत्न करीत व्हुता. आईभनीवरनं शिव्या देत व्हुता. 'ह्या कैकाड्यांची घरंच पेटवून देतो, ह्यांच्या आईला झाडाला बांधून झवीन! ह्यान्ला दाकीवतोच. लोकाचं आनिक असतंया आन् माजी कणीक असतीया. माजं पैसं टाका आदी. बाचं देनं व्हुतं काय? ह्या ह्या भाड्यानं इसार घेतलाय आन् चार पोरं पाठविल्यात वाजवायला आन् ह्ये हिथं आई घालत बसल्यात वाजवीत!"

दत्त्या कैकाडी सपशेल पालथा पायावर पडला.

"मालक, चुकलं लेकराचं. आता मारू नगं. आमी निगतुया," म्हनत नाक घाशीत व्हुता.

खलाटा शांत झाला. साऱ्यान्ला म्होरं घातलं. चला म्हनला. तसं सांगवीकरान्ला आपला अपमान झाला, असं वाटून त्यांनी आमची सनगं[१०३] हिसकावून घेतली.

---

१०३. सनगं – बॅन्ड वाजवायची हत्यारं, ढोल.

माझ्या खांद्यावरचा ढोल कवाच गायब झाला व्हुता. मानसांची ही ऽऽऽ गर्दी झाल्याली. बा कवाच पळून गेला व्हुता. दत्त्या पाया पडत व्हुता. पैसं मागारी देतो म्हणत हुता. सांगवीकरांनी खलाट्याला आन् आमा सगळ्यान्‌ला हानलं व्हुत. आता कांबळीसरकर[१०४] आन् सांगवीकर यांच्यात जुंपली व्हुती. खलाट्यानं घोड्याला दारू पाजली व्हुती. त्यो घोड्यावर बसला आन् घोडीला टाच दिली, तसं घोडी वाऱ्यासारखी सुटली. त्याच्या मागं माणसं पळत व्हुती आन् बगता-बगता त्यो दिसंनासा झाला. आमच्यापैकी ज्याला दिसलं तिकडं त्यो-त्यो दडला व्हुता. मी, इठल्या आन् आप्पा एका हाटिलात बसलो व्हुतो. आप्पा आन् आमी सारीच म्होरं काय व्हुतंय... तेच्या काळजीत व्हुतो. तेवढ्यात गरामपंचायतीचा माणूस आला.

"देन्या, लेका हितं हाईस व्हय? बाकीची कुठं गेलंती? चल. सरपंच, पाटील आन् सारी मानसं चावडीवर जमल्यात, वरसीगं मामा आल्यात. बोलीवलंय."

आता मातर आमची पाचावर धारण बसली. आप्पा मला आन् इठल्याला म्हनला,

"अल यालगू. इगून त्तिगं रंड्यारू सोमंथलीक हुंगो."

(चला रं! निगा तुमी दोगं, सोमंथलीला जा. मी चावडीवर जातो.)

आन् त्यो त्या मानसासंगं चावडीवर गेला.

मी आन् इठल्या नीरा नदीत आलो. आरं, काय-काय चावडीवर व्होतया ते बगू. न्हायतर आता बाजे गेल्यातच. आपुन मोकळंच हाय. आपुन वळकाय याचू न्हाय. बाकीची आपली मानसं कुठं हायती, ते माहिती न्हाय, असा इच्यार करून आमी दोगं मागं फिरलो. आत पंचायतीम्होरं गेलो.

पंचायतीम्होरं माणसांचा पूर आला व्हुता. बरीच मोठी मानसं म्होरं बसली व्हती. कुनी काय कुनी काय बोलत व्हुती. सारा राडा झाला व्हुता. मामा मधी बसलं व्हुतं. जवळच दत्त्या बसला व्हुता. शिऱ्या, नाम्या, शिरप्या मयतीला गेल्यावाणी खाली माना घालून बसलं व्हुतं. बा कुठंच दिसत नव्हता. त्यानंच खलाट्याचा इसार घेतला व्हुता. एकशेपंचवीसचं काम व्हुतं. सात गडी देयाचा ठराव झाला व्हुता. आन् चारच मानसं खलाट्याला दिली व्हुती. त्यो म्हनूनच आग्या बोंडावानी झाला व्हता. इसार बानं घेतला व्हुता. त्यो नव्हता. किती मानसं ठरली, कुनाला माहिती नव्हतं. पंचांनी कैकाड्याला तंबी दिली. बिऱ्हाडं घालवून द्या, सनगं नदीत टाकून द्या, हितपासनं ते जातच हलकट म्हणून नावं ठेवत व्हते. मामांनी सारं निस्तारलं. दत्त्याला आताच्या आता जाऊन बारामतीनं न्हाईतर जगातनं कुठूनबी मानसं आन्, कांबळीसरकरला ठरल्यापरमानं मानसं दे म्हनून फर्मावलं. हितलं माणसं हितंच राहू

---

१०४. कांबळीसरकर – कांबळेश्वर या नावाचं गाव आहे. या गावामध्ये राहणारा म्हणून कांबळेश्वरकर.

दे, म्हून हुकूम दिला आन् पंचात मोडली.

दत्त्या वैतागला हुता. दोनी सुपारीचं सारं पैसं दिलं तरी मानसं मिळणार न्हाईत, हे त्याला समजत होतं. आप्पा आन् त्यो फलटनच्या घडश्याची पोरं बगायला गेलं. सारं शांत झालं.

चार दिवस वाजिवलं. दोनी सुपाऱ्या बोंबालल्या. पाच-पन्नास रुपये वसूल झालं न्हाईत. मातर फलटनच्या घडश्यान्‌ला दोनशे रुपये मोजाय लागले. त्यानं बाचा परकाटा बसला.[१०५] बाज्यातील बाकीची बावरच[१०६] वर्दळीला आली. आई, भन निघाली, आणि सारी सराईची वाटणी एका चुकीसाठी फुकापासरी वाटून दिली.

माझ्या वाटणीला आल्या पैशातनं रीनपानी फेडलं. मला कापडं घेतली. वह्या, पुस्तकं, पेन सारं घेतलं आन् मी पुना हायस्कूलात जाया लागलो. आता सोमंथळीची पोरं बराबर असायची. समज चांगली आली हुती.

आमच्यात एक छब्या म्हणून पोरगा व्हता. त्यो आन् मी मिळूनच फलटनला जायचो. चार-पाच मैल संगतीनं असायचा. एकाच वर्गात. त्याला लई पैका मिळायचा. माझ्याहून त्यो थोर हुता. दिसायलाबी मोठाच. लई उलाढाल्या करायचा.

सोमंथळीच्या दोनी अंगाला दोन वडं. करंजवड्याला कावळीची जाळी लई. जाळीतला मानूस दिसायचा न्हाय. ह्यो गडी जाळीत रसायन भिजत ठेवायचा. डबं लागलं, की रविवारी शाळंला सुट्टी असली की स्टो, डबं, पायपा, कनीक सारं घिऊन यायचा. नवसागर आन् हिवराची साल, नासका गूळ येवढंच भांडवल. पाच-पन्नास रुपयांच्या भांडवलावर शे-दोनशे रुपये कमवायचा. त्यानं गडी चैनीत असायचा. कदी-कदी मी जायाचो. त्यो पयल्या धारंची हातभट्टीची दारू पितळीनं प्याचा. मी लांब राकत बसायचो. कुणी आलं की शीळ घालायचो. शीळ घातली, की हा ह्यो स्टो बंद करून जाळीतनं पसार हुयाचा. समजा रिड पडली, तर माल जाईल... आपल्यावर काय बेतायचं न्हाय. ह्यो डाव, त्यासाठी मला रोज फलटनला गेलं, की हाटिलात स्पेशल मिसळ आन् च्या असायचा. आभ्यासाच्या नावानं बोंब. ह्याचं आपलं त्यातच सारं ध्यान असायचं. वर्गात टवाळ्या करायचा.

ह्याच्या नादानं एकदा एका पोरीची टिंगल केली, म्हनून पोरांची भांडनं झाली हुती. दोगान्‌ला जबर मार बसला व्हता; पर ह्याची खोड जात नव्हती.

हिवराची साल मिळत नव्हती. ह्यो मला सुट्टी आसली, की हिवराची साल आन म्हनायचा. हिवराची साल दिली, की चार-पाच रुपये मिळायचं. दोगं चैनीत

---

१०५. बाचा पर काटा बसला – बापाची पाक जिरली.

१०६. बावरच – वडिलांशी बाकीचे लोक भांडू लागले.

हुतो. पान, शिगरेट, हाटेल, शिनेमा.

दिस चैनीत जात हुतं. घरी खायाची बोंब असायची. छब्याकडं गिळायला मिळायचं आन् हायस्कूलात नेमानं जायाचं. आताशा मी घरात काय बगत नव्हतोच. पॉर शिकतंया... म्हनून घरची मानसं सारं बगत हुती. मी पोळावाणी हिंडून खात हुतो. बा चिडायचा, वैतागायचा. एकांद्या दिवशी शिवीगाळ करायचा; पन आता मार चुकला हुता.

एक दिवस छब्या आन् मी दारूचं फुगं घिऊन फलटनला कडूसं पडताना निगालो व्हुतो. कुणीतरी चाडं[१०७] झालं व्हुतं. आमाला म्हाईत नव्हतं. रबरी फुगं सायकलला बांधल्यालं व्हतं. काकंतल्या रेडिओवर गानं लागलं व्हतं, 'हस्ता हुवा नूरानी चेहरा, काली जुल्फे रंग सुनेहरा' आमी तालात आलो व्हुतो, आन् म्या म्होरं लांब पोलिसांची गाडी बघितली... छब्याला गाण्याच्या मूडमदनं जागा केला... इशारा दिला. छब्यानं सायकल थांबवली. मी खाली उडी मारली आन् दात्याच्या उसात घुसलो. त्यो मात्र वाड्याकडं पळाला. तंवर पोलिसांची गाडी येऊन धडाकली. दोगं-तिगं पोलीस आन् एक सायेब व्हुता–मी तर चड्डीत मुतलोच व्हुतो. उसाच्या सरीत पालता पडलो व्हुतो. पोलिसांनी सायकल, माल आन् छब्याला धरला. छब्या दिमाकात म्होरं चालत आला. माझा जीव हिकडं मेल्यागत झाला व्हता. आता ह्यो आपलं नाव सांगनार आन् आपुन तुरुंगात जानार, ह्या भ्यानं घामानं उभा न्हालो व्हुतो; पन काय झालं, कुनास ठाव? गाडी म्होरं निगून गेली. छब्यानं सायकल आन् फुगं घेतलं. गाडी लांब गेल्याली बगितली अन् मला, "ये कैकाड्या, लेका बांगड्या भर, बांगड्या!" म्हनून हाक मारली. मी जाम घाबरलो व्हुतो. मनातनं छब्याच्या पराक्रमाची आन् आपल्या भित्रेपणाची एकाच वेळी तुलना करीत व्हुतो. मनातनं भ्या खाल्लं व्हतं. आता काय वाटंल त्ये झालं तरी पुना ह्या रांडंच्यासंगे ह्यो धंदा करायचा न्हाय, असं एक मन म्हनत व्हुतं. दुसरं मन मिसळ, पाव, शिनेमा, पान, शिगरेट, दावीत व्हुतं. मी चाचरतच छब्याजवळ आलो. त्यो खुशीत व्हता.

"हात दळ्या! लेका, त्ये काय राकीस हायेत व्हय? का मानसं खाऊन हाडं हागत्यात? आरं, तीबी मानसं. त्यानलाबी पोटं हायती. दिली एक नोट सारून, की गांडीत शेपूट घालून म्होरं जात्याती. मी ह्या शिपुरड्यान्‌ला कवाच भेत न्हाय."

मी ऐकत व्हुतो. छब्याची सायकल आन् टकळी चाललीच व्हुती. मी धास्तावलो व्हतो. अगुदरच बा शिकवत नव्हता. नगं-नगं ते निमित्त बगून शाळा

---

१०७. चाडं – चहाडी

सोड म्हनत व्हुता. त्यात मला जर ह्या पोलिसांनी धरला असता, तर आमची शाळा बोंबललीच असती. आई काळूबाईनं सोडावलं व्हुतं.

सायकलीवरनं मंगळवारात फुगं पोचवलं आन् छब्याची संगतबी सोडली. कायमचीच.

म्होरं त्यो काय शिकला न्हाय; पन खडी फोडायला मातर गेला. त्यो खडी फोडायला गेल्याचं समाजलं, तवा मी दगडावानी गप्प होऊन आई काळूबायचं आभार मानीत व्हुतो. तीच ग्यान देतीया. जवा-जवा संकट येतं तवा-तवा तिची ढाल आपल्याला संबाळती म्हनून आई सांगायची. त्ये खरं वाटून रोज सांज-सकाळ तिला भजत व्हुतो.

नववीची पाच-सहा महिनं फलटन-सोमंथळी यिऊन-जाऊन केलं. दसरा झाला आन् बानं बिऱ्हाड पोट भराय हलवलं. तसा मी तुकड्याला महाग झालो. आता घरी जायचं कारण नव्हतं. खिशात पैसा नव्हता. तंबाकूसाठी पोरांची चमचेगिरी करीत व्हुतो. नुसतंच पाणी पिऊन कितीदा तरी सावतामाळ्याच्या देवळात नाहीतर एस.टी. स्टॅन्डवर झोपत व्हुतो. लई भूक लागली, की समीकडं जावं वाटायचं; पन त्यांचीबी बिऱ्हाडं पोट भरायला गेल्याली. सारी कैकाडआळी वस पडल्याली असायची.

सावतामाळ्याचं देऊळ तसं फार चांगलं. झोपायला मोठी ढेलज.[१०८] देवळाच्या म्होरच्या बाजूला दादा कर्ण्यांचं 'संतोष भुवन' हॉटेल आन् त्याच्या शेजारी रामदास सायकल मार्ट हे सायकलचं दुकान. शेजारीच माझं हायस्कूल. शाळा सुटली, की इथंच रेंगाळायचो. माझ्या नशिबानं ह्या हाटेलाचा मालक कर्णे मनाचा दिलदार माणूस. त्याचा भाचा नारायण बोडके माझ्या वर्गात आन् रामदास सायकल मार्टच्या रास्करांचा रामदासही माझ्या वर्गात. हळूहळू मी ह्या पोरांत मिसळत गेलो. मैत्री वाढत गेली. चहा, भजी खाऊन हे पोरगं शिकतंय. कर्ण्यान्ला त्याच्या भाच्यानं सांगितलं. मामाला दया आली. त्ये कवा-कवा उदार खायला द्याला लागले. शिळी भजी, भाजी खात-खात मी तितं चांगलाच रुळलो. फुकटचं कप-बश्या उचलायच्या. लोकांच्या हातांतली कामं घ्याची. हौसंनं करायची. लोकांचा इस्वास मिळवायची कला लहानपनापास्नं हाडीमाशी झाल्याली; रक्तात मुरल्याली लाचारी. कदी-कदी आपुनपन हाटेलचे मालक झालोय... गल्ल्यावर बसलोय, अशी स्वप्नं बगायचो.

दिवाळीच्या सुट्टीत हाटेलात कप-बश्या फुकट धुतल्या... केवळ जेवनावरी. साऱ्यांचा इस्वास बसत गेला. आता नारायण, रामदास आन् मी एकत्र अभ्यास करीत व्हुतो. नऊ वाजले, की हाटेलातले गडी आन् आमी हाटेलाचे मालक बनायचो. हाटेलातलं शिळंपाकं संपवायचो, कर्ण्याच्या घरनं त्यांच्या पोरांची जेवनं

---

१०८. ढेलज – बैठकीचा मोठा हॉल.

यायची. त्यातच माजं भागायचं; पन काही असो, नारायण मला भेटलेला पहिला देवमानूस. त्यानं मला सोडून रात्रीचं जेवण कधी घेतलं न्हाई. रामदासच्या घरच्यांचा हरकाम्या असल्यागत किरकोळ कामं करायचो. त्याची आई फार चांगली बाई. शिळंपाकं राहिलं आसंल तर द्याची. आमी पोरं एका वर्गात शिकत व्हुतो. आता कर्णे आन् रास्कर, दोगांचा आधार व्हुता. जेवायला येळंला नसंल; पन मिळत हुतं. चांगलं नसंल; पन पोटाची आग भागत व्हुती. सकाळी चार वाजताच हाटेलातलं गडी उठायचं. चूलवान पेटवायचं. मलाबी सवय झाली व्हुती. सकाळी शाळेच्या येळंपातुर हाटेलात कामं करायची. मिसळ, च्या, भजी कायतरी खायचं आन् शाळेत जायचं. संध्याकाळी शाळा सुटून आलं, की दहा वाजेपर्यंत हाटेलात काम कराचयं. दहाच्यानंतर अभ्यास केला ना केला, झोपायचं. चाकोरी ठरत व्हुती. दिशा नक्की नव्हती; पन शहरात राहायची सवय व्हत व्हुती. आतापर्यंत संडासाला पानी घिऊन जायचं कारन नव्हतं. दगडानं भागायचं. आता इतरांचं बगून पानी न्हेत व्हुतो. संडासात बसायला जीव नको व्हायचा; पन् हागायला जायला दोन मैल चालत जायला जिवावर यायचं. हळूहळू रुळत गेलो.

नववी पास झालो; पन दोन विषय, गणित आन् इंग्रजीत नापास झालो व्हुतो. चांगली समज आली व्हुती. आपन शिकलं पायजे, हा एकच ध्यास व्हता. निदान मॅट्रिक तरी व्हायचं.

पुन्हा उन्हाळा आला. बा शिरा तानून घिऊन गेला. सीझन वाजिवला; पन मन लागत नव्हतं. घरची सारी परिस्थिती नारायनाला माहीत व्हुती. त्याला मी सांगायचो,

"नारायन, जितं मानसं हागत्यात, तितं राह्यचं. जितं उकिरडं आसत्यात, तितं बसून जेवायचं आन् शेंबड्या पोरानं वाजीव म्हटलं, की वाजवायचं. नको व्हतं आन् तुमा मंडळींच्या बरोबर फिरायचं. लई लाज वाटते. ह्यो धंदा नको वाटतो. आतापातूर समजत नव्हतं. करीत व्हुतो. आता अशी लाचारी नको वाटते."

पन, नारायन अतिशय समंजस मुलगा. मी जिथं वाजवायला गेलो असेन, तिथं चार-पाच मित्र घेऊन यायचा. जीव किती मोठा व्हायचा! आपले मित्र आपल्यासाठी आपुन असंल तिथं सायकलनं येत्यात, आन् मुक्य म्हणजे आपली सारी स्थिती माहीत असून येतात. फार कौतुक वाटायचं.

नारायन जीव की प्राण झाला, त्यो त्याच्या ह्या वागण्यानं. वर्गात अतिशय हुशार. मित्रांत अतिशय लाडका. साऱ्यांना हवाहवासा वाटणारा. कोणी शत्रूच नाही. ते वय म्हणजे खरंतर उनाडक्या करण्याचं; पन हा इतका पोक्त की मला म्हणायचा,

"लेका मान्या, आपल्याला बायको जर कोरी मिळायला पायजे आसंल, तर

आपून इतरांच्या पोरी बाटविता कामा नये. बाई म्हंजे काचेचं भांडं...''

कदी-कदी वेश्या व्यवसाय करणाऱ्या बायका दिसल्या की म्हणायचा, ''ह्या बायकांनी काय केलं असेल... मानूसच ना त्या?''

त्याच्या अशा बोलण्या-वागण्यानं मनावर खोल संस्कार व्हत व्हुते. स्त्री आणि खालच्या जातींच्याबद्दल त्याला अतिशय जिव्हाळा. मला म्हणूनच त्यानं इतकी मदत केली असेल!

दहावीला आलो. आता फलटन म्हणजेच घर वाटायचं. नारायनानं गावात खोली घेतली होती अभ्यासासाठी. रामदास, नारायण, मी आणि पोपट जगताप नावाचा एक महार समाजातला मुलगा, असे आम्ही अतिशय जवळचे मित्र राहत होतो. मला भाडं द्यावं लागत नव्हतंच; पण आता मी हॉटेलात काम करावं असं नारायनाला वाटत नव्हतं. त्यो म्हणत होता,

''लेका, तू आता इथं काम करू नकोस... आम्हाला ते बरं वाटत नाही. वर्गातल्या पोरी-पोरं हसत्यात. तुला आपण इतर काही उद्योग जमवून देऊ. पैसे मी देतो.''

बा कदी वर्दळीला आला तर त्याचीबी समजूत नारायन घालायचा.

त्यानं दहा रुपये भांडवलं दिलं. साईनाथ बेकरीतनं पाव-बटर विकत घेतलं. मोठी पिशवी विकत घेतली. पैसे त्यानंच घातले होते. दुसऱ्या दिवशी पहाटेच उठून 'पाव-बटर...' करीत मी गावातून फिरलो. बटर सकाळी सात-आठ वाजेपर्यंत संपायचे. दीड-दोन रुपये सुटायचे. आता चांगला धंदा करायला लागलो. कुणाची लाचारी नाही. घरनं नवा पैसा मिळायचा नाही. खायची बोंबाबोंब. घराकडं वळावं असं वाटायचं न्हाई. आई, किसन्या, समी, लाली, पुष्पी बाजाराला आली तर भेटत, न्हाईतर सणासुदीला घरी जायचो तेवढंच. बानं लग्नाचा तगादा लावला होता; पन मी दाद देत नव्हतो. आन् त्यालाबी मी मॅट्रिक होईन, अशी आशा लागली व्हतीच.

दिवस कसे बिनकचकचीचे जात व्हते. रोज सकाळपास्नं सांजपातूर दोन-तीन पाकीट शिगरेट लागत व्हती; पन सारं शिगरेट ओढणं चोरून. सकाळची थंडी असली की शिगरेटी वढायच्या. निरगुडीची पोरं फलटणातच व्हती. त्यांच्या गाठी पडायच्या. ती शिकवनीला जायाची. आपुनबी शिकवनी लावावी, असं वाटायचं; पन जमत नव्हतं. ज्या पोरीमुळं निरगुडी सुटली, त्या पाटलांच्या पोरीलाबी तिच्या बानं मुधोजी हायस्कूलात घातली व्हती. तीबी दहावीला आली व्हती. दिसायला अतिशय देखणी, गोरीपान पोरगी; पन ती म्होरनं आली, की मी बगल देऊन बिनबगितल्यागत चोरावानी खाली मान घालून म्होरं जायचो. कधी-कधी मनातनं विचार उसळी मारायचा, आपण तिच्यासंगं बोलावं, ती आपल्याकडं बगती...

हसती, तिला सांगावं... जे तुला सांगितलं गेलं, ज्याची बोंब झाली, ते खरं न्हवतं, ते खोटं व्हतं... पन, आपली कदीच हिंमत झाली न्हाई. जीभ रेटली न्हाई. मनात भीती असायची. आपण सरळपणानं सांगायला जाऊ; पन ती ऐकंल का? तिनं उडीवली कानसुलात तर? बाला सांगितलं तर... मनात आलेली ऊर्मी वड्याच्या पाण्यावानी ओसरून जायाची आन् मी गप्प म्होरं निगून जायचो.

आख्ख्या चार वर्षांत एकदाबी मी तिला सांगू शकलो न्हाई. बोलू शकलो न्हाई; पन मनात सतत असायचं, आपुन केलं तर आंतरजातीय लग्न करायचं आन् तेबी पाटलाच्या पोरीसंगंच करायचं. मनातनं पक्कं ठरलेलं; पन जमलं नाही तर.. वास्तवाचं भान आलं, की स्वप्नाचा पक्षी वास्तवाच्या आगीनं होरपळून जायचा.

पाव-बटराचा धंदा बरा चालला व्हता. शिकताही येत होतं आन् पोटही भरत होतं; पन पैसा वापरताना हात ढिला सुटायचा. पैशाची किंमत समजली होती. मिळाला तर हवाच व्हता. नाहीतरी दोन रुपयांत दोन वेळचं जेवन बसत नव्हतंच. नारायन बघत होता. अंगात कापडं नव्हती. पैसे साठवायचा अनेकदा विचार केला; पन हातात कातरी होती. पाव-बटर विकायला कारखान्याच्या साइटला जात होतो. कारखान्याच्या जवळ शे-पाचशे झोपड्या असायच्या. ऊस तोडायला आलेल्या नगऱ्यांच्या. उसाच्या पाचटीची कोप [१०९] आन् त्यात खुराडं करून माणसं राह्यची. संडास नसायचा. मी पहाटं पाव-बटर घिऊन जायचो. बायका रस्त्याच्या कडंला हागणदारी समजत होत्या. कुणी न्हात होत्या. उगड्यावरच. मनाला चटका लागायचा. खरंतरी माझी आई न्हाताना अशीच मी बगितलेली असायची. नेमकी आईची आठवण व्हायची. मी 'पाव-बटर' करीत कोपीम्होरं गेलो, की बारकी उगडीनागडी पोरं घोळका करायची. नगरे ऊसतोडीला जायला निघालेले असायचे. बायकांचं चुलीम्होरं घाईत चार दामटं [११०] टाकणं चालायचं. चहा व्हत व्हता. माझी पाव-बटर खपत व्हती. उगीच चौकशी म्हणून एकदा इचारलं,

"इतक्या लवकर जावं लागतं का?"

एक जण म्हणाला,

"आज उशीर झाला. रोज पहाटंच फडात जावं लागतं. दिस उगवायला एका गाडीचा ऊस तुटला तर बरं, न्हाईतर दिसबर ऊस तोडून दहा तोंडाची उस्तवारी कशी करायची? सांचं मागारी येतो. पोरं संगंच आसत्यात. ती बी मदत करत्यात ऊस सावळायला. बायकू वाडं, टिपऱ्या गोळा करती... मेळं बांदती... मी मोळ्या करून गाडीत भरतो. सारी जणं राबत्याती, तवा भागतंया...

---

१०९. पाचटीची कोप – उसाची वाळलेली पानं, कोपटं म्हणजे कोण्या, कोपाट्या.
११०. दामटं - लहान आकाराची भाकर.

मी म्होरं सटकायचो. ही बिऱ्हाडं सहा महिनं सीझन असला की येत्यात... कारखाना बंद झाला, की जात्यात... सारी भटकंती आपल्यावानीच!

जगात काहीच मानसं कशानं गरीब झाली आसतील? देव यांना आसं का गरीब ठेवत आसंल? अनेक प्रश्न डोक्यात यायचे; पन सारे विरून जायचे.

याचं उत्तर मिळत नव्हतं. मिळालं, तर पटत नव्हतं.

दहावीचा अभ्यास चालला होता. कधी-कधी शिनेमाला जात होतो. वर्गातल्या मित्रांबरोबर. नाहीतर नारायन, रामदास यांच्याबरोबर शिनेमाच्या गर्दीत घुसायचं. तिकिटासाठी मस्ती करायची. चार-पाच तिकिटं जास्ती काढायची आन् शिनेमा सुरू झाल्यावर जास्त पैशानं इकायची. शिनेमा फुकटात पडायचा.

गणित आन् इंग्रजी म्हंजे आपले दुश्मन... ते आन् आपुन एका पंगतीला कदी बसलोच न्हाई. गणिताचा तास सुरू झाला, की आपल्या झोपेची वेळ असायची. गोळे मास्तर रागवायचा; पन डुलक्या चालूच असायच्या. इंग्रजीचा तास पहिला असायचा; पन आपुन सारकं उशिरा ठरलेले, त्यामुळे दांड्या चालू असायच्या.

दहावीला असतानाच एका पोरीमागं लागलो व्हुतो. म्हंजे काय, ती आपल्याबरोबर बोलायची नाही; पन आपुनच तिच्या मागं-मागं फिरायचं. त्यात तिला तास नसला, की आपला असलेला तास दांडी मारून जायचा. पत्रं तर कितीदातरी लिहिली; पण सारी गेली कॅनलच्या पाण्यात वाहत पंढरीला.

दहावीची परीक्षा जवळ आली होती. हायस्कूलची सहल जाणार होती. पन्हाळा, जोतिबा, कोल्हापूर बगायला. सहलीला कधीच जाता आलं नव्हतं. वर्गातली बरीच पोरं जानार, म्हून नावं देत होती. मनातनं सारकं असायचं आपणबी जावं. काय असते सहल ते बगावं, चैन करावी. तेवढीच मजा; पन पन्नास रुपये भरायचे होते. त्याचं काय करावं? घराकडं नाव काढायचं, म्हंजे आगी म्हव उठविल्यागत[१११] काम होतं. मित्रांकडं पाच-दहा रुपये मिळाले असते; पन सहलीइतके पैसे मिळणं शक्य नव्हतं. बऱ्याच जणांकडं पैसं मागितलं; पन कुणी हुंगलं नाही. समाधान येवढंच होतं, नारायन सहलीला जाणार नव्हता. वर्गातली पोरं चिडवायची. आपसात सहलीबद्दल बोलायची.

दिवस जवळ यायला लागला. मनाचा कोंडमारा, पोटाचा कोंडमारा, सारं कसं काळोखात घावल्यागत. मन उदास झालं, की कॅनलच्या काठाला जाऊन मन शांत होस्तंवर रडायचं. अगदी गप्प होऊन पोटभर रडून झालं, की माघारी यायचं.

---

१११. आगी म्हव उठविल्यागत – मोहाच्या पोळ्यावर दगड मारल्यासारखं संकटाला आमंत्रण. आग्यामोहोळ.

आता नवीनच एक मार्ग समोर आला होता. रुद्रभट्यांच्या दुकानाम्होरं बोर्ड लागला होता. पेपर विकणारा मुलगा पाहिजे. झालं, जाऊन पेपर वाटणाऱ्या मुलाची नोकरी धरली. सकाळी दोन तास काम वाढवलं. सकाळी सहा वाजेपर्यंत बटर विकायचे. नऊ वाजता पेपरची गाडी स्टॅन्डवर यायची. पेपर घ्यायचे. आत दुकानात यायचं, तिथं पेपर वाटून घ्यायचे आन्‌ 'केसरी', 'सकाळ', 'सह्याद्री' करीत रस्त्यात मोठ्यांदा वरडत फिरायचं. वर्गणीदारांना अंक पोचवायचे. सकाळच्या नऊ वाजल्यापास्नं अकरा वाजेपर्यंत पेपर वाटणं चालूच असायचं. अकरा वाजता पेपर वाटून झालं, की कण्र्यांच्या हाटेलात मिसळ-भजी खायची. खाकी चड्डीत शर्ट खोवायचा आन्‌ वह्या घेऊन हायस्कूल गाठायचं. सारी धावाधाव. रुपया-दीड रुपया मिळायचा. इतकं करून पळत-पळत हायस्कूल गाठायचं, तर तिथं प्रार्थना संपून गेलेली. उशिरा येणाऱ्यांना प्रभो सरांचा शिट्टीच्या नाडीचा न्हाईतर रुळाचा मार, नाही तर ग्राउंड साफ करायची शिक्षा व्हायची. मुकाट्यानं शिक्षा भोगायची. बहुतेक पहिला तास संपल्यावरच आमची शाळा सुरू व्हायची.

एकदा अशीच शाळा सुटली. कण्र्यांच्या हाटेलात सात वाजेपर्यंत कप-बश्या उचलल्या. चहा ढोसला-अर्थात, फुकटातच. दप्तर घेतलं आन्‌ खोलीवर निघालो होतो. शेजारीच एस.टी. स्टॅन्ड लागतो. रस्त्याच्या कडेला लाइटच्या खांबाखाली माणसांची गर्दी झाली होती. कोंडाळं करून जो-त्यो पुढं सरत होता. गर्दीत सामील झालो. रेटारेटीत पुढं सरलो तर तिथं तीन-चार मोठी माणसं तीन पानांच्या पत्त्या खेळत होती. वेळ तशी मला निवांत होती. बराच वेळ खेळ बघत बसलो. समोरच्या मानसाचा सराईतपणे हात हलत होता. तीन पानं पटापटा उचलून दाखवीत होता. एक मानूस पत्त्यांच्या एका पानावर दहा रुपये बोलला. त्यानं पान बरोबर ओळखलं. त्याला दहाचे वीस रुपये मिळाले. मी आणखीन पुढं सरलो. आता मीही तल्लीन झालो होतो. समोरचा माणूस राजा, राणी, गुलाम तीनच पानं सफाईनं टाकायचा. लावणारा इसम चुकला, की पैसे जात व्हते. जिंकला की दुप्पट मिळत व्हते. बराच वेळ बघत बसलो व्हतो. दप्तर हातातच व्हतं. आपल्याला हितं कुणी बघितलं, तर बोंब होईल, असं एकदा वाटलं; पन इतक्यात गर्दीत कोण ओळखतंय म्हणून बघत बसलो. शेजारीच पानाचं दुकान व्हतं, तिथं शिगरेट घेतली. पान खाल्लं, इनशर्ट काढला. टोपी खिशात घातली. पुस्तकं-वह्या पानवाल्याच्या दुकानात टाकल्या. नजरेसमोर नोटाच दिसत व्हत्या. बस्स, गर्दीत घुसलो. खिशात दोन-तीन रुपये व्हते. एक रुपया लावला. पहिल्यांदाच रुपयाचे गुलामाने दोन रुपये दिले. पुन्हा खेळलो. पुन्हा-पुन्हा खेळत राहिलो. जिंकत गेलो. जवळ पाच-सात रुपये आले. आता भीड जरा चेपली व्हती. खेळाची धुंदी चढली व्हती. खेळता-खेळता पानाची पिचकारी गटारात टाकली. थुंकीचा बारीकसा राळ पत्त्याच्या पानावर पडला. तो

नजरनं दिसत नव्हता. आता बघ्यांची गर्दी कमी झाली व्हती. मी पानाच्या थुंकीचा राळ धेनात ठेवला आन् नेमकं त्येच पान ओळखाय लागलो. जवळजवळ दोन-तीन तासांत सत्तर रुपये कमावले. समोरचा पत्तेवाला जाम चिडला व्हता. पुन्हा-पुन्हा पान न्याहाळून बगत व्हता. त्याला काय समजत नव्हतं. तो पैसे हरत होता. त्यो एकेरीवर येऊन, 'ह्या राजाची आई झवली, हे गाड्यालाच कसं फळतंया!' म्हणून तणतणत व्हता. त्यानं मध्येच खेळ थांबवला आन् नवी पानं काढली. नवी पानं काढल्यावर मी खेळायचा थांबलो. मी खेळायचा थांबलो, तसं पाच-सात जण एकदम जमली! 'ए आयझव्या का रं, ए भेंच्चोता,' म्हनत मवाली म्होरं आले, तसं टरकलो. झक मारली आन् खेळलो, असं झालं. एक-एक जण म्होरं-म्होरं सरत आले... मला कुठं पळावं, त्ये काय समजंना. ते म्हणत व्हते, 'खेळ' आन् मी 'न्हाई' म्हणत व्हतो. मी खेळत न्हाय म्हटल्यावर सान्‌कन एक थोबाडात बसली. दात ओठात घुसला आन् तोंडातनं रक्ताची धार लागली. मी प्रतिकार करू शकत नव्हतो. ते दोघं-चौघं व्हते आन् मी एकटा. पोटात, पाठीत, घावंल तिथं हानत व्हते. मी ओरडत व्हतो. माणसांची गर्दी वाढाय लागली. काय झालं-काय झालं म्हणून मानसं जमायला लागली, तसं गर्दीत ते लोक दिसेनासे झाले. खिशातले सारे पैसे तर गेलेच व्हते; वर पोटभर मार खाल्ला व्हता. तोंडाचं रक्त हातानं पुसत पानवाल्याच्या दुकानातनं वह्या घेत पोलीस यायच्या आत पसार झालो. चांगली हाडं शेकून निगाली व्हती. सारं अंग दूक भरल्यागत ठणकत व्हतं. येडी झवली, हाक ना बोंब. सारं गप्प बसून सोसलं. त्यात दोन दिवस काम आन् शाळा, दोन्ही बोंबलली.

दहावीची परीक्षा झाली. शाळेला सुटी लागली. तसं बा फलटनातनं घरी घेऊन गेला. आता सीझन संपस्तवर वाजिंत्र्या. आता गावात करमत नव्हतं. चार-दोन दिवसांतनं फलटन व्हतंच. पेपराचं काम सोडलं व्हतं.

मधेच कुरवलीची जत्रा, बकरी कापणं, टांगणं, अंगात येणं, लोटांगण सारं झालं.

त्या वर्षी एक असंच खटलं आलं व्हतं. कैकाड्याच्या उफाड्याच्या पोरीनं वडारी ठिवला व्हता. ती नवऱ्याकडं नांदत नव्हती. आतापातुर चार-पाच येळा पोटचं पाडलं व्हतं आन् आता ती गरवार व्हती. नवरा जातीला सांगत व्हता,

"ही शिंदळ हाय.... हे माझ्या पोटचं न्हाय. हिला मी सोडतुया. काडीमोड द्या!"

झालं, साक्षी-पुरावं, कै, जामीन सारं त्याच गतीनं झालं. दोगांच्या कडनं तिदळकी[११२] काढली व्हतीच. दारूचं फुगं फुटलं होतं. बाईला न्याय द्यायचा, का

---

११२. तिदळकी – जात पंचायतीसाठी जागणारा खर्च दोन्ही पक्षकारांकडून घेतला जातो, त्यास तिदळकी म्हणतात.

बाबाला न्याय द्यायचा. एक जण म्हनला,

"लेका, तुझ्या अंगात पानी न्हाय, मग म्हस दुसऱ्याच्या पानवट्यावर पानी प्याली, तर का झालं, रं? दुसरी तुझ्याजवळ नांदल कशी?"

असं बोलल्यावर नागानं डंक मारावा, तसं त्यो उसासला आन् त्याला म्हनला,

"आरं, तुझी बाईल हितं पंचात आन, तिला हितंच गाबन करतु का न्हाय, ते बग!"

झालं, दोगांची छनाछन्नी झाली. आता मारामारी होनार, म्हनून सारी जमात पळाली. पोरंसोरं वेंगारली. आयाबाया पळाल्या आन् पंचांनी मिटवामिटव केली.

पंचांनी त्या बाईला बाहीर टाकली. तिच्या नवऱ्याला काडीमोड दिली. थळभरणी घेतली आन् दुसरं लगीन करायला परवानगी दिली. ती बाई सारकं रडत व्हती. तिच्या डोळ्यांचं पानी पुराच्या लोटावाणी वाहत व्हतं. सारी तिच्याकडं बगून हसत व्हती आन् ती गाबन गाय पोराच्या बापाचा पत्ता शोधायला रानोमाळ हिंडत व्हती. म्होरं तिच्या डोक्यावर परिणाम झाला. नवऱ्यानं सारं बनवाबनवीनं पंचान्ला दारू पाजून घडवलं होतं. त्यानंच वडाराची बाई रांड ठेवली व्हती. त्या बाईला जे वेड लागलं, ते कायमचं. ती बाळंत झाली; पन पोराचं काय झालं कुणास ठावं?

कुरवलीची जत्रा उरकून बिऱ्हाडं फलटनला आली. शांती चित्रमंदिराच्या म्होरं बिऱ्हाडं उतरली. चुली पेटल्या. आपुन ह्या बिऱ्हाडावर थांबलो तर शाळेतलं कुणी बगंल आणि आपली चेष्टा पोरं करतील, अपमान होईल, ह्या धास्तीनं मी आन् दत्त्या, कैकाड्याचा इठल्या बिऱ्हाड सोडून गावात निगालो. वेळ रात्रीची साडेनऊची असंल. शांती चित्रमंदिराच्या म्होरनं मधनंच एस.टी. स्टॅन्डला रस्ता जातो. त्या रस्त्यानं जवळ पडतं म्हणून आमी अंधारातनं निघालो व्हतो. एस.टी. स्टॅन्डच्या मागच्या बाजूला घडसुलीची झोपडपट्टी हाय. आमी अंधारातनं शिगरेटी वडत निगालो व्हतो. जत्रंतल्या गमतीजमती एकमेकाला सांगत शिगरेटीचे झुरके घेत निगालो व्हतो. तेवढ्यात अंधारातनं एक मध्यम वयाची बाई म्होरं आली, 'ए पोरांनो!' म्हणून हाक मारली. आमी उभं राहिलो. इठल्यानं तिला काय म्हनून इचारलं तसं... पावडर तोंडाला फासून, पान खाऊन तोंड लालभडक झाल्याली बाई म्हनती कसं,

"आरं बोंडुल्यांनू[११३] बसायचं का?"

आमाला कायच समजंना, मी म्हनलो,

"कुठं?"

"या माझ्या मागं." ती म्हनली.

---

११३. बोंडुल्यांनू - बोंडश्यानो, बोंडीच्यांनो, इंद्रियवाचक शिवी.

आमी दोगांनी एकमेकांना खुनीवलं आन् काय भानगड हाय ते बगू, म्हनून तिच्या मागनं निगालो, चार-पाच झोपड्या वल्यांडल्या.

"गटारात पाय पडला, तर सारं हातरून नासवाल," म्हणत तिनं कोपीचं दार ढकललं.

आता रॉकेलची चिमणी ढणढणत होती. खाली पोतं हातारलं होतं. त्याच्यावर चादर टाकली होती. एका कोपऱ्यात चहाचं रिकामं भांडं. मोडका कप आन् च्या गाळायचं फडकं पडलं व्हतं. आमी दारातच उभं राहिल्यालो, काय करावं समजत न्हवतं. ही काय म्हणती, ते नीटसं कळत न्हवतं. आदी इठल्या आत गेला. त्याच्या मागं-मागं मी आत गेलो. बाई सफाईनं बोलत होती. ती काय बोलत होती, ते समजावं, म्हणून मी म्होरं झालो. ती उठली आन् दार लावाय लागली तसं माझ्या काळजानं ठाव सोडला. याच्या आईला. ही काहीतरी बिलामत दिसतीया, म्हणून उठाय लागलो. इठल्याला चिमटा घेतला... चल म्हणून. तिनं निवांत दार दाबलं आन् इठल्याकडं बगून म्हनाली,

"आरं, किती पैसं हायती जवळ? बोलाल का न्हाय... नुसतं बगायचं का बसायचं?"

आतामातर आपल्या अंगात थंडी वाजल्यावानी व्हायला लागली. इठल्या म्हनाला,

"कशाला पैसं?"

तसं ती म्हनाली,

"फुकाटचं बसायचं आसतंया व्हय रं, शेमन्या?"

इठल्या काय ऐकंना... मला तर मुतायला आलं होतं. आयला, हितं कायतरी भानगड हाय. इठल्याला मी खुनीवला, तसं ती,

"ए, आरं बस खाली. पान खा, शिगरेट वड. आसं मूत हातात धरून काय आलायास?" म्हणत पच्कन थुंकली.

मी गप्प झालो. इठल्याकडं बारा आणे होते. माझ्याकडे पैसे नव्हते.

"पाच रुपये लागत्यात बसायला आन् बारा आण्यात काय व्हतं?" म्हणत तिनं बारा आणे घेतले.

बाई इतक्या सरावानं फाजील बोलत व्हती, की इचारायची सोय न्हाय. इठल्याचं खिसं बघितलं आन् मला म्हणाली,

"तुझ्याकडं किती पैसं हायती रं, कांड्या?"

मी खिशात हात घातल्यावानी केला. आपल्याकडं पैसं न्हाईत, म्हणून उठलो. तशी ती गरजली,

"बींदाड्या, नुसतं फुकटात भाजी मिळत न्हाय, आन् भाडू आलाय घासायला. ऊठ ऊठ!" म्हणत धावून आली.

मी इतका गोंदळलो व्हतो की माझं मलाच समजलं न्हाई. धूम पळत मी स्टॅन्डवर आलो. इठल्या पाच मिनिटांत मागनं चालत आला. मनातनं त्याला शिव्या देत व्हती; पण ती बाई काय म्हणत व्हती, हे इठल्याला माहीत असंल, म्हणून तो येस्तोर उभा राहिलो. त्यो आला त्यो हासतच... 'आयला, ही काय भानगड हाय... ह्यो रांडंचा हासतुया आन् मला तिनं हुसकावलं. जे काय सांगायचं, ते त्यालाच सांगतीया,' मनात उत्सुकता व्हती. त्यो आला, तसं त्याला दोन-चार शिव्या हासडल्या. त्यो जाम हसत होता. त्यानं पानं घेतली, दोगांनी पानं खाल्ली. स्टॅन्ड रिकामा झाला होता. एका बाकड्यावर जाऊन बसलो. मी त्याला काय झालं म्हनत इचारलं; तसा त्यो फिदीफिदी हसाय लागला.

"आयला, तू इतका शिकलायास; पर तुला आकाल काय आली न्हाय. आरं, आठ आण्यांतसुद्धा भागतंय."

माझी उत्सुकता आणखीन ताणीत त्यो म्हनला,

"आणखी चार आणे असतं, तर मी बसूनच आलो असतो."

आता ही बसण्याची भानगड काय हाय, ते मातर मला समजत नव्हतं. तसा इठल्या माझ्याहून लहान. दिसायला अगदी गरीब... त्याला माहीत हाय, आन् आपल्याला न्हाय, याचं वाईट वाटत व्हतं. मी गप्प झाल्यावर त्यो म्हनला,

"आरं, तू गेलास पळून आन् तिनं मला दाकिवली सरकस."

"आता याच्या आईचं! आरं, कोड्यात काय बोलतुयास? त्या कोपटात तुला सरकस कशी दिसली?" मला काय कोडं उलगडत नव्हतं.

तसं आनखीन हासत, माझ्या फिरक्या घेत त्यो मुद्दामच काय सांगंना, तवा "च्या आयला! जाऊ दे तिकडं!" म्हनत मी उठलो.

तसं त्यो म्हनला,

"बरं, बस सांगतो. आरं, तू भाईर गेल्यावर तिनं लुगडं फेडलं. मला बग म्हनली. मी बगितलं आन् झालं. बारा आण्यात येवढीच मजा. रुपया आसता, तर फुडचं."

आता मला टूब लागल्यागत झालं. खिनभर आपली संधी गेल्यागत वाटलं; पण पुन्हा-पुन्हा तो जे वर्णन सांगत होता... त्यानं किळस आली. रातच्या बारा वाजस्तंवर त्यानं पोरीच्या भानगडी सांगितल्या आन् पैसं देऊन असं चालतं, हे पहिल्यांदाच समजलं.

मनात आलं... त्येच्या आईला, आपुन खरंच गाढव हाय. आपुन आपल्या वर्गातल्या आपल्या आवडत्या पोरीलाच पत्र लिहीत बसलोय; पन ह्यो जवळचा रस्ता काय आपल्याला उमाजला न्हाय.

आता तिला किती पैसं घेती, ते इचारावं, असा इचार करीत बिऱ्हाडावर आलो;

पन उभ्या हयातीत ती एकदाच बोलली. बोलली, तवा तिच्या बाची बदली दुसरीकडं कुठं झाली होती! ती साऱ्या वर्गातल्या मुलांना सांगत व्हती, साऱ्यांचा निरोप घेत व्हती. आपुनबी त्यातच एक! ती बोलली, 'जाते' म्हनाली. क्षणभर रडं कोसळंल, असं वाटत व्हतं; पन मनाची समजूत घातली..'शिंक्यावर दही आन् दैवात न्हाई,' त्याला आपुन तरी काय करनार?

उन्हाळ्याची सारी सुट्टी लग्न वाजिवण्यात गेली. दहावीचा रिझल्ट लागला. पास झालो. आता अकरावीला गेलो, म्हनजे आपुन फार मोठे झालो. आता आपुन कॉलेजला जाणार, म्हणत खुशीत होतो. सोमंथळीतल्या मारुतीला पेढे वाटले. काळूबाईला जाऊन पेढे वाटून आलो. घरात साऱ्यांना आनंद झाला व्हता. आईनं तर सारं घर डोक्यावर घेतलं व्हतं. ज्याला-त्याला मी पास झालो ह्याशिवाय चार-आठ दिवस ती दुसरं काय बोलतच नव्हती.

वराड निघालं, तवा बराच येळ झाला व्हता. बायका-पोरांचा कालवा चालला व्हता. समदा गाव लग्नाला निगाला व्हता. एकशेएक गाडीवान निगालं. बैलगाड्या सजिवल्याल्या. बैल रंगवून झुली घातलेल्या. गाडीच्या तट्ट्याला नोटांचं हार घातलेले. बर्ग्याचं[११४] लगीन मंजी साऱ्या गावाला उरूस झाल्याला, बर्गे लइं बडी असामी.[११५] गावात पैल्यांदा ट्रॅक्टर घेतला त्यो बर्ग्यानं. दरसाल कारखान्यात समद्यांत जास्त ऊस बर्ग्यांचाच. पाच-पन्नास मानसांचा राबता अन् थोरल्या बर्ग्यांच्या पोरीचं लगीन! साऱ्या गावाला आवतन. पोरीची साखर चिर्डी[११६] झाली, तीच गावजेवन घालून. सारा गाव लाडवाचं जेवन जेवल्याला. नुसता कासार बांगड्या भरत होता दोन दिस. म्हारा-मांगापास्नं मुसलमानापातुर साऱ्यांच्या बाया-पोरीन्ला साखरपुड्याला बांगड्या भरलेल्या. साखरपुड्यादिवशी नुसता साखरंचा च्या दिसभर चालला होता. किती मानूस जेवलं, त्याला गणितच नव्हतं! मोठ्या थाटात साखरपुडा झाला व्हता. गोरगरिबांची चार-पाच लग्नं तेवढ्यात झाली असती. इवाईबी तसाच तोलामोलाचा व्हता. गावातली माणसं मुलाच्या टिळ्याला गेली व्हती, तर दोन टायल्या[११७] करून. साऱ्यान्ला इवायानं टोप्या आन् टॉवेल दिले व्हते. त्याच्या टिळ्याच्या खर्चातबी चार-पाच गरिबांची लग्नं झाली असती. लई

---

११४. बर्ग्याचं – बर्गे हे आडनाव.

११५. असामी - मोठी प्रतिष्ठित व्यक्ती.

११६. चिर्डी – साखरपुड्यासाठी घेतलेलं लुगडं.

११७. टायल्या - ट्रॉली.

सुखी घरात पोरगी जानार, म्हनत सारा गाव आनंदात व्हता आन् म्हनूनच एकशेएक गाडी वराड निघालं होतं.

आमच्या गावातला बाजा म्हणून आमाला सुपारी दिलेली. फलटनच्या पटानाचा बाजा होताच. आन् बारामतीचा झऱ्याचा बाजाबी होता. तीन बाजे नवरीच्या मालकानं लावल्यालं.

वाजतगाजत, गुलाल उधळीत वराड निघालं. शिवंवर नाऱ्याळ, लिंबं टाकली. आनि वराड गावाबाहेर निघस्तंवर वाजिवलं. आमाला एका गाडीत जागा दिली. आमी दहा-बारा जन दाटीदाटीनं गाडीत बसलो आन् वराड निगालं कांबळीसराला. कांबळीसरापातूर लागत्याल तेवढ्या गावात आमी वाजवीत व्हतो. शीव आली की वराडावरनं नारळ उतरून टाकीत व्हते. लिंबं टाकीत व्हते. झाडून सारं गाव वारीत निघालं व्हतं.

गाडीवाल्यांनी आपली-आपली बैलं सजिवल्याली. तरण्या बाया ज्या गाडीत बसलेल्या असायच्या त्या गाडीवानान्ला लई चेव यायचा. आपली गाडी म्होरं गेली पायजे, म्हणून परतेक जण बैलाच्या शेपटी दामटायचा. आसुडाचं पोत्यरं[११८] व्हायचं आन् गाड्या धुरळा उडवीत धडधडत वाऱ्यावानी सुटायच्या. मदीच एकांद्या गाडीचा बैल बसायचा, न्हायतर एकाद्याची खिळ निसटायची.

असं करीत-करीत वराड एकदाचं कांबळीसरात कडुसं पडताना पोचलं. वराड वाजवीत गावातनं नेत व्हतो. गावात वराड जाताना जत्रंला मानसं जमावीत, तसं मानूस जमल्यालं!

गावात एका मोठ्या वाड्यात जानवसा दिला होता. हळदी लागायला पहाट उजाडली. डोळं चुरचुरत होतं. ढोल बडवून-बडवून हाताचं बावकं[११९] दुकून आलं होतं, तरी हळदीच्या बाया काय संपत नव्हत्या. हरभऱ्याच्या घुगऱ्या आन् एक-एक पैसा जमून बाच्या धोतराचा सोगा गच्च भरला व्हता.

फटफटीत झालं. नवरीची हळद झाली. नवऱ्याची हळद त्याच्या घरी लागली व्हती. नवरीची हळद जानवसघरी लागली व्हती.

लग्नाचा दिस उजाडला. धावपळ चालूच होती. पाच-दहा गावची माणसं लग्नाला आल्याली. मानाचा पावना आला, की 'आरं, बॅन्डवालं कुठं गेलं?' म्हणून पुकारा व्हायचा. आमी पळत जायचो आन् पावण्याला वाजवीत आणायचो. बड्याचं लगीन. सारी पुढारी मंडळी आल्याली. लगीनघरी भला मोठा कमानी मांडव घातलेला, मांडव नुसता नजर लागावी असा सजविलेला. सकाळपास्नं स्पीकर

---

११८. पोत्यरं – चूल सारवण्यासाठी घेतलेलं फाटकं कापड.
११९. बावकं – बावकं म्हणजे बावकाट, बावकाट म्हणजे खांदे.

चालू झालेला. नवरा मुलगा बराच शिकलेला. गोरागोमटा. त्यात भारी कापडं अंगावर. राजबिंडा दिसत व्हता. मांडवात मानूस मावत न्हवतं. सकाळपास्नं पंगती सुरू झालेल्या. कित्येक हजार मानसं जेवून उठली व्हती. तरणी पोरं हालून[१२०] वाढण्याचं काम खुशीनं करीत व्हती. मधीच जरा तुटाक बसून आमी जेवलो.

वेळ दुपारची असंल. आमी नवरी मुलीला गडांगणाला[१२१] नेली होती. पाच-पन्नास कुरवल्या, कुरवळं अशी शे-दीडशे मानसं गडांगणाला गेलेली. मुलाला बी त्याच्या बॅन्डवाल्यांनी वाजवीत आनलं व्हतं. नवऱ्याकडच्या, नवरीकडच्या तरण्या पोरींची चेष्टामस्करी चालली व्हती. थोरला बर्गा आन् त्याच्या भावांची धावपळ चालली व्हती. गडांगणाच्या जागी नवरदेवाकडच्या त्याच्या दोस्तांनी फोटो काढायला कॅमीरा आणला होता. नवरा-नवरीचा फोटा काढायची इच्छा त्यांनी सांगितली असावी. नवऱ्याचा भाऊ नवरीच्या भावाला म्हनाला, "बर्गे, नवरदेव फोटो काढायचाच म्हनतुया. जरा नवरी मुलगी झोपाळ्यावर बसवा. झोपाळ्यावर बसून फोटू काढायचाय."

बर्गा बगतच राहिला. त्यो म्हनला,

"पाव्हनं, अहो लगीन अजून लागल्यालं न्हाय. तवरच फोटूचं काय घिवून बसलाय? लगीन लागू दे, मग पायजे तवढं फुटू काढा म्हनावं!"

झालं! नवरदेवापतुर ही गोष्ट गेली आन् नवरदेव चिडला, 'आयला, फोटो आताच काढायचा!' नवरदेव ताटून बसला. झालं. सारीकडं एकच चर्चा सुरू झाली. थोरला बर्गा जरा शांत मानूस, त्यानं नवरदेवाला समजाविण्याचा प्रयत्न केला,

"जावाय, आपल्यात लगीन लावल्याबिगार नवरा-नवरी एकत्र येत न्हाईत. तवा फुटू लगीन लावल्यावर काडा. पायजीतर बारामतीस्नं आमी फुटू काढनारी मानसं टालीभर आनतो; पर आता हट्ट धरून बसू नगा.'

नवरदेव म्हनला,

"मामा, लगीन लावल्यावर फुटू काढाय तुमी कशाला सांगता? मंग तर फुटू काढूच! लगीन झालं नसलं तर काय बिगाडलं? लगीन तर व्हईलच. लग्नाच्या आधी फुटू काढला, तर काय बिगाडलं?"

नजरेला नजर लावून जावयानं चार मानसांत आपलं ऐकलं न्हाय. ह्याचा काय-तरी डाव दिसतोय, असं वाटून बर्गा पेटला.

"आयला! हाळद लागली, म्हंजी का ह्याची बायकू झाली की काय?" बर्गा म्हनला,

"पावनं, आमच्यात लगनाच्या आधी फुटू काढायची रीत न्हाय. आमी फुटू

---

१२०. हालून – लगबगीनं

१२१. गडांगणाला – केळवणाला.

काढू देणार न्हाय.''

नवरदेवपण पेटला. त्यो म्हनाला,

''मामा, फुटू काढत न्हाय, तर हे लगीनबी होनार न्हाय. मी हाळद लावली तवाच लगीन झालं.''

झालं. दोगा सासरा-जावयांची जुंपली. बाकी शेल्या ठकुऱ्याची मानसं बोलाय लागली आन् वावटलीवानी हे फुटूचं लफडं साऱ्या गावात आन् वराडात झालं. आबरूचं खोबरं झालं म्हनून बर्गा चिडलेला, तर पाव्हन्यानी 'आमच्या गावात येऊन आमचा अपमान केला' म्हनून लगीनघरची मंडळी हातघाईवर आलेली. शानीसुर्ती मानसं, पुढारी मंडळी मिटवामिटवी करीत व्हती; पन मानापमानाचा वणवा भडाकलेला. सारीच नशा चढल्यावानी हातघाईवर आलेली. नवरदेवाच्या बाचा शांत सभाव. भडकून त्योबी, ''ह्यांच्या आईला घोडा लावला ह्यांच्या! आसल्या चालीची आसत्याल, हे माहीत नव्हतं. ही बर्ग्याची मानसं म्हारामांगावानी कलागतीला आल्याती. फुटू काढू दिला, तर लगीन लागंल, न्हाईतर जा म्हनावं आई घालीत मागारी! आशा छपन्न रांडा जमा करून आणीन म्हनावं. शिर सलामत, तर पगडी पचास, त्येला काय तोटा न्हाय!'' म्हणू लागला.

वराडी मंडळीबी काय कमी नव्हती. त्याच गावच्या बोरी आन् त्याच गावच्या बाभळी. आता कलागत होणार आन् शे-पाचशे डोस्की फुटणार, अशी येळ आलेली. दोनी बाजूची पोरं कानात वारं शिरावं, तशी वाऱ्यावर सवार झाल्याली. लागली म्हणता-म्हणता कलागतीनं पेट घेतला. तसं वराडी मंडळींना भान आलं. सारी वराडाकडं पळत सुटली. 'आयला? दुसऱ्याच्या म्हातारीसाठी आपुन का म्हन मिश्या उतरवा?' म्हणून बचावात्मक पवित्रा घेऊन, तर लोकाच्या गावात रगात सांडंल, म्हनून धूम पळत जानवस घर गाठलं. पोरं आन् बायांचा नुसता कालवा झालेला. दिसंल त्ये मानूस गाडीत घाल आन् गाडी पळव, असं करीत-करीत तिकडं भांडणांचा आवाज शिगंला पोचत व्हता आन् हिकडं वराडातल्या गाड्या तशाच झपाट्यानं मागारी सुटल्या व्हत्या. नवरीच्या चुलत भावानं रागरंग बगितला, नवरीला गाडीत घातली आन् गाडी वाऱ्यागत सांगवीकडे धुमाट पळाली. मारामारी होनार म्हनून बानं मला आन् इठल्याला आधीच वऱ्हाडघरी पाठवलेलं. भांडणात आपल्या माणसांना लागू न्हाय म्हणून आमचा जीव खाली-वर व्हत व्हता. बगता-बगता बायामान्सांना गाड्यांत घालून गाड्या गेलेल्या. तवर मानसांची पळापळ इतकी वाढली, की कोन कुनाला मारतंय समजत नव्हतं. बा, दत्तू, आप्पा, तात्या सारी वाजवायची सनगं काकंत घालून पळत आले. बरेच घाबरले व्हते.

''अल ख्वांड्यगा अल यालगो''

(आरं, मारून टाकला. चला, पळा!)

म्हनत आमी सारी बाजेवाली पळायला लागलो. मागं गावात एवढा कालवा झाला व्हता, की पुसाय नगं.

मिळंल त्या पायवाटनं आमी सोमथली गाठली. तवा रात बरीच झाली व्हती.

दुसऱ्या दिवशी सकाळी बर्ग्याच्या घराम्होरं सुतकी चेहऱ्यानं मानसं जमली व्हती. चार-दोगानला दवाखान्यात नेलं होतं. त्यात बर्ग्याच्या भावकीतली बरीच पोरं व्हती. लगनाचं इगीन झालं व्हतं. आता पोरीचं काय करायचं? बर्ग्याम्होरं मोठं कोडं पडलं होतं. पैका खूप व्हता; पन् आता पैक्याचा उपेग काय होता? पांढऱ्या कापडावर डाग पडावा तसा पोरीच्या काळजावर डाग पडलेला. त्याला काय करायचं? तिनं जेवनखान टाकलं होतं. पोरगी खचून गेली व्हती. पायावर पाय दुसरा उभा करनं येवढंच करावं लागनार, न्हाईतर तोंडाला डांबर पुसून घ्यायची पाळी येनार. बर्ग्या मोठ्या काळजीत पडला व्हता. लालीला दुक झालं आन् चुळून-चुळून लाल केलं. फुटू काढला असता तर... पण, ते शक्य नव्हतं आन् आता पोरीला दुसरा घरुबा मिळनंबी सोपं नव्हतं. लगीन लागलं न्हाय हे खरं; पन हळद तर लागली होतीच की! सारी मानसं बर्ग्याच्या वाड्याम्होरं जमून गप्प बसून राहत.

दिवस उलटायला लागलं; पन रत्ना काही घरातून बाहेर दिसंना. तिनं हातरून धरलेलं. लई जबर घाव बसल्याला.

गावाचा गावगाडा पुन्हा सुरू झाला. बर्ग्याच्या घरात मातर भयाण शांतता व्हती. रोजची कामं संपून दिवस बुडत व्हता; पन बर्ग्याच्या रत्नाचं लगीन काय जमत नव्हतं. तोळ्यांची आन् नोटांची हुंड्यात लई लालूच दाखिवली; पन काय उपेग हुईना. बर्ग्या दिसन् दिस खचाय लागला. अब्रूचा तमाशा आपल्या डोळ्यानं बगत व्हता. त्यात पोरगी सुकाय लागल्याली. पांढऱ्या पायाची म्हनून आयाबाया बोलायच्या. भवल्यावर रंडकी झाली असती, तरी परवाडलं असतं. निदान त्याच्या नावानं दिस काढलं असतं; पन हे कुमारी रांडावपण कसं होनार, म्हनून बायाबापड्या बोलायच्या. मधीच कवातरी बा सांगायचा,

"पाटलाची रत्ना वरडत उठतीया."

मदीच सांगायचा,

"ती बग त्येच्याकडं बगून हासतीया. आंगावर कापडं ठिवंना झालीया. तिला झटकं येत्यात. पाटील लई खचलाय. पाटलीनबी जेवत न्हाय की पईल्यावानी घडाघडा बोलत न्हाय. न्हाइतर पाटलाचा वाडा म्हंजी खळाळता वाडा; पर ह्या पोरीच्या लग्नाच्या भानगडीपास्नं नुसता सुतकात न्हातुया."

मी हायस्कूलला फलटणात असायचो. दरवर्षी पाव्हनं बगायला यायचे आन् जायचे. लगीन सराया यायच्या आन् जायच्या; पन रत्नाचं लगीन काय जमत नव्हतं. पाटलाच्या घरचा लोकांचा राबताबी कमी झाला व्हता आन् गाड्याबी कमी

झाल्या व्हत्या.

एकदा ऐतवारच्या बाजाराला आई आली व्हती. तिचा चेहरा पडला व्हता. मी राहत व्हतो, त्या खोलीवर आली व्हती. मी इकडचं-तिकडचं बोलत व्हतो. निगता-निगता विषय निगाला.

आई सांगत व्हती,

"पाटलाच्या रत्नाला लईच झालं म्हनं. सकीरवारी पुन्याला नेहली हुती पेशल टेक्सी करून; पर उपेग झाला न्हाय. काल तिचं मडं तसंच पेशल टेक्सीत आनलं. नुसता हाडांचा सापळा राहिला व्हता. समदं गाव जमलं हुतं. लई मानसं रडली. पोरगी लई गुनाची हुती."

आई बगता-बगता रडाय लागली. तिनं वाढलेलं शिळंपाकं, दिलेल्या मिरच्या आन् गवारी आन् कायबाय सांगत व्हती. जनू घरचं मानूस गेलं असावं, तसा तिचा ऊर भरून आला व्हता. मलाबी रडायला आलं व्हतं. आमीबी लांबनं-लांबनं तिला खेळताना बगितलं व्हतंच; पन तिच्याबर लगीन कुणीच का केलं न्हाय? आपल्यात तर एक-एक बाय कितीबी नवरं करती. एका नवऱ्यानं सोडून दिली, तरी ती पुन्हा दुसऱ्या नवऱ्यास्नं उठून पयल्या नवऱ्याकडं नांदती, हे कसं?

आई म्हनत व्हती.

"आपुन बिनभिकार. आपल्यात चालतंय. त्यांच्यात चालत न्हाय. बाबा, बाय म्हंजी काचचं भांडं!"

एका तिथीला लई लग्नांची गर्दी हुती; पन बानं एकच सुपारी घेतली व्हती. सामन्याला सुरवडीचा बाजा व्हता. रेसल सारकी चालू व्हती. साकरवाडीला लग्न व्हतं. शहरात वाजवायचं तर चार-पाच तरी गाणी बसली पाहिजेत. म्हनून रात-दिस रेसल चालू व्हती. गावातली मानसं कोकलत व्हती.

"लेकांनो, मानसानला झोप तरी लागू द्या. सारकं भो-भो काय करताय? डोस्कं नुसतं उठतंय..."

कुणीकुणी येऊन ऐकतबी बसायची.

झालं, साकरवाडीला वाजवायला गेलो. सारं लगीन वाजवत आनलं. मी ठेक्यात ढोल पिटत व्हतो. धुंद होत व्हतो. शिनेमातली गानी वाजवायची. नवरा वरदाव्याला[१२२] घेऊन गावात आलो. मारुतीच्या देवळाम्होरं नवरदेव पोशाख करीत

---

१२२. वरदाव्याला - शिरीवंदनाला. म्हणजे लग्नापूर्वी नवरामुलगा कुलदैवताला नमस्कार करायला जातो.

व्हता. गानं रंगात आलं व्हतं. वाजिवता-वाजिवता माझी नजर समोरच्या माडीकडं गेली आन् तालाचा ठेका चुकला. सारं लक्ष माडीवर व्हतं. तीच मुलगी व्हती; जी तिच्या वडलांच्या बदलीमुळं फलटन सोडून गेली व्हती. माझं वाजिवण्यावरचं सारं लक्ष उडालं. ठेका चुकाय लागला. समोर दुसरी पार्टी व्हती. मी चुकलो. बा शेजारीच पडघम वाजवीत व्हता. इतक्या मानसांत बानं बसायच्या जाग्यावर लात घातली आन् 'काय वाजिवतूयस?' म्हनत दुसरी उगारली. तवर आप्पानं बाला गप्प केलं. माझा पुरा नक्शा उतारला व्हता. ती माडीवर फिदीफिदी हसत व्हती आन् मी भानावर येऊन वाजवीत व्हतो.

गानं संपलं. बा नुसता इंगळागत तापला व्हता. ध्यान कुठं असतं, आता वरातीत तरी 'आई नीट घाला' म्हनत व्हता. मी पुरता ओशाळलो व्हतो.

अन् वरातीत मान खाली घालून नवरदेव मांडवात आनला.

सांचं वरातीत खूप चांगलं वाजिवलं. समोरच्या बाजेवाल्यानं पाट थोपाटली. बाच्या अंगावर मूठभर मांस चढलं. डोळं भिरभिरत व्हतं; पन आपलं कुणीच आलं नव्हतं.

अकरावीच्या वर्गात अडचणी काहीच नव्हत्या. दहावीला गणित-इंग्रजीला दांडी मारली व्हतीच. आन् इंग्रजीशिवाय मॅट्रिकला कोन इचारणार? आता समज चांगली आली व्हती. आता आई-बाला अहो-जाहो करीत बोलावीत व्हतो. भाषेत खूप फरक पडला व्हता. इंग्रजी घेऊन अकरावीला बसलो. अर्थात, सोपे विषय घेण्याकडं नेहमीच कल राहिला. गणितानं उभा दावा मांडलेला. त्याला सोडचिठ्ठी दिली. पेपर विकीत, कर्ण्याच्या हाटेलात कप-बश्या धूत, बटर विकत अन् मुख्य म्हनजे नारायनच्या संगतीत, रामदासच्या संगतीनं मॅट्रिकचं वर्ष संपवत आनलं. मॅट्रिकची परीक्षा संपली. पुन्हा बॅन्ड होताच. जून महिन्यात निकाल लागला आणि नारायन फक्त पास झाला. बाकी आमच्या मित्र कंपनीतलं कुणीच पास झालं नाय. नेहमीप्रमानं इंग्रजीनं बहिष्कार टाकला व्हता. बाकीचे विषय सुटले, तरी इंग्रजीचं काय?

आता घरात बानं सांगितलं,

"येवढं सहा महिनं काढा... इंग्रजी का काय ते नीट ध्यान दिऊन शिका आन् लगीन करून मार्गाला लागा. बास झाला आता धुळीत दिवा!"

मुकाट्यानं ऐकत होतो, आतापर्यंत जसं रेटत गेलो, तसंच रेटत जावं लागेल... मनात पक्कं ठरवलं. इंग्रजीची शिकवणी लावली.

नारायनला कोल्हापूरला शेतकी कॉलेजात प्रवेश मिळाला व्हता. आम्ही सारे तसे दुःखात व्हतो; पन नारायनला प्रवेश मिळाला. सगळ्यांना आनंद झाला व्हता. नारायन म्हनाला,

"तुम्हा सर्वांना सोडून जावं असं वाटत नाही; पण गेलं पाहिजे. घरच्यांचा फार आग्रह आहे आणि तुम्ही सगळे ऑक्टोबरला पास व्हा. कोल्हापूरला या. मग आपण पुन्हा एका कॉलेजला नसलो, तरी एका खोलीत राहू शकू."

माझ्या मदतीचा हात आखडला म्हनून मला तर फारच वाईट वाटत व्हतं. तो जानार, त्याच्या आदल्या दिवशी तो सोमंथलीला आला व्हता. जेवन केलं आनि वडलांना म्हनाला,

"भाऊ, तुम्ही काळजी करू नका. चार वर्षं आम्ही त्याला सांभाळला, त्याला शिकू द्या. मी कोल्हापूरला गेलो, तरी बाकीची पोरं हिथंच हायती. मी त्यांना सांगतो. आन् ह्याला फुडल्या वर्षी कोल्हापूरला नेतो."

आई-बा त्याला फार मानत असत. बानं मान हलवली... त्याला बाजूला नेला आनि सांगितलं...

"त्यो सिकू दे, त्याला आमी न्हाई म्हनत न्हाई; पर त्यानं लगीन करू दे. जात-रिवाजापरमानं त्याचा साकरपुडा झालाय. माझ्या भनीनं तिची पोरगी तसी ठिवलिया. ती पोरगी आनि किती दिवस थांबंल? ह्यो गडी हाय. ह्याचं काय न्हाय; पर पोरीची जात, कसं करावं? तू त्याला सांग, दिवाळीत त्याचं लगीन करावं लागंल. न्हाईतर जात आन् पावनंरावळं तोंडात शेन घालत्याल."

नारायननं त्यांना काहीबाही सांगितलं आन् त्यो दुसऱ्या दिवशी कोल्हापूरला गेला.

मी, रामदास, सुभाष, नाना, पोपट, सारी पुन्हा एक राह्यला लागलो. नारायन जरी कोल्हापूरला गेला व्हता, तरी त्याची पत्रं वर्षंभर येत राहिली. या वर्षात मदत झाली, ती सुभाष आणि रामदासची. भाडं कधीच देत नव्हतो. पोटापुरतं कमावत होतो. इंग्रजीची शिकवणी लावली व्हती. अभ्यास करीत व्हतो. आई-बाप कोकणात पोटं भरायला गेले व्हते. ऑक्टोबरच्या परीक्षेचा निकाल लागला आनि मी सर्व मित्रांच्या घरी दिवाळी साजरी केली. खूप आनंद झाला व्हता. मी पास झालो व्हतो. मॅट्रिक झालो, आता निदान मास्तर तरी होता येणार व्हतं. इंग्रजीला बरोबर ३५ मार्क्स पडले व्हते. कॉलेजला जावं की नको, विचार करीत व्हतो. नारायन कोल्हापूरला गेल्यानं त्याचा कॉलेजला येण्याचा सतत आग्रह व्हता. सहा महिने नुसते बसून काढले. पोटापुरतं काम करत व्हुतो. सुगीला आई-वडील आले. त्यांच्याबरोबर कामात दोन-तीन महिने घालवले. मनातनं कोल्हापूरला जाण्याचं पक्कं केलं. बाला लग्नाबाबत होकार दिला. त्यामुळं तो खूश होता. आईला सून येणार व्हती आणि मी पासही झालो व्हतो. त्यामुळं घरात वातावरन खूप चांगलं व्हतं. मी मनातनं नक्की ठरवलं... लग्न करायचं नाही! आपण फलटन आन् घर सोडायचं. घर सोडेपर्यंत लग्नाबाबत नक्की सुगावा लागू द्यायचा न्हायी. घरातलं

वातावरन ठीक ठेवायचं. काम करायचं. त्या वर्षी अखेरचं वर्ष म्हनून खूप रस घेऊन वाजवलं. कधी नव्हे तेवढा पैसाही मिळवला. बा खूश व्हता.

पावसाळा सुरू झाला. कैकाड्यांची लग्नसराई सुरू होनार... बा पैसं जमा कराया लागला व्हता. लग्नाचं काय ते शेवटचं सांग, म्हनून टुमनं लागलं व्हतं. मी बाला झोकांड्या देत व्हतो.

नारायन पास झाला व्हता. मी, रामदास, पोपट बनकर, मारुती काळोखे असे चौघं कोल्हापूरला जानार व्हतो. माझा आधार तर मित्रच व्हते.

झालं. एके दिवशी घरातून आईकडून दहा रुपये घेतले. कुणालाही काही बोललो नाही. मनातून गलबलून येत व्हतं. या साऱ्यांना मनातलं सगळं सांगावं, असं व्हतं; पन् हेही पटत व्हतं की हे सांगितलं तर मला कधीच जाऊ द्यायचे नाहीत... लग्न ही एकमेव बाब महत्त्वाची, असं यांना वाटतं. मी 'फलटनला जातो,' असं सांगितलं आनि बाहेर पडलो.

दुसऱ्या दिवशी सातच्या गाडीनं चौघं जन कोल्हापूरला गेलो. घरच्यांसाठी सविस्तर पत्र लिहिलं व्हतं. ते कोल्हापूरला पोचल्याबरोबर पोस्टात टाकलं आणि चौघं जन नारायनच्या खोलीवर गेलो. त्या रात्री आम्ही चौघं आणि नारायन असे पाचजन रात्रभर बोलत बसलो होतो. विषय अनेक होते. पोरीबाळींपासून ते नोकरीपर्यंत...

आयुष्यात पहिल्यांदाच एवढ्या मोठ्या शहरात गेलेलो. दुसरा सारा दिवस शहरातील प्रशस्त रस्ते आणि इमारती बघन्यातच गेला. त्याच दिवशी कीर्ती कॉलेजला नाव घातलं. आता नोकरी वगैरे काही करीत नव्हतो. भरपूर वेळ असायचा. पहिल्या दहा-पंधरा दिसांत खूप फिरलो. रंकाळ्यापासून विद्यापीठापर्यंत सर्वकाही पाहिलं. घर, परिस्थिती, सारं कसं इसरून गेलं व्हतं. जेवनाचं आणि राहन्याचं पूर्वी फार कोडं असायचं. आता नारायन, रामदास, मारुती या मित्रांनी ती जबाबदारी उचलली व्हती. फक्त कॉलेज करायचं. कॉलेज संपलं की फिरायचं, झोपायचं. सारं कसं शांत व्हतं. आयुष्यात उसंतीचा वेळ गेला तो, तोच चार-दोन महिन्यांचा.

चार-दोन महिन्यांनी, आपण ऐतं खात आहोत, इतरांच्या जिवावर जगत आहोत, ही टोचणी सारखी असायची, म्हनून नोकरी करायचं ठरवलं. 'पुढारी'तली 'पाहिजे' जाहिरात वाचायची आणि अर्ज खरडायचा. मुलाखती द्यायच्या. असं नवीनच काम लावून घेतलं आनि अर्थातच नोकरी मिळाली न्हाई.

कॉलेजमधले दिवस फार मजेत जात व्हते. मधूनच घरची आठवण व्हायची. करमत तर न्हवतंच. उगीच स्टॅन्डवर चकरा सुरू असायच्या... आपल्या भागाचा

मानूस भेटला, तरी बरं वाटायचं. कॉलेजचा स्टाफ चांगला व्हता. वर्ग म्हणजे काय शे-दीडशे मुलं एका वर्गात असायची. प्राध्यापक लेक्चर द्यायचे, मुलं-मुली एकत्र बसायची. त्यामुळे लक्ष वर्गातल्या शिकवण्यापेक्षा गोऱ्या-गोऱ्या पोरी बघन्यातच अधिक रंगायचं. अशा देखण्या पोरी वर्गात असायच्या; पन आम्ही मात्र चारच काय, पाच-पन्नास हात लांब राह्यचो. शहरातली मुलं-मुली एकमेकांशी इतक्या मोकळ्यापनानं राह्यची, की आपुन आपलं बघतच राह्यचं. सिनेमातल्या नट-नट्या जशा वागतात, तशीच ही मुलं, आपुन दोन्ही ठिकानी प्रेक्षकच. कधी-कधी कल्पना करनार नाही, इतकं हे स्वप्न वाटायचं. तोंडात तंबाकूचा बार भरलेला, पिचकाऱ्या मारीत कुठंतरी उभं राहावं. इतरांचं जमेल तेवढं अनुकरण करावं, असं चालू व्हतं. शर्ट आन् पायजमा, तोही सतरा ठिकाणी शिवलेला. आपुनच आपल्याकडं पाहिलं, की कुणाशी बोलावं, असं वाटतच न्हवतं. सुदैवानं एक गोष्ट बरी व्हती. कॉलेज रयत शिक्षण संस्थेचं व्हतं आणि प्राचार्यांपासून प्राध्यापकांपर्यंत प्रत्येक जण खेड्यातला. आम्हा मुलांशी फार मनमोकळेपनानं बोलायचे. मिसळून जायचे. त्यामुळं हे कॉलेजचं गुलाबी वातावरण परकं वाटायचं न्हाई.

हळूहळू सराव व्हत व्हता. बोलण्या-चालण्यात परिवर्तन जाणवत व्हतं. राहण्यात सुधारणा झाली व्हती. पहिल्या सहा महिन्यांत मोजून एकच पत्र घराकडून आलं व्हतं. त्यात भरपूर शिव्या घातल्या व्हत्या. अर्थात, शिकतोय याचा आनंद व्हता; पन लग्न केलं न्हवतं, आई-बाचं ऐकलं न्हवतं, याचा संतापही व्हता; पन इतक्या लांब जावं तर बाकडं पैसा नसायचा. त्यामुळं हात चोळत बसण्यापलीकडं तो काहीच करू शकत न्हवता.

कॉलेजचं पहिलं वर्ष म्हणजे आयुष्यातला अवर्णनीय भाग. आजही आठवणी ताज्या-ताज्या वाटाव्यात, इतकं नवखं. कॉलेजमध्ये इतक्या पोरी व्हत्या... पन कधी कुणाशी बोलण्याचं कारण नसायचं, त्यातून असाच एकदा प्रसंग आला. हिंदीचा पीरिअड चालू व्हता... मुलं रंगून गेली व्हती. तेवढ्यात कॉलेजला नसलेला, केसांची झुलपं वाढवलेला, तब्येतीनं पहिलवान वाटावा असा एक तरुण दारातून आत आला आणि सरळ एका पोरीच्या बाकावर येऊन बसला. सरांनी अनेकदा सांगूनही तो काही बाहेर जाईना. शेवटी सरांनी तास बंद केला आणि ते बाहेर पडले. ते बाहेर पडताच हा पठ्ठ्या त्या पोरीला छेडायला लागला. वर्गात येवढी पोरं; पन त्याला कुणीच हटकेना, की बोलेना. सारा वर्ग शांत झालेला. तो इतक्या अश्लील पद्धतीनं वागला, की सांगता सोय नाही. शेवटी प्राचार्य वर आले. ते वरती आल्यावर त्याला बाहेर जाण्यास सांगू लागले, तरी तो जाईना. इतका वेळ शांत असलेल्या आम्ही ग्रामीण पोरांनी अवसान चढून 'आयला! हे कोणत्याच सरांना बाहेर निघत नाही, ह्याला जरा धुऊ या!' म्हणत घेरला आणि प्राचार्य खाली

फोन करायला गेले, तेवढ्यात आम्ही चार-पाच मुलांनी त्याला बदडला. आमची झटापट सुरू झाली, हे बघितल्यावर सारा वर्ग, अगदी मुलीसुद्धा त्याच्यावर तुटून पडल्या. ज्याला जे घावलं त्यानं त्याला हानला. झालं, सारं कॉलेज जमलं. तो इसम बराच जखमी झाला होता. कुत्रा गुरगुरावा तसा गुरगुरत निघून गेला; पन ही शहरातली पोरं फार संघटित असतात. आपल्याला मार बसणार, असं सारखं वाटत व्हतं आणि मारामारीत पहिल्यांदाच आपण यशस्वी झालो व्हतो. अर्थात, त्यात आपलं कर्तृत्व किती आणि वर्गातल्या सर्व मुलांचं किती... असा प्रश्न निघालाच तर आपण केवळ निमित्तमात्र; पण त्या प्रसंगानं शहरातली पोरं आपल्याला भाव देऊ लागली, प्राचार्यांचं लक्ष आपल्याकडं वेधलं गेलं, हे मात्र नक्की. कारण, प्राचार्यांनी लगेच त्यांच्या रूममध्ये बोलावून नाव-गाव सारं विचारून घेतलं. प्राचार्यही आपल्याच भागाचे व्हते. प्रा. राम गायकवाड. रयत शिक्षण संस्थेच्या लेबरमधून तयार झालेले. अत्यंत गरिबीतून शिकलेले. आपली आणि या माणसाची नाड जमेल, असं याचमुळं सारखं वाटू लागलं. काही मदत लागली, तर प्राचार्यांकडे जाऊ लागलो.

पी.डी.ची परीक्षा जवळ आली व्हती. कॉलेजमध्ये मिसळून जाऊ लागलो व्हतो. सबंध वर्षभर खोलीतल्या मित्रांचा आधार, ही एकमेव जमेची बाजू. कपडेसुद्धा आलटून-पालटून त्यांचेच वापरीत होतो. वह्या-पुस्तकं सारं त्यांचंच. आपण केवळ अभ्यास करायचा आणि कधी नव्हे ते पहिल्यांदाच पी.डी.ला सर्व विषय आणि इंग्रजीसारखा आपला शत्रू विषय, त्यानंही आयुष्यात पहिल्यांदाच साथ दिली व्हती. इंग्रजीत पास झालो आणि बऱ्यापैकी. म्हणजे याच वर्षी कॉलेज पुरं करण्याचा विचार पक्का व्हत व्हता. पुढं काय? प्रश्न कायम व्हताच; पन आता सवय झाली व्हती. काळोखात बरंच चालल्यावर पाय आपोआप पडायला लागतात, तसंच झालं.

पी.डी.चं वर्ष संपलं; पन कोल्हापूर सोडून घरी जावंसं काही वाटलं नाही. उन्हाळ्यात तिथंच व्हतो. खोलीतील सगळ्या पार्टनर्सच्या घरांकडून पत्रं येत... पैसे येत. आपलं पत्र कधीच नव्हतं. नारायनचं ॲग्रिकल्चर कॉलेज उन्हाळ्यात अगदी सुट्टी लागली, तरी चालूच व्हतं.

आणि याच वेळी एक नवीन नाटक सुरू झालं. एका दिवशी सकाळी मी, नारायन स्वयंपाक करीत बसलो व्हतो. तेवढ्यात पोस्टमन आला. नारायनच्या नावानं एक पत्र व्हतं. अधीरतेनं पत्र फोडलं आणि वाचायला लागलो. पत्र वाचून संपलं आणि मोठ्या कोड्यात पडलो. नारायननं पत्र वाचलं आणि तोही गंभीर दिसू लागला. पत्र फलटनहून आलं व्हतं आणि तेही पोरीचं.

त्याचं असं व्हतं - आम्ही हायस्कूलला असताना शिंदे नावाच्या एका मित्राकडं आम्हा मित्रांचं जानं-येनं व्हतं. शिंदे कुटुंब तसं गरीब. जमीन नावापुरती. बाकी पोट हातावरचं. त्याचे आई-वडील काही उद्योग करीत... आई विड्या वळण्याचा उद्योग करी. वडील मोलमजुरी. आम्ही सारे अगदी घरच्यासारखे त्यांच्या घरात वावरत असायचो.

शिंद्याला दोन उपवर बहिनी होत्या; खरंतर त्या आमच्याहून जरा मोठ्याच, किमान, बरोबरीच्या असाव्यात. दोघी लग्नाला आलेल्या आणि 'बघण्याचा तमाशा' व्हायचा; पन हुंड्यापायी लग्नं काही जमत न्हवती, मुली स्वभावानं-रूपानं चारचौघींसारख्या; पन लग्नाची डाळ काही शिजत न्हवती. त्यातल्याच एकीचं पत्र व्हतं. नुकतंच टी.बी. झालेल्या एका मुलाला ह्या मुली दाखवल्या व्हत्या; मुलीला मुलगा पसंत न्हवता आणि वडिलांच्या हाती पैसा न्हवता. लग्न होत न्हवतं, तवा जीव द्यावा आणि गरीब वडलांना यातून वाचवावं, अशा आशयाचं पत्र त्या मुलीनं लिहिलं व्हतं.

पत्र वाचून आम्ही बराच विचार केला... काय करावं समजत नव्हतं. नुसतं 'असं करू नये' म्हणून कोरडा आशीर्वाद देणं बरं दिसत न्हवतं. मग निदान मुलगा सुचवावा, असं वाटत व्हतं; पन मुलं दिसत न्हवती. आणि दिसली, तरी अडचणी अनेक व्हत्या. मुख्य म्हणजे मुलींना जातीतलाच मुलगा हवा व्हता आणि जातीतली मुलं हुंड्याशिवाय लग्न करायला राजी होणं शक्य न्हवतं.

चार-दोन दिवस आम्ही याच विषयावर बरीच चर्चा केली आणि तो विषय बाजूला पडला. पत्राचं उत्तरही पाठवलं न्हवतं. तोच दुसरं पत्र त्यांनी अगदी हातघाईवर लिहिलेलं. एक मुलगा बघायला आला व्हता, त्यानं प्रश्न काय विचारावा?... 'पायथागोरसचा सिद्धान्त सांग.' अशी बरीच नामावली लिहून पुरुषजात मुलींना बाजारातल्या खाटकानं कोकरू हेरून घ्यावं तसं पारखत होती, हे लिहिलं व्हतं.

पुन्हा आम्ही दोघं चर्चा करू लागलो. आपल्यालाच हे का लिहावं, हे समजंना. कदाचित, आपण समजून घेऊ, म्हणून लिहिलं असंल, असं वाटलं. पुन्हा विषय मागे पडला; पन चार दिवसांनी पुन्हा एक पत्र आलं. त्यात आम्हाला फलटनला बोलावलं व्हतं. झालं. काय भानगड आहे, हे बघायला आम्ही फलटनला आलो, एका निर्जन जागी संकेतानुसार त्यातली एक मुलगी आली... आम्ही खूप बोललो. बिचारी साऱ्या प्रकारांना विटली व्हती. तिनं सरळच नारायनला विचारलं,

"येवढे चांगले विचार तू बोलायचास. तूच का नाही तयार होत?"

नारायननं तिला खूप समजावलं... प्रेम वगैरे सारं सांगितलं; पन ती उठताना म्हनाली,

"तू एकटा कोल्हापूरला गेलास, तर मी जिवंत राहणार नाही!"

आता मात्र आम्ही चक्रावलो. काय करावं, सुचंना. अखेर घरी बोलून सांगतो, म्हनालो. त्याला तिनं व्हकार दिला. आठ दिस त्याच धामधुमीत व्हतो. घरी मात्र जावं असं वाटत न्हवतं. पास झालो, असं घरी नुसतं पत्रानं कळवलं व्हतं, तेवढंच.

नारायनचे मामा, आई-वडील सर्वांशी बोललो... अगदी अप्रत्यक्ष कोणताही वास न येऊ देता; परंतु एका जातीतले असूनही मुलींची चाल चांगली नाही, इथपासून ते, अगोदर शिकून पायावर उभे राहा इथपर्यंत आणि चार आकडी हुंडा देतील काय, इथपर्यंत सारं ऐकून झालं. मार्ग तर दिसत नव्हता.

अखेर नारायननं साऱ्या मित्रांना एकत्र केलं. साऱ्या मित्रांनी पाठिंबा दिला आणि मुलगी घेऊन कोल्हापूरला जावं... तिथंच लग्न करावं आणि मारुती काळोखेने सर्वांना सांभाळावं, निदान नोकरी लागेपर्यंत मदत करावी. सर्व कोल्हापूरच्या मित्रांनी काटकसरीनं राहावं... नारायन आणि त्याच्या पत्नीला मदत करावी. नोकरी लागली, की ते स्वतंत्र व्हावेत, असं ठरलं आणि आम्ही त्या पोरीला घेऊन रात्री ट्रकनं लोणंद गाठलं. लोणंद ते कोल्हापूर रेल्वेनं प्रवास केला. मुलगी सज्ञान व्हती. जन्मतारखेचा दाखला बरोबर घ्यावा, तर वेळ मिळाला नाही. कोल्हापूरला आल्यावर पहिल्यांदा हे सर्व प्रा. चंद्रकांत पाटगावकरांना सांगितलं. त्यांनी लग्नाची व्यवस्था आर्य समाजाच्या दयानंद हायस्कूलवर करण्याचं मान्य केलं. मी पुन्हा फलटनला गुपचूप आलो. शाळेत मास्तरला खोटंच, मी तिचा भाऊ आहे असं सांगून दाखला घेतला आनि आल्या पावलानं, अक्षरश: कुनालाबी सुगावा न लागता फलटन सोडलं. मी कोल्हापूरला जाईपर्यंत नारायननं बाकी सर्व कामं केली व्हती. एप्रिलचा महिना असावा किंवा मेचा. नक्की आठवत नाही. कोल्हापूरचे नारायनच्या कॉलेजातील दोन मित्र, कुंभार आणि बनकर; आम्ही ज्यांच्या खोलीत राहात व्हतो, त्या भोसल्यांच्या घरातील दोन मानसं, पाटगावकर सर आनि दोन-तीन आनखी लोक एवढ्यांच्या उपस्थितीतच नारायनचं लग्न लागलं. एक प्रचंड क्रांती केल्याचा अनुभव आला.

लग्न झालं. पुढं काय? पाटगावकर सरांचा पाठिंबा होता. प्राचार्य गायकवाडांचा पाठिंबा होता. नारायनला मानेचा मित्र म्हणून ते ओळखत होते. सुरवातीला दोघांनी मदत केली; पन बायको आनि प्रपंच काय असतो, हे आत्तापर्यंत कुनाच्याच डोक्यात घुसलं नव्हतं आनि स्वप्नात एखाद्यानं सांगितलं असतं, तरी पटलं नसतं... इतक्या अचानकपणे आम्ही भराभर गुंतलो गेलो व्हतो. आता मागे जायला जागा नव्हती. 'पुढारी'त जाहिराती बघायच्या आनि पायांची चाकं कोल्हापूरच्या गल्लीबोळांत फिरवायची. असं आठ-पंधरा दिवस केलं; पन नोकरी काही दोघांपैकी कुणालाच लागत नव्हती. इकडं फलटनच्या मुलीच्या आणि नारायनच्या घरच्यांनी

गोंधळ घातला व्हता. इतका चांगला मुलगा बिघडला... आता घरच्यांनी त्याचा संबंध तोडून टाकायचं कळवलं. तर मुलीच्या बापानंही तेच केलं व्हतं. सालं, जसं काय आम्ही पाप केलं व्हतं!

चार-आठ दिवसांत परिस्थिती आणखीनच बिकट व्हत गेली. मारुती काळोखे, रामदास रासकर आणि सुभाष कर्णे या मित्रांनी थोडे पैसे पाठवले होते. त्यानं कसंतरी भागत व्हतं. नारायन तर अगदी अवाक् झाला होता. अबोलही झाला व्हता. काय करावं, असा सारखा विचार करीत व्हतो. डोक्याला डोकी घासत व्हतो आणि परिस्थिती अशी व्हती, की निराशच व्हावं लागत व्हतं. वशिला नाही, की डिग्री नाही... नोकरी कशी मिळवावी, एकच प्रश्न होता. नारायनची बायकोही साथ देत व्हती. अखेर, आता उद्याचं काय? इतकी परिस्थिती झाली. कॉलेज पुन्हा सुरू व्हायला वेळ व्हता. कॉलेजला पोरं आली, की पैशाचा प्रश्न सुटणार होता; पन तोपर्यंत काय?

आणि डोक्यात विचार आला. नारायनाला बाजूला नेला आनि त्याला सांगितलं...

"नारायन, लेका आपून एका गोष्टीचा इचार केला न्हई. मी चांगला बॅन्ड वाजिवतो. सीझन सुरू आहे. मी प्रयत्न करतो."

मी वाजिवणार न्हाई , असं ठरवलं व्हतं; पन आता परिस्थिती पुन्हा तिकडेच ढकलत व्हती. मी त्याला सांगून त्याची परवानगी घेतली आणि पापाच्या तिकटीवर[१२३] गेलो. तिथं बॅन्डवाल्याचे लोक बसलेले असतात. त्यांच्याजवळ जाऊन घुटमळत उभा राहिलो. ते कैकाडी भाषा बोलत होते; पन दोघंच जण व्हते. बाकी सारे घडशी होते. आपूनच त्यांना आमच्या भाषेतनं आपली ओळख करून दिली. इकडच्या-तिकडच्या गप्पा झाल्या. त्यान्ला मला ढोल चांगला वाजवता येतो, म्हनालो; पन मंडळींचा विश्वास बसंना. बघूया म्हनाले, आनि त्यांच्या बॅन्डच्या दुकानवजा शेडमध्ये गेलो. तिथं आगोदर रेसल चालली व्हतीच. झालं. ढोल खांद्यावर घेतला. दोन-तीन शिनेमातली गानी आनि दोन-तीन चिजा वाजवल्या. मंडळी खूश दिसली. 'आमच्यात वाजवा' म्हनू लागली. बॅन्डाचे दोन-तीन ताफे व्हते. जातीनं हात दिला. रोजी वीस रुपये देतो म्हनाले. अर्थातच, बिनतक्रार मी मान्य केलं आनि केली सुरुवात... वर्दी बाहेरगावची आली, की मी जाऊ लागलो. उगीच कोल्हापुरात कोनी पाहिलं तर अब्रूचा पंचनामा नको म्हनून. तीथ असली की वीस रुपये चालू व्हायचे.

कॉलेज सुरू होईपर्यंत तिघांच्या जेवनाचं भागवत व्हतो. फलटनहून मित्रमंडळी पैसे पाठवत व्हती. आम्ही राहत व्हतो तिथे मात्र यातलं एक अक्षरही माहीत नव्हतं.

---

१२३. पापाच्या तिकटीवर – कोल्हापुरातील एक सुप्रसिद्ध चौक.

भोसल्यांच्या घरातली मानसं अतिशय प्रेमळ, स्वभावानं मनमिळाऊ. भाड्याची तक्रार नव्हती. या महिन्याचं भाडं पुढल्या महिन्यात देऊन चालत व्हतं. नारायन माळी आहे, हे त्यांना माहीत झालं होतं; पन माने कोण? कसं विचारावं, म्हनून मला विचारीत नसत; पन बहुतेक मराठा असावा, असा त्यांचा कयास व्हता. त्यांनी नारायनला विचारून पाहिलं आनि मी कैकाडी आहे, हे समजलं; पन कैकाडी ही काय जात आहे, हे त्यांच्या कुनाच्याच लक्षात आलं नाही; कारण कोल्हापूरकडं कैकाड्यांना 'कोरवी' म्हनतात. मी कोरवी आहे, म्हटलं असतं, तर त्यांना समजलं असतं; पन ते काही त्यांच्या लक्षात आलं नाही.

कॉलेज सुरू झालं. पीडीचं वर्ष बरं गेलं व्हतं. त्या वेळी चौघांत पाचवा ओढून काढता येत व्हता; पन आता ते शक्य नव्हतं. नारायनचं कुटुंब झालं होतं. त्याचा घरचा पैसा बंद झालेला. रामदास आणि मारुती काळोखे, दोघांच्याच घरनं पैसा येत व्हता. नारायन आनि मी नोकरी शोधत व्हतो; पन भागत काही नव्हतं. शेवटी प्रा. पाटगावकरांकडं सारं सांगितलं. त्यांनी प्राचार्यांना विनंती केली आणि मला कॉलेजवर पार्टटाइम नोकरी मिळाली. तेवढीच मदत मी स्वीकारली.

झालं, नोकरी मिळाली आणि तीही आपल्याच कॉलेजात. आनंद झाला. नव्वद रुपये पगार मिळायचा. तो सारा नारायनला द्यायचा. कुंभार आणि बनकर या दोन अन्य मेम्बर्सना जेवायला घालायचं आणि त्याच्या बदल्यात त्यांनी पैसे द्यायचे ठरलं आणि त्याप्रमाणं सुरू झालं. आता नारायनचा बहुतेक वेळ घरातच जाऊ लागला. तो सेमिस्टरला बसला नाही आनि त्यानं कॉलेजचं नाव सोडलं.

एफ.वाय.चं कॉलेज सुरू झालं आनि नोकरीही चालू झाली. सुरवातीला कॉलेजच्या लायब्ररीत काम करू लागलो. मुलांनी पुस्तकाची मागणी करावी, आपण पुस्तकं द्यावीत, असं चाललं व्हतं. लायब्ररियन म्हनून एम.ए. झालेले पाटील नावाचे एक गृहस्थ व्हते. नावानं आणि मनानंही गृहस्थ पाटीलच व्हते. तोंडानं इतका फटकळ मानूस, की विचारायची सोय न्हवती. वर्गातल्या आणि कॉलेजातल्या मुलांसमोर कुणाचाही अपमान झाला तर त्यास वाईट वाटणारच. ह्या पाटीलबुवांचा खाक्या असा, की समोर तरण्या पोरी पाहिल्या, की ह्यांना करंट यायचा आणि मग शिपाई आणि मी यांच्यावर उगाच खेकसत राह्यचा. तेवढाच भावमारू उद्योग. मी काउन्टरवर पुस्तकं देत असलो, की त्याच वेळी हा 'पुस्तक ठेव' म्हनून सांगायचा आनि स्वतःच्या टेबलावर तांब्या-भांडं असलं तरी पाणी स्वतः घ्यावं, असं त्याला वाटत नसे. मग म्हननार, "अरे माने! लेका, केव्हापास्नं बेल वाजवतोय. ऐकायला येत नाही, का भैरा आहेस? ते भांड्यातलं पाणी दे."

पाणी दिलं, की दुसरं काहीतरी सांगणार आणि ते करायला लागलं, की पहिलं काम का केलं नाहीस, म्हणून शिमगा. तर काय, आपण नवीन... सगळं करायचो...

लायब्ररीत पाय टाकल्यापासून ते ऑफिस बंद होईपर्यंत ह्याची अशी टकळी सुरू असायची. कधी-कधी खूप वाईट वाटायचं; पन गरजवंताला अक्कल नाही, म्हनून राबत राह्यचं.

मध्येच कॉलेजची जागा बदलली. कॉलेजच्या नव्या इमारतीचा पाया काढल्यापासून इमारत बांधून होईपर्यंत मी आणि माझ्यासारखेच आणखी दोन पार्टटाइम क्लार्क, इमारतीच्या बांधकामासाठी खूप राबलो. खडक फोडले. जिथून मजूर पळून जायचे, तिथे आम्ही तिघं जण राबलो. प्राचार्य नियमित येत असत. स्वत:ही पहार घेऊन खडक फोडीत असत. प्राचार्यांनी असे खडक फोडले, की मन भरून येई! अतिशय आदरयुक्त भीती वाटे. कॉलेज सुरू होतं; पन पीरियड काही सापडत नसत. शिकवणी लावण्यासारखी स्थिती नव्हती आणि तोपर्यंत आपली जात ही मध्यमवर्गीय समाजात मोडते, याची चौकशीही कधी केली नव्हती. त्या वेळी प्रथमच बी.सी. स्कॉलरशिप मिळू लागली होती; पन मिळेल तेवढा पैसा हवाच होता; कारण नारायन अद्याप बेकार होता. त्याला मदत मिळणं अतिशय गरजेचं होतं. मध्येच एकदा त्याच्या सासूनं येऊन गोंधळ घातला होता. 'माझी पोरगी आणली,' म्हणून तिची तक्रार होती; पन पोरीनं तोडीस तोड जबाब दिला आणि तिचं तोंड बंद केलं.

घराकडनं कधीतरी पत्र येत होतं. असंच एक पत्र आलं... त्यात लिहिलं होतं, 'मी लग्न करीत न्हाई आणि मावळण मुलगी ठेवू शकत न्हाई. तेव्हा साखरपुड्याचं लग्न मोडलंय आणि तिचं लग्न लावून देत आहोत. तू लग्नाला ये.' क्षणभर पत्र वाचून आनंद झाला आनि दु:खही झालं. दु:ख याचं वाटलं, की आपुन लग्न केलं न्हाई याचा वडिलांना फार त्रास झाला. बरं वाटत व्हतं; कारण आता ती मुलगी तरी मार्गाला लागली व्हती; पण तिच्या लग्नाला मात्र जाता येत नव्हतं; कारण कोल्हापूर ते इंदापूर वाटखर्चालासुद्धा पैसा नव्हता.

या वर्षी कॉलेजात बराच मिसळून गेलो व्हतो. घराकडच्या कुणाची आठवण होत न्हवती. पत्र आलं तर किंवा त्याला उत्तर देताना फक्त रडायला व्हायचं. नाही असं नाही; पन आता एकटं राहायची खूप सवय झाली व्हती. मध्येच कुठं भटक्यांची पालं पाहिली, की रस्त्याच्या कडंला मंडळी वळत असलेली दिसली, की उगीच काम नसताना त्यांच्याबरोबर बोलत बसायचो हिकडचं-तिकडचं; पन मी कैकाडी आहे... हे न सांगताच बोलायचं. अंगावरील कापडं आणि कॉलेजचं वातावरण यामुळं जात सांगायला लाज वाटायची.

कॉलेजात व्हरायटी शो व्हायचे. आवाज चांगला असल्यानं या शोमधून हमखास गानी म्हनायचो. कॉलेजातली एक मुलगी त्या वेळी आवडत व्हती. तिच्याबरोबर निमित्त काढून बोलायचं. लायब्ररीत लागल्यावर तर सतत मुलींचा संबंध येऊ लागला. त्या आपण होऊनही बोलू लागल्या; पन आपण आपलं

मनातल्या मनात चित्र रेखाटत राहायचं. बोलायला धाडस काही व्हायचं नाही.

अखेर एकदा त्या मुलीनं पुस्तकातनं चिठ्ठी धाडली. घाबरत-घाबरत संडासमध्ये जाऊन चिठ्ठी वाचली. तिनं बरंच काही लिहिलं व्हतं. मी हळूहळू तिच्याच संबंधी विचार करू लागलो. इतकी देखणी पोरगी... आणि त्यातही ब्राह्मण... आपला तर काही दिवस डोक्याचा तमाशा झाला व्हता. काहीही करत असो, मनात विचार असत, ते त्या पोरीचेच. तिला प्रतिसाद देत व्हतो, प्रेमाचा रंग बराच गडद व्हत चालला व्हता.

एकदा न राहवून सारं प्रकरण नारायनला सांगितलं. त्याच्याशिवाय कुनाला सांगनार?... त्यानं सारं ऐकून घेतलं. आनि चांगलं झापलं. वास्तवाचं भान दिलं. ती लग्नाला तयार आहे ना विचार, म्हणून सांगितलं. मी तिला विचारलं. अर्थात चिठ्ठीतनं. त्याला तिचं उत्तर आलं ते भारी. 'मी लग्न करण्याचा विचार केलेला नाही. आणि आपण मोकळेपणानं बोलू.' झालं. तिच्याशी बोललो. ती म्हणाली,

"किमान, मराठा असशील असं वाटलं होतं. तुझी जात पाहता मला जमेल असं वाटत नाही."

आणि इतक्यावरच आपलं प्रेम खतम झालं. जातीची तीव्र जाणीव झाली, ती या प्रसंगी. इतर साऱ्या बाबी जमवून घेऊ पाहणारी मुलगी जातीचा मुद्दा निघाला की एकदम हद्दपार करून गेली. मी तिच्या नादाला लागलो नव्हतो. तिनं सुरू केलं व्हतं आणि तिनंच संपवलही व्हतं.

मधूनमधून कॉलेजच्या डिबेटिंग स्पर्धेत पाटगावकर सरांमुळे भाग घेत होतो. सेवादलाच्या कार्यक्रमाला सरांच्या बरोबर जात व्हतो. काहीतरी सार्वजनिक काम करावं असं वाटे. कुठं शिबिरं, चर्चा, अभ्याससत्र, असली की पाटगावकर सर पाठवीत होते. खर्च त्यांचाच असे आणि त्यांच्या घरातही मुक्त प्रवेश असे. त्यांची एक मुलगी माझी वर्गमैत्रीण होती. वातावरण मोकळं असल्यानं खऱ्या अर्थानं मध्यमवर्गीय कुटुंब कसं असतं, हे समजत होतं. नकळत भावी आयुष्य बेतलं जात व्हतं. अभ्यासही चालू व्हता. एफ.वाय.ची परीक्षा झाली आणि कसातरी काठावर पास झालो. इंग्रजीतसुद्धा 'पास' झालो! आता आपण कॉलेज संपूर्ण शिकू, असं वाटू लागलं.

एस.वाय.ला आलो, तेव्हा पुन्हा एकदा वेगळ्या वळणावर उभा व्हुतो. ज्या घरात व्हुतो, त्या घरमालकाची एक मुलगी व्हती. वाचायची हौस खूप. त्यामुळं मी लायब्ररीतनं पुस्तकं आणून द्यायचो आणि ती वाचायची. आम्ही एकत्र राहत असल्यानं खूप मोकळं बोलायचो. तारुण्यसुलभ ओढ असेलच; पन विचार करायला लागल्यापासून मला समजेल तेवढं तिला समजावून सांगत व्हुतो. भाऊसाहेब खांडेकरांची सारी पुस्तकं वाचून झपाटून गेलो व्हुतो. सार्वजनिक कामाची आवड

निर्माण व्हत व्हती. समोर तीही घडत व्हती. थोडाफार पुरोगामी विचार समजत व्हता. मैत्री खूप जमली व्हती; पन विचार आणि वाचन या पलीकडे आम्ही काही करत नव्हतो; पन हळूहळू जवळीक वाढत चालली व्हती. मी जपून पावलं टाकीत व्हतो. लग्नाचा विचारही डोक्यात येत नव्हता. आपली योग्यता नाही, या विचारानं मन कासावीस व्हत व्हतं.

आणि याच दरम्यान जगन्नथपुरीचे शंकराचार्य कोल्हापूरला येणार व्हते. कोणत्यातरी मंदिराचं पायापूजन व्हतं. गावात, पेपरात तो चर्चेचा विषय व्हता. डॉक्टर कुमार सप्तर्षीनं जाहीर वाद मांडला व्हता. डॉ. बाबा आढाव आणि कुमार सप्तर्षी यांच्या काही मुलाखती, भाषणं पेपरातून वाचीत व्हतो. धर्म, जाती यांचा ते सांगत असलेला विचार पटत व्हता. अशाच एका बैठकीत बापूसाहेब पाटलांची ओळख झाली आणि दलितांच्या प्रश्नांची पोटतिडीक असलेल्या या माणसानं अक्षरशः भारावून सोडलं. शंकराचार्य हे चातुर्वर्णीयांचे समर्थक आहेत, जातिव्यवस्था टिकवावी, या मताचे आहेत म्हणून त्यांची चीड येऊ लागली. मित्रांशी वाद घालायला लागलो. हे कसं चूक आहे... हे सांगण्यासाठी वाचू लागलो आणि शंकराचार्यांच्या मिरवणुकीला विरोध करणाऱ्यांच्यात आपणहून सामील झालो. माणसांच्या खांद्यावर पालखी असते आणि तिच्यात देवांचे टाक असतात, हे मी लहानपणापासून पाहत होतो; पन चांदीच्या पालखीत माणूस बसतो आनि त्याची मिरवणूक कशी निघते, हे काही पाहिलं न्हवतं. झालं... मिरवणूक खासबागेजवळ आली व्हती. पोलीस बंदोबस्त जोरात व्हता, आनि गर्दीही जोरात व्हती. शंकराचार्यांचे समर्थक आनि विरोधक यांच्यात घोषणांचं युद्ध सुरू झालं व्हतं. खूप घोषणा देत व्हतो. रेटारेटी सुरू झाली. पोलिसांनी साखळी केली व्हती. ती बापूसाहेब, रवींद्र सबनीस, सुरेश शिपुरकर वगैरे मंडळींनी तोडली आनि चपलांची फेकाफेक सुरू झाली. शंकराचार्यांवर चपलांचा वर्षाव सुरू झाला. आपल्याही एक-दोन लागल्या असतील. पोलिसांनी धरून गाडीत बसवलं. खूप लोकांना बसवलं आनि लांब नेऊन सोडून दिलं. बापूसाहेब आनि काही लोकांना मात्र तुरुंगात नेलं व्हतं.

अशा रीतीनं सामाजिक चळवळीचं भान येऊ लागलं. प्रा. माणगावकर, बाबूराव परितेकर, नानासाहेब माने या मंडळींच्या ओळखी अशाच झाल्या-वाढल्या. दलित युवक संघटना चालू व्हती, तिचा सभासद झालो; पन दलित युवक संघटनेच्या प्रज्ञावंत, गौतम आणि मंडळींच्या बौद्ध कल्टमुळे इतका त्रास झाला, की दलितांच्या मारामाऱ्यांना कंटाळून आम्ही काही मित्रांनी 'डॉ. आंबेडकर स्कूल ऑफ थॉट्स' नावाची संघटना काढली. तिच्या वतीनं भटक्या समाजाच्या वस्तीत एक बालवाडी काढली; परंतु ती काही जास्त दिवस चालली नाही. व्यापक चळवळीत आपोआपच खेचला जात व्हतो. नोकरी चालू व्हती.

आमचे असे धंदे चाललेले व्हते. त्याचे काही परिणाम व्हत व्हतेच. एका बाजूला घरमालकांच्या मुलीच्या मनात परिवर्तन व्हत व्हतं. तसंच ज्यांच्याबरोबर कॉलेज आणि हायस्कूल करत व्हतो, त्या मित्रांच्यातही एकूण बदल व्हत व्हुता. मी हे करू नये, असं बहुतेकांचं मत व्हतं. त्यातच घरमालकांच्या मुलीशी माझे काही संबंध आहेत, याचाही वास त्यांना येत व्हता. आनि मी तिच्याशी लग्न करण्याचा विचार करतोय, म्हटल्यावर आमच्यातल्या मराठा मित्रांना काही बरं वाटेना. तू इतरत्र असं कर, इथं थांबू नको. आणि हे बरोबर नाही, असं ते सांगू लागले. मतभेद वाढत गेले आणि कित्येक वर्षांचे संबंध तुटले. नारायनची इच्छा मला वाऱ्यावर सोडायची नव्हती; पन मला सोडून तोटा नव्हता. उलट, बाकीच्या मित्रांना सोडून त्याचं चालणार नव्हतं. तो आणि रामदास, मारुती काळोखे, बनकर, कुंभार, सारेजण खोली सोडून गेले. मी एकटाच राहिलो. गेल्या पाच-सात वर्षांचे संबंध... सारं आठवे.

मी त्या रात्री खूप उशीर रडत बसलो व्हतो. आता खानावळीचा किंवा हातानं स्वयंपाक करण्याचा विचार करावाच लागणार व्हता.

त्याच दरम्यान मतकर नावाच्या एका मुलाशी मैत्री झाली. हा गृहस्थ मराठा समाजातला. घरची गरिबी. खिशात पैसा नसे. इंग्रजी उत्तम. बी.ए. करीत होता. मला स्कॉलरशिप व नव्वद रुपये पगार मिळत होता. या मित्राला सारी मदत केली. खानावळ आणि खोलीचं भाडंही मीच भरत होतो. दारिद्र्य काय असतं, हे कुनी सांगण्याची गरज नव्हती. त्यामुळं त्याला मदत करत व्हतो. मानसिकदृष्ट्या खूप दुखावला गेलो व्हतो. जे मित्र ताटात घेऊन जेवले, त्यांनीच पुन्हा जातीचा मुद्दा काढून बाजूला टाकलं व्हतं. त्यामुळे संबंध बरेच दुरावले व्हते. नाही म्हनायला नारायन तेवढा बोलत होता.

मतकरला पायावर उभं केलं पाहिजे, सारखं वाटे; पन मार्ग दिसत नव्हता. एस.वाय.चं वर्ष सुरू झालं. कॉलेज नव्या इमारतीत आलं आनि कॉलेजात वसतिगृह सुरू केलं. आता मला वसतिगृहाचं काम पाहावं लागे. आनि कॉलेजच्याच आवारात कॅन्टीनही सुरू करणार होते. मी प्राचार्यांना भेटलो. कॅन्टीन सुरू करणार आहोत, तर ते नारायनला द्या, म्हनालो. प्राचार्यांनी मान्य केलं. स्वतःच्या खात्यातून पैसे दिले. भांडवल उभं राहिलं. नारायनला जगण्याचं साधन मिळालं. आनि एका नव्याच प्रवृत्तीच्या मानसाबरोबर काम करू लागलो. वसतिगृहात मुलं सारी बी.सी. असत. आनि रेक्टर होते ज. रा. दाभोळे. माणूस प्राध्यापक, तर्कशास्त्राचा; पन फार मोकळ्या मनाचा. रसिला. गानं-बजावनं, नाटक, यांचं भलतंच वेड. वसतिगृहाच्या कामामुळे सतत संबंध येऊ लागला. आत्तापर्यंत मानसं खूप पाहिली व्हती; पन देवादिकांना मानणारी, त्यांच्यावर आपला सारा भार टाकनारी... पूर्वजन्मीचं पाप,

पुण्य, स्वर्ग, नरक करीत-करीत जातीसाठी माती खावी आनि धर्मासाठी बाईल द्यावी म्हननारी. सारी चाकोरीबद्ध. मी स्वत:ही त्यांच्याहून वेगळा न्हवतो. अंगात आल्यागत करून, नाटक वठवून कॉलेजच्या कितीतरी पोरांना काही वेळा अंगारा लावत व्हतो. संकटसमयी काळूबाईवर भार टाकून सुटका करून घेत व्हुतो. प्रत्येक प्रश्नाचा विचार करावा वगैरे भानगडी माहीतच नव्हत्या. जातीचा इतका त्रास व्हायचा; पन आपली जात कमीतली का, हे समजत नव्हतं. अशी साऱ्या प्रश्नांची गाठोडी घेऊन निघालेला मी. त्याला धक्का बसू लागला तो प्रा. दाभोळ्यांमुळे. वर्गात ते लॉजिक शिकवीत; पन मला कामामुळे त्यांच्या तासाला बसता येत नसे. प्रा. पाटगावकर म्हणजे पूर्ण अस्तिक माणूस... घराच्या उंबऱ्याला नमस्कार करून बाहेर पडले, की कॉलेजपर्यंत रस्त्यात लागणाऱ्या झाडून सगळ्या देवांना नमस्कार करीत कॉलेजवर येणार. कॉलेजच्या पहिल्या पायरीला नमस्कार करणारे आणि जिथं गणपतीचं चित्र असेल, तिथंही नमस्कार करणारे. देव दिसला, की खाली वाकणारे. बरोबर कुणी का असेना, ते आपले नमस्कार करणार!

याच्या उलट; देवांचं अस्तित्वच नाकारणारे, प्रत्येक प्रश्नाचा वैज्ञानिक विचार करणारे, भूतपिशाच न मानणारे, आत्मा नाकारणारे, जडवादी विचार कशाला म्हणावं, याचा विचार करणारे प्रा. दाभोळे इतका जोरदार हल्ला करीत, की देव नाही असं वाटे. जातिव्यवस्थेचं ढोंग का माजलं, कुणी माजवलं, आणि हे थोतांड कसं आहे... हे उदाहरणांनी सांगणारे, विद्यार्थ्याला आपले वाटणारे, अशा दोन व्यक्तिरेखा जीवनात आल्या. आता संघर्ष सुरू झाला, तो स्वत:शी. त्यात प्रा. दाभोळ्यांचं सान्निध्य अधिक. अगदी पोरीबाळींपासून ते सिनेमापर्यंत मिळून-मिसळून बोलणारे, त्यामुळे संबंध मित्रासारखे वाढले. प्रत्येक प्रश्नाचा जनरेटर असावा, तसं वाटत होतं.

वसतिगृहाची मेस आणि कॉलेजची लेबर स्कीम दोन्हीकडे काम असायचं. नाव अर्धवेळ सेवक; पन धंदा पूर्णवेळ करायचा. सकाळी कॉलेज सुरू होण्यापूर्वी वसतिगृहातील स्वयंपाकीणबाईंना सकाळचा शिधा काढून द्यायचा आणि जमतील तेवढे तास करायचे. पत्र्याच्या शेडमध्ये मेस सुरू केली होती. मेसचा पत्रा गळायचा म्हणजे टिपकायचा. कित्येकदा सगळी मुलं हातांत ताटं घेऊन थेंब चुकवीत जेवायची. साऱ्या मुलांची जेवणं उरकायला दुपारचा एक वाजून जायचा. नंतर जेवायचं. जेवायला एक गंमत असायची. सारी मुलं खेड्यातून आलेली. साऱ्यांची बोलण्याची भाषा एक. बायजाक्कानं कट आणि मटेरिअल[१२४] काढून ठेवलेला असायचा. मी आणि दीक्षा पातेल्यात भाकरी चुरायचो. उभ्यानंच जेवायचं आणि

---

१२४. मटेरिअल – कालवणातील डाळ.

दुपारी प्रा. दाभोळ्यांच्या बरोबर मंडईसाठी बाहेर पडायचं. खरेदी उरकून दुपारी तीन वाजता कॉलेजवर यावंच लागे. लेबर स्कीमच्या मुलांसाठी. त्यांना काही कामं काढून द्यायची. ते करत दुपारच्या जेवणाची व्यवस्था पाहायची आणि लेबरबरोबर काम करायचं. लेबर कामाला लागले, की वसतिगृहाचे हिशेब लिहायचे. संध्याकाळी सात वाजता भोजनाची बेल द्यायची आणि मुलं जेवायला आली, की वाढप्यांनी वाढायला सुरुवात करायची.

वसतिगृहात पहिल्या पंगतीला बसायची साऱ्यांना घाई असायची. जर नंबर लागला न्हाई, तर भांडणं व्हायची; कारण कट आणि मटेरिअल बऱ्यापैकी मिळायचं ते पहिल्या जेवणातच. नंतर जेवायचं म्हणजे कालवणात आढं दिसायचं आणि डाळीसाठी 'गळ' टाकून बसायला लागायचं! कितीही न्याय्य वाटणी करायची म्हटलं, तरी जमायचं न्हाई आणि मग भांडणं व्हत असत. रात्री नऊ वाजेपर्यंत जेवणं चालू असत. काही चुकार नग नऊनंतर यायचे. त्यांना जेवण द्यावं लागे, नाहीतर ते उपाशी झोपायचे. हेही पाहवत नसे आणि मुख्य म्हणजे मुलं लगेच तक्रार करत यायची. तक्रार गेली, की प्राचार्य झापायचे. कित्येकदा भाकरी राह्यच्या नाहीत, मग चूल पेटवायची आणि भाकरी करून द्यायच्या. प्रा. दाभोळे जाळ लावत असत. मी भाकरी करण्यात एवढा तयार झालो, की स्वयंपाकीण बाईला भाकरी माझ्यासारख्या येत नसत. एवढं सगळं करून खोलीवर परत यायला रात्रीचे अकरा तरी वाजत. अभ्यासाला वेळच नसे; पण कितीही उशीर होवो, खोलीवर यायचो; कारण पहाटे मालकांच्या पोरीला, शशीला भेटायचं असे. त्यासाठी दुसरी वेळच नसे. ती रोज भल्या पहाटे उठत असे. बाकी सारी दुनिया झोपलेली असे. त्या वेळी आम्ही बोलत असू. फक्त पंधरा-वीस मिनिटांचा वेळ मिळत असे; पण तेवढाच चान्स. एरवी बोलायचो; पण सारं जनरल. खासगी बोलण्याची, भेटण्याची वेळ सकाळीच असे. तिच्या मनाची तयारी करीत होतो; पण लग्न करण्याचं त्या वेळी नक्की काहीच होत न्हवतं.

मधेच एकदा वडील कोल्हापूरला आले. मी गेल्यापासून कधीच आले नव्हते. सबंध सहा वर्षांत कोल्हापुरात ते पहिल्यांदा आणि एकदाच आले. इकडचं-तिकडचं खूप बोललो; कारण सहा वर्षांत घर सुटलं होतं. भावंडं मोठी झाली होती. पोपट आता सातवीला आला होता; पन त्याच्या अंगात काळूबाई येऊ लागली आणि त्यामुळं त्याला शाळेतून काढून टाकला होता. मी त्याला शाळेतून काढू नका, म्हणून खूप सांगितलं; पन त्याला वर्गात बसता येत नाही, वर्गात घुमायला लागतो... म्हटल्यावर इलाज चालला नाही. त्यानं शाळा सोडली. वडिलांची प्राचार्य गायकवाड, प्रा. पाटगावकर, दाभोळे साऱ्यांशी गाठ घालून दिली. त्यांनी 'आमचं लक्ष आहे... मुलगा चांगला आहे...' वगैरे सांगितलं. वडिलांना प्राचार्यांपुढं

खुर्चीत बसताना अगदी अवघडल्यासारखं झालं होतं. आम्ही ऑफिसात गेलो. मी वडिलांची ओळख करून दिली. सरांनी त्यांना बसायला सांगितल; पण ते काही बसेनात. उभ्यानंच बोलत होते; पण प्राचार्यांनी आग्रह केल्यावर अगदी अवघडून बसले. बोलणार काय! अभ्यास करतो का, वगैरे पाच-दहा मिनिटं असू; पण आपला मुलगा लायनीला लागलाय, ह्याची त्यांना खात्री झाली, एवढंच. माझ्या बोलण्यावर विश्वास फार कमी होता. आणि आता बोलण्यात खूप फरक झाला होता ना! आम्ही रस्त्यात फिरत होतो. भवानीआईचं दर्शन घेऊन आलो. येताना ते सांगत होते... त्यांनी एक मुलगी पाहिली आहे. आता मी लग्न करावं. आणि मी नुसता हुकारा देत होतो. माझा अंदाज देत नव्हतो. त्यांना काही सांगावं, निदान लग्न ही माझी वैयक्तिक बाब आहे आणि जातीतली मुलगी करणार नाही, असं सांगण्याचं मनात होतं; पण जातीबाहेरची मुलगी मिळाली नाही, तर?... उगीच पंचायत नको आणि मी जातीबाहेरची मुलगी करेन, असं म्हणणं म्हणजे पुन्हा भांडण होणार, म्हणून काहीच बोललो नाही.

वडिलांना पाठवलं, तेव्हा त्यांनी स्टॅन्डवर सांगितलं,

''बाबा, 'जातीसाठी माती खावी' ध्येनात ठीव. जातीशिवाय सत ना गत. बाकीचा काय वाईट-वंगाळ इचार करू नगस. म्या लगीन जमवितो. आवंदा उरकून टाकू. आमी आता म्हातारं व्हायला लागलो...'' आणि असंच काही...

एस.वाय.चं वर्ष संपत आलं होतं. परीक्षा जवळ आली होती. अभ्यास चालला होता; पण लॉजिक आणि इंग्रजी सुटेल असं वाटत नव्हतं. एकतर, तास सापडत नव्हते आणि इंग्रजीचं आपलं प्रेम दांडगं!

शशी हायस्कूलला जात होती. कब्बडी हा तिचा अतिशय आवडता विषय. खूप चांगलं खेळत होती. ती अकरावीला गेली होती. तिचीही परीक्षा जवळ आली होती; पण का कुणास ठाऊक, 'मुलीच्या जातीला काय करायचं शिकून' म्हणून ऐन परीक्षा जवळ आलेली असताना तिला शाळेतून काढून घरी ठेवलं. बहुधा तिच्यासंबंधी घरात संशयाचं वातावरण होतं. अगदी गावात जातानासुद्धा कुणाला-तरी घरातल्यांना घेतल्याशिवाय बाहेर जायचं नाही... इथपासून माझ्याशी बोलायचं नाही इथपर्यंत बंधनं आली; पण आम्ही कुठंच वाईट वागत नव्हतो किंवा संशयाला जागा ठेवत नव्हतो. त्यामुळे मला त्यांना काहीच बोलता येत नव्हतं.

परीक्षा जवळ आली होती आणि ज्या दिवशी पहिला पेपर होता, त्याच दिवशी अचानक शशीचा भाऊ म्हणाला,

''आक्काचं रात्री ऑपरेशन झालं. ती खूप आजारी आहे.''

खरंच वाटेना.. मी शशीला भेटायला गेलो, तर मला दवाखान्यातही जाता येईना. तिची चुलती, आई तिथं होत्या. अखेर धाडस करून आत गेलो, तर हिला

गॅसवर ठेवली होती. खूप वाईट वाटलं. तिला मनातलं सांगावं असं होतं; पण ते शक्य नव्हतं. थोडा वेळ बसून परत आलो.

मन उदास झालं होतं. अभ्यासाचं वांगं भाजलं होतं. परीक्षा झाली. एस.वाय.चे इंग्रजी आणि लॉजिक हे विषय राहिले; पण बी.ए.च्या वर्गात दाखल झालो. वर्ष वाया गेलं नाही.

याच वेळेला आणखी एक घटना घडली, की जिच्यामुळं सामाजिक कामात सक्रिय झालो. एरवी चर्चा आणि वाचन चालूच होतं. 'साधना'च्या स्वातंत्र्य दिन विशेषांकात श्री. राजा ढाले यांचा लेख होता. त्यात त्यांनी काही लिहिलं होतं... आणि त्यामुळं पेपरात सारखं ढाले प्रकरण गाजत होतं. तो लेख वाचला. प्रतिक्रिया वाचत होतोच. मित्रांशी चर्चा करीत होतो. बापूसाहेब पाटील, सुरेश शिपूरकर यांच्याशी बोलणं झालं आणि 'साधने'ला पाठिंबा देण्यासाठी मोठा मोर्चा काढावा असं ठरलं. बाबूराव परितेकर, प्रा. माणगावकर, डॉ. सुदाम चौगुले, शिपूरकर सारी मंडळी कामाला लागलो. कोल्हापूर म्हणजे वसतिगृहांची नगरी, प्रत्येक जातीसाठी वसतिगृह. प्रत्येक कॉलेज आणि हायस्कूलसाठी वसतिगृह. वसतिगृहात सध्यातरी बी.सी. मुलं जास्त आणि म्हणून बैठका घेत फिरू लागलो. सनातनी विरुद्ध दलितांची कैफियत मांडू लागलो. राजा ढाले आणि 'साधने'साठी रात्री दोन-दोन वाजेपर्यंत माणगावकर आणि मी फिरू लागलो. आतापर्यंत वाद स्पर्धेत भाग घेत होतो; पन प्राध्यापकांनी दिलेलं व्याख्यान पाठ करून बोलत होतो. आता नव्यानंच आत्मविश्वास वाढला होता. आपण खूप चांगलं बोलतो, असं मुलं म्हणत होती. पोरं पेटवायचं काम चांगलं साधत होतं. दलितांच्यातल्या साऱ्या जातींची मुलं एका छत्राखाली येत होती. अनेक संघटना होत्या. त्यांचं सहकार्य होतं. राजकीय पक्षांनाही त्यात सामील होण्यासाठी आवाहन केलं होतं आणि एक गंमत झाली... आम्ही एक पत्रक काढलं होतं. त्याच्यावर शहरातल्या मान्यवरांच्या सह्या घ्यायच्या होत्या. अनेक नेत्यांनी सह्या केल्या होत्या. त्याच्यावर सही मागण्यासाठी चळवळीतल्या एका वृद्ध नेत्याकडे गेलो होतो. त्यांच्याबद्दल प्रचंड आदर आणि अगदी शाहू महाराजांशी ज्यांचा संबंध, असे सत्यशोधकी बाण्याचे हे गृहस्थ म्हणाले,

"पत्रक असू दे. मी सही करून पेपरात देतो. तुम्हा मुलांचं ते छापणार नाहीत."

आम्ही ते पत्रक त्यांच्याकडे दिलं. ते दुसऱ्या दिवशी छापूनही आलं; पण गंमत अशी, की या वृद्ध नेत्यानं आपलं स्वत:चंच पत्रक म्हणून ते छापून आणवलं होतं. त्यांच्या दांभिकपणाचं वाईट वाटलं; पण त्यांची तपश्चर्या मोठी. काय करणार?

मोर्चाची खूप तयारी केली. शहरात दलित तरुण मुलं नुसती वेगवेगळ्या कॉलेजांची आणि हायस्कूलांची किमान दहा हजार तरी असावीत; कारण मोर्चा

एवढा मोठा होता, की किमान चार ते पाच हजार तरुण मुलं मोर्च्याला आली होती. मोर्च्याचं नेतृत्व आम्ही तरुण मंडळी करत होतो. बापूसाहेब, सुरेश वगैरे मंडळी आली होती. मोर्चा त्यांनी पुढे न्यावा म्हणून त्यांना विनंती केली; पण ते म्हणाले,

"आम्ही मोर्च्याच्या मागे राहतो."

मुलं खूप नाचत होती. 'साधना' तसेच यदुनाथ, एस.एम, राजा ढाले यांच्या पाठिंब्यासाठी निघालेला हा मोर्चा कोल्हापुरात चर्चेचा विषय झाला होता. मोर्चे खूप निघतात; पण इतकी तरुण मुलं शिस्तीनं मोर्चा घेऊन गेली, याचीच विशेष चर्चा होती.

वाचनाची आवड लागली होतीच. सार्वजनिक कामाचीही आवड निर्माण झाली. नोकरी, अभ्यास आणि सार्वजनिक कामं यामुळं प्राचार्य सतत रागवत होते. त्याहून काही कारकून मंडळी कान फुंकत होते आणि माझ्याही काही चुका होत होत्याच; पन मतभेद टोकाला गेले, ते वसतिगृहातील दलित विद्यार्थी आणि लेबरचे विद्यार्थी यावरून. प्राचार्यांना खरं-खोटं सांगितलं जाऊ लागलं आणि एकदा प्राचार्य म्हणाले, "तुझ्याबद्दल फार तक्रारी आहेत."

मी गप्प बसून ऐकून घेतलं. नंतर असं समजलं, की मी पैसे खातो, असं हेडक्लार्कनं प्राचार्यांना सांगितलं आहे. त्यामुळं ते मला काढून टाकणार आहेत. मग मीही प्राचार्य, हेडक्लार्क आणि लायब्ररियन यांच्या संबंधांत वाईट बोलू लागलो. राजीनामा देण्याची तयारी केली होती; पण आर्थिक बाबीचे संशय होते. ते नीट व्हायचे तर ऑडिट झालं पाहिजे. ऑडिट करून घेतलं आणि राजीनामा ठोकला. उलट, कॉलेजकडेच माझं येणं निघालं आणि कसलाही वाईट आर्थिक व्यवहार केलेला नाही, याचा प्रत्यक्ष पुरावा प्रा. दाभोळे सर होते. ते प्राचार्यांना सतत सांगतही होते. मी राजीनामा दिल्यावर ते खूप रागावले. तो परत घेण्यास सांगू लागले; पण मी नकार दिला; कारण अविश्वासाच्या वातावरणात काम करता येणं शक्य नव्हतं आणि सगळ्यांनी 'कट'च केलेला सरळ दिसत होता. का? तर मी मोर्च्यात गेलो होतो आणि राजा ढालेचं विधान बरोबर नाही, असं मानणारी प्रतिगामी मंडळी कॉलेजात कमी नव्हती. त्याशिवाय इतरही कटकटी होत्याच.

राजीनामा देऊन रिकामा झालो होतो. कॉलेजची शिष्यवृत्ती मिळत होती; पण तेवढ्यानं साधं एकवेळचं जेवणही शक्य नव्हतं. मेसची कितीतरी मुलं पहिल्या सहा महिन्यांतच घरी जात होती किंवा ज्यांच्या घरनं पैसे येतात, अशीच टिकत होती. आता तर मेसही बंद झाली. काय करावं, याचा विचार करीत होतो. पाटगावकरांना सारं माहीत होतं. खरं-खोटंही माहीत असावं. मी गावी जाण्याची तयारी करत होतो; पण नोकरी मिळाली तर पाहावी... पोटापुरतं मिळालं तरी पुरे, असं म्हणून गावात जाहिराती बघत फिरत होतो. नोकरी लागत नव्हती. बा तर

म्हणायचा, "लवकर लगीन कर. नोकरी मिळीव... मी टकरा द्यायला दमलूय"... टकरा तर मीबी देतूय! आपलं सारंच वावटळीत दिवा लावल्यागत. काय करणार?

असाच जाहिरातीचा पत्ता हुडकत फिरत होतो. एस.टी. स्टॅन्डवर चक्कर मारावी म्हणून गेलो, तर तिथे विजय सावंत नावाचा मित्र भेटला... वसतिगृहात राहत होता. पोरगा मोठा देखणा. रुबाबदार राह्यचा, 'घरची मिळकत लई दांडगी' असं सांगायचा. त्यानंच चहा पाजला. मी कॉलेजची नोकरी सोडल्याचं सांगितलं. त्याला वाईट वाटलं असावं. त्यानं खिशातून पाचची नोट काढली आणि हातावर ठेवली. मी नको म्हणत होतो. तो म्हणाला,

"असू दे. नोकरी लागल्यावर परत कर."

नाईलाजानं घेतली. मनातनं धुमसत होतो. क्षणभर वाटे, या साऱ्याला आग लावावी आणि लांब उभं राहून हसत राहावं. घरी जायला नको वाटत होतं. असं जाऊन बाला तोंड दाखवण्यापेक्षा मेलेलं बरं असं वाटे. काही होवो, कॉलेज तर संपल्याशिवाय जायचं नाही. मनात निश्चय करून भटकत होतो. लोक भेटायचे. सहानुभूतीनं बोलायचे. हळहळायचे; पण सारं वांझ असायचं. मदतीचा हात काही कोणी पुढं करीत नव्हता... मध्येच एखादा धंदा करावा असं मनातनं असे; पण भांडवल कुठून आणणार?

असाच तिरमिरीत दुपारी ऐन उन्हाचा पाटगावकरांकडे गेलो. ते घरी नव्हते. बाई होत्या. माझा चेहरा सुकलेला होता. खरंतर चहाही घेतलेला नव्हता. जेवणाला दोन-तीन दिवस सुट्टीच होती. भजी-पाव किंवा मिसळ-पाव खात होतो. नोकरी उगीचच सोडली, असं वाटे; पण पुन्हा नोकरी मागणंही मनाला पटत नव्हतं. बाईंच्या बरोबर इकडचं-तिकडचं बोलत होतो. पेपर समोर धरला होता; पण पोटात कावळे ओरडत होते. बाईंनी ते हेरलं असावं. त्यांनी मुद्द्यालाच हात घातला. "माने, अरे जेवणाचं काय करतोस?" मी जेवलोय असं सांगितलं; पण त्यांना पटलं नाही. त्यांनी खूप आग्रह केला, म्हणून जेवायला बसलो. खाली मान घालून जेवत होतो आणि डोळ्यांतलं पाणी वाटीत साचत होतं. बाई काही हवं का म्हणून विचारीत होत्या... मी मानेनंच नको म्हणत होतो; पण घर सोडल्यापास्नं पहिल्यांदाच कोणीतरी मायेनं विचारत होतं... पोटात भडभडून येत होतं. आईची आठवण येत होती. घरी जेवायला भीक मागून आणलेलं असायचं; पण आई वाढायची. आठवणीचे कढ दाटून यायचे.

जेवण कसंतरी उरकलं आणि पेपर वाचत बसलो.

संध्याकाळी सर बाहेरून आले. त्यांनी ओळखलं असावं. जरा रागात होते; पण अगदी हळव्या आवाजात, "घालवलीस ना नोकरी? आता दुसरी शोधा. नोकऱ्या

काय पिकतात का?'' अशा स्वरूपाचं बोलले. राग आला नाही. स्वत:ला चार शिव्या हासडल्या. ते म्हणाले,

''शेजारी भाऊंचा बंगला आहे. भाऊ घरी आहेत का ते बघ.''

मी चट्कन उठलो आणि शेजारच्या बंगल्यापुढं जाऊन उभा राहिलो. दार बंद होतं. दारावर पाटी होती... वि. स. खांडेकर. दारावरची बेल वाजली. जरा वेळानं एक मध्यम वयाची बाई दार उघडायला आली. मी भाऊ आहेत का, म्हणून विचारलं. बाई 'आहेत, बसा' म्हणाली आणि आत गेली. मी चट्कन उठलो आणि सरांना येऊन सांगितलं, ''भाऊ आहेत.'' परत येतो, तर दार बंद. पुन्हा बेल वाजवली. पुन्हा त्याच बाई आल्या.. दार उघडताच,

''का हो, काय काम आहे आणि उचल्यासारखे बाहेर काय गेलात? कोण पाहिजे?'' असा उलट तपास घेऊन टाकला. त्यांना खरं कारण सांगितल्यावर; साधे मॅनर्स नाहीत, सांगून जायचं, म्हणून कुरकुरतच आत गेल्या. मी एका खुर्चीवर बसून राहिलो. थोड्या वेळानं सर आले. उंबऱ्याला नमस्कार केला. समोरच्या फोटोकडे पाहून नमस्कार केला. खिशात गणपतीचं चित्र होतं, त्यास नमस्कार केला आणि खुर्चीवर बसले. सर आल्याचं सांगितल्यावर भाऊ आले. सरांनी इकडच्या-तिकडच्या गप्पा मारल्या आणि शेवटी माझ्याबद्दल सांगितलं. भाऊंनी मला, ''काय काम करणार?'' म्हणून विचारलं. ''काहीही,'' मी म्हणून गेलो. भाऊ म्हणाले, ''काहीही, शिपाईसुद्धा?'' मी मानेनंच होकार दिला. सरांनी माझ्या कॉलेजमधल्या कामांची पहिल्यांदाच चांगली शिफारस केली. भाऊ म्हणाले, ''उद्या ये... संध्याकाळी.''

दुसऱ्या दिवशी संध्याकाळी गेलो तर दार उघडं होतं. भाऊंना हाताला धरून माझ्याच वयाचा एक मुलगा इकडून-तिकडं फिरवत होता. मी उगीच बसून राहिलो. इकडे-तिकडे बघत. आपल्याला काय काम सांगणार आणि आपण इथं टिकू काय, याचाच विचार करीत होतो. भाऊसाहेबांचं नाव तर मोठं. मनात येई, ह्या माणसानं जोडे पुसायला ठेवलं तरी भारीच म्हणायचं. भाऊंचं फिरणं झालं... त्यांनीच हाक मारली.

''मंदा, अनंतराव येऊन गेले काय?''

मंदा बाहेर आली. तिनं दार उघडलं होतं. वाटलं, आता ही काहीतरी बोलणार... ती म्हणाली,

''अनंतराव आले नाहीत; पण येतो असा निरोप आहे.''

थोड्या वेळानं एक खादीधारी उंच असा माणूस आला. पाटगावकर सरांसारखाच. मी काही ओळखत नव्हतो; पण खादीची साधी पॅन्ट, खादीचा शर्ट यामुळे आणि इतक्या सहजपणे तो मंदाताई अशी हाक मारून आत गेला...यावरून त्यांच्याच

घरातला असावा, असं वाटलं. थोड्या वेळाने भाऊ बाहेर आले. तो माणूसही आला. आता माझ्याबद्दल भाऊंनी त्या माणसाला सांगितलं,

"अनंतराव, चंद्रकांतानं ह्या मुलाला माझ्याकडं आणलाय. त्याला आपल्याकडं काही काम असेल तर दे."

अनंतरावांनी नकार दिला.

"भाऊ, आपल्याकडं काही जागा रिकामी नाही."

भाऊ म्हणाले,

"हे बघा, त्याला काम कसलं सांगायचं, ते तू ठरव. त्याला शिकता आलं पाहिजे." यावर अनंतराव बघतो म्हणाले.

मला दुसऱ्या दिवशी 'आंतर भारती' विद्यालयात बोलावलं.

दुसऱ्या दिवशी 'आंतर भारती'मध्ये गेलो. शाळा साधीच आणि जुन्या इमारतीत भरलेली होती. अनंतराव देशपांडे, मुख्याध्यापक असा बोर्ड होता. मी आत येऊ का, म्हणून विचारलं. त्यांनी 'ये' म्हणून खुर्चीवर बसायला सांगितलं. डोळ्यांवरचा चष्मा हातात घेऊन डोळे पुसले आणि म्हणाले,

"हे बघ, आमच्याकडे नोकरी नाही, आणि तुला तर भाऊंनी नोकरी दे, म्हणून सांगितलं आहे. तेव्हा मी सांगीन तिथे नोकरी करावी लागेल. आमच्याकडे पगार फार नाही. आमची मराठी शाळा आहे. तिथं शिक्षक म्हणून तुला काम करावं लागेल."

मी होकार दिला. केव्हा एकदा हे होकार देतात असं झालं होतं. खूप आनंद झाला होता. त्यांनी घरची माहिती विचारली. मी सांगितली. इथं खोली घेऊन राहतो वगैरे. ते सांगितल्यावर ते म्हणाले,

"तुझी शाळा सुटल्यावर तुला भाऊंच्या बंगल्यावर जावं लागेल. भाऊंना दिसत नाही... त्यांना फिरवणं...त्यांना पेपर वाचून दाखवणं, ते सांगतील ती कामं करणं..." हेही मी अर्थातच कबूल केलं.

कॉलेजचं शेवटचं वर्ष होतं. नोकरीही चालू झाली होती. खाणावळीत जेवत होतो. प्रेमाच्या प्रकरणानं जोर धरला होता. गावामध्ये शशी तिच्या मैत्रिणींबरोबर येत होती. आम्ही बोलत होतो. तसे जवळ येत चाललो होतो. रंकाळ्याच्या साक्षीनं सारं चाललं होतं. शाळेत लहान मुलांना मन लावून शिकवत होतो. बाकीची शिक्षक मंडळी शिकवण्या करीत... माझा सारा वेळ मीटिंगा, चर्चा, वाचन इत्यादी गोष्टींत जात होता. कधी बापूसाहेबांबरोबर, कधी सुरेश शिपूरकर बरोबर काम करीत होतो. संध्याकाळी भाऊंकडे बिनचूक जात होतो. त्यांच्याकडे खूप मोठे लोक येत असत. ते बोलत बसले, की आपण ऐकण्याचं काम करीत होतो; पण जेमतेम पंधरा दिवस

ते महिनाभरच टिकलो. भाऊंच्या शिस्तीत आपलं बेशिस्त आयुष्य काही बसवता आलं नाही. मंदाताईंच्या हाताखाली सर्व कसं व्यवस्थित आणि वेळेत व्हावं लागे. एखादी जरी चूक झाली, तरी मंदाताईंच्या कोर्टात क्षमा नव्हती. बोलणी खावी लागत. अर्थात, हे जमलं नाही आणि भाऊंकडे शिदनाळे नावाचे एक शिक्षक - मित्र जाऊ लागले. आता भाऊंकडे जात होतो; पण कधीतरी चर्चेसाठी किंवा काही काम निघालं तर.

प्रा. दाभोळ्यांना मी कॉलेजची नोकरी सोडली याचं वाईट वाटलं असावं. ते भेटतील तेव्हा-तेव्हा खूप बोलत असत. शशीशी लग्न करण्याचं पक्क ठरलं होतं. तिच्या मनाची तयारी झाली होती; परंतु कॉलेज संपल्याशिवाय लग्न करायचं नाही, हेही ठरलं होतं. एस.वाय.चे दोन पेपर राहिले होते आणि बी.ए.चं आख्खं वर्ष संपायचं होतं. अभ्यास करीत होतो. मुख्य म्हणजे लग्नाबद्दल शब्दही तिच्या घरच्यांना कळून उपयोगी नव्हता. नाहीतर...नाहीतर काहीही होऊ शकलं असतं. अतिशय जपून वागत होतो. सारं बोलणं चिठ्ठ्यांतून असे आणि चिठ्ठ्या संधी मिळेल तशा परस्परांना मिळत होत्या.

कॉलेजची परीक्षा संपली होती. शाळेत मात्र अजून परीक्षा, पेपर तपासणं असली कामं चालू होती आणि शशीनं एक खलिता पाठवला होता. तो वाचला आणि अवाक्‌च झालो. तिच्या घरच्यांनी तिचं लग्न अन्यत्र जमविण्याचा घाट घातला होता. एक मुलगा पाहून गेला होता आणि जर या सीझनच्या आत मी तिच्याशी लग्न केलं नाही तर...तर तिचं लग्न दुसऱ्याबरोबर होणार होतं.

मी रात्रभर विचार केला. पहिला म्हणजे आपण लग्न करावं का? ही इतकी सुखवस्तू कुटुंबातली मुलगी आपल्या वायदळीतल्या आयुष्याशी एकरूप होईल का? हिला आपण नीट सांभाळू शकू का? आपल्यामुळं हिचं नुकसान होणार, मी तिला नकार कळवण्याचं ठरवलं... रात्रभर पत्र लिहीत होतो. काय लिहावं?... नकार दिला, तर तिचा गैरसमज होणार, असा विचार करत झोपलो. इतरांशी बोलण्यात अर्थ नव्हता.

अखेर, 'मी कसा झालो... भविष्यात काय आहे? ही नोकरी सोडल्यावर फुटपाथवरही जागा मिळणार नाही. तुला दोन वेळ जेवायलाही देऊ शकेन, अशी खात्री नाही.' इतर बरंच लिहून कळवलं. सबब, तू इतरत्र लग्न कर म्हणून सांगितलं... त्याला तिनं उत्तर दिलं...'आपण दोघं मरतानाही एकत्रच मरू या. जे व्हायचं ते होईल. मी फुटपाथची तयारी ठेवली आहे. तू नाही म्हणू नकोस. तू नाही म्हणालास तर...' वगैरे... आता तिला तत्त्वज्ञान सांगण्यात अर्थ नव्हता. चूक तर माझी होती. जातिव्यवस्था, समाजवाद, सारं आता तीच ऐकवीत होती. माझ्या परीनं मोडता घालण्याचा प्रयत्न केला; पण काही उपयोग झाला नाही.

प्रा. पाटगावकर, प्रा. दाभोळे, सुरेश, बापूसाहेब, देशपांडे सर साऱ्यांना बोललो. 'वा-वा-फारच छान...तू आंतरजातीय लग्न करतो आहेस...चांगली गोष्ट आहे. आमच्यानं होईल ती मदत करतो,' इत्यादी बोलत असत. जरा धीर येत होता. सुरेश मात्र अखेरपर्यंत '...तू लग्न करण्याला माझा विरोध असण्याचं कारण नाही...अतिशय चांगली गोष्ट आहे; पण तुला कोल्हापूर सोडावं लागेल. इतरत्र तुला मदत मिळणं आणि नोकरी मिळणं खरं नाही. तेव्हा तू फेरविचार कर.' इत्यादी गोष्टी सांगत होता; पण मला नशा चढली होती. आपण एक क्रांती करायला निघालोय... आणि हा उगीच काहीतरी सांगतोय, असं वाटे. सुरेशनं शिरूभाऊ लिमये यांना फोन करून पुण्याला काय करता येईल, याची विचारणा केली; पण नुकतंच एक जोडपं सांभाळतोय, असं त्यांनी सांगितल्याचं सुरेश म्हणाला.

लग्न तर करावं लागणारच होतं. काय करावं समजेना. बरं पैशाचा मामला होता. काहीतरी करावं लागणार होतं. विचार करीत होतो. डॉ. सुदाम चौगुले, प्रा. माणगावकर, परितेकर, सारी मंडळी मदत करू असं म्हणत होती. 'आयला, लग्नाला वर्गणी काढावी लागणार, असं दिसतंय,' म्हणून सारी हसत असू.

लग्नाचा दिवस ठरला. ११ मे १९७३.

'आंतरभारती'च्या देशपांडे सरांनी मे महिन्याचा पगार आणि स्वत:चे असे तीन-चारशे रुपये दिले. लग्न माहुलीला करण्याचं ठरलं. बापूसाहेबांनी अनेक पावसाळे पाहिलेले. चळवळीचा अनुभव मोठा. पोलिसांशी तर त्यांचा सासरे-जावयाचा संबंध. त्यामुळे त्या खात्याची माहिती त्यांना होती आणि मुख्य म्हणजे, त्यांचंही लग्न आंतरजातीय. त्यांच्याकडे बैठक झाली. कायदेशीर सारी तयारी होतीच. शशीनं जन्मतारखेचा दाखला आणला होता. वयानं ती सज्ञान होती. बापूसाहेब म्हणाले,

"ते खरं रे? पण समज, लग्नाला माहुलीला जाणार आणि तिच्या घरचे लोक गप्प बसतील, असं का गृहीत धरता? समजा, त्यांनी पकडलं आणि पोलिसांत प्रकरण गेलं, तर पोलीस काही क्रांतीचे देवदूत नाहीत. त्यांच्या डोक्यातही 'हिंदू' मेंदूच आहेच. ते तिला आणि तुला सडकतील. विशेषत: शशीला. हे सगळं अशा रीतीने वागवतील, की तुला गोत्यात आणणारच नाहीत, असं नाही. तिचा जबाब आधीच लिहून त्याच्यावर तिची सही घेतील आणि पोरगी पळवून नेली, म्हणून तू जाशील खडी फोडायला! तिच्या घरच्यांबद्दल मला इतरांनी सांगावं, असं नाही."

तेव्हा इथं आगोदर अफिडेव्हिट करावं आणि मगच इथून निघावं, असं ठरलं. मी शशीच्याच घरी भाडेकरू म्हणून राहत असल्याने मी आदल्या दिवशी घर सोडावं असं ठरलं. शशीला सारं चिठ्ठीनं कळवलं. मी मुंबईला जातो आहे,

पी.एस.आय.साठी वगैरे थापा तिच्या घरी मारल्या होत्या. नऊ तारखेला मी तिची जागा सोडणार होतो. त्या दिवशी मी पैशांची जुळवाजुळव करीत फिरत होतो. ठरल्याप्रमाणं मी माझ्या खोलीला कुलूप लावलं नव्हतं. दुपारी कुणी नाही, असं पाहून शशीनं कपडे चोरून आणून माझ्या बॅगेत ठेवले होते; पण अधिक मोह चांगला नसतो. पुन्हा दुसरं पातळ माझ्या बॅगेत ठेवताना तिला तिच्या भावानं पाहिलं आणि सारं बिंग फुटलं. शशी नुसती रडत होती. तिला आई, चुलतीनं विचारलं,

"तुला मान्यानं ठेवायला सांगितल्या काय?"

तिनं अकलेनं उत्तर दिलं, "नाही. मीच ठेवत होते. त्याला ह्यातलं काही माहीत नव्हतं." वगैरे.

तिला बराच मार बसला होता. मी गावात होतो. मला घरी काय झालंय, माहीत नव्हतं. मार खाऊनही तिनं तीन ओळींचं पत्र लिहून तिच्या लहान बहिणीकडे दिलं होतं. माने आले की त्यांना दे सांगितलं. त्या लहान पोरीनं घरापासून बऱ्याच अंतरावर मला ते दिलं. शशीवर सारं घर आग ओकीत होतं. 'भिकेचे डोहाळे लागलेत,' इथपासनं 'नाक कापतीस का?' इथपर्यंत कालवा न करता तिला जो तो बोलत होता. पहारा कडक झाला होता.

चिठ्ठीत काय सांगावं ते लिहिलं होतं. मी घरी आलो. दाराची कडी काढली आणि आत गेलो, तोच तिची आई आली. दोघींचे डोळे आग ओकीत होते.

"काय केलंसा बाबा? आमी इसवास ठिवला अन् केसानं गळा कापलास!..." म्हणून रडू लागल्या.

मी अगदी काहीच माहीत नसल्यासारखं, "काय केलं मी?" इत्यादी विचारलं. त्यावर त्यांनी बॅग उघडायला लावली... त्यात शशीची पातळं होती. मी अवाक् झाल्यागत नाटक केलं, "यातलं मला काहीच माहीत नाही," असं सांगितलं. त्यांचा विश्वास बसला की नाही कुणास ठाऊक? पण, त्या मला फार बोलल्या नाहीत.

मला त्वरित घर सोडणं गरजेचं होतं. मी बॅग भरली. मलाही चार वर्षांचे ऋणानुबंध अशा रीतीने तोडणं जिवावर आलं होतं. खरंतर ह्या माणसांनी मला तसं खूपच चांगलं वागवलं होतं; पण इलाज नव्हता.

मी बॅग उचलली. साऱ्यांचा निरोप घेतला. निघालो. मला पोचवायला शशीची चुलती आणि बहीण आली. शशीशी काही बोलता आलं नाही की भेटताही आलं नाही. इतक्या विलक्षण वेगानं सारं घडत होतं, की अगोदरचं सारं विस्कटलं होतं. मी तर कोल्हापुरातच थांबणार होतो आणि पोचवायला, म्हणजे घालवून द्यायला शिपाई आले होते. त्यांना मी मुंबईला जाणार, असं सांगितलं होतं. त्यामुळे मी मुंबईचं तिकीट काढून रेल्वेत बसेपर्यंत त्या दोघी थांबल्या होत्या.

रेल्वे सुरू झाली, की आयुष्याचा दुसरा अध्याय सुरू होणार होता. तिच्या

चुलतीच्या चेहऱ्यावर आनंद दिसत होता. आपण सुटलो असं तिला वाटत होतं. नाईलाजानं मी हात वर केला. गाडी सुरू झाली आणि हळूहळू कोल्हापूर नजरेतून सुटू लागलं. आपण काय करीत आहोत, हे क्षणभर समजत नव्हतं. आपण पाहिलेल्या सुंदर स्वप्नाचे आपल्या नजरेसमोर तुकडे होत आहेत असं वाटलं. क्षणभर या पळत्या गाडीतून उडी टाकावी, असंही वाटलं; पण अकलेनं उशिरा का होईना पण काम केलं. जरी तिकीट मुंबईचं काढलं तरी मुंबईलाच गेलं पाहिजे, असं काही नाही, हे डोक्यात आलं आणि भराभर कल्पना सुचू लागल्या. संकटाच्या वेळी डोकं चाललं होतं. रुकडीच्या स्टेशनवर गाडी थांबली, तेव्हा अंधार दाटलेला होता. गाडी थांबताच...खाली उडी टाकली. रात्रीमुळे रस्ता माहीत नव्हता. कोल्हापूरला कसं परतावं, याचा विचार करीत होतो. सासरे रेल्वेत हुंडेकरी असल्यानं त्यांच्या ओळखी असतील, या भीतीने रेल्वेरुळ धरले आणि परत प्रवास सुरू केला. चारी बाजूंना अंधार दाटला होता. रुळाच्या पट्टीनं चाललो होतो. दिसत नव्हतंच. हातात बॅग फक्त होती. पायाला गती आली होती आणि डोक्यात विचारांनी काहूर माजलं होतं. आपण कुठून आलो इथपासून, या व्यवस्थेवर मुतावं इथवर गेलो होतो. जी व्यवस्था आपल्याला माणूस मानायला तयार नाही. पोरीची इच्छा असताना आणि कायद्यानं परवानगी असताना आपल्या लग्नाला ही मंडळी तयार होत नाहीत. जात! जात!! सगळ्या आयुष्याचा कोंडवाडा झालेला. पेटून उठलो होतो. एकदा वाटे सरळ तिच्या घरी जाऊन तिला घेऊन जावं. मग जीव गेला, तरी हरकत नाही. इथपर्यंत मजल गेली होती; पण असाहाय्यपणे डोळ्यांतून पाणी काढण्याशिवाय काहीच करू शकत नव्हतो.

झपाझप पावलं पडत होती. कोल्हापूरचे दिवे दिसू लागले, तसं बरं वाटलं. इतक्या अंधारातून आपण एकटे चालत आलो... उगीच मनातून भीती वाटली; पण क्षणभरच. भीती राहिलीच होती कुठे... आता कोल्हापुरात जाणं योग्य नव्हतं. रिक्षा केली आणि तडक नारायनच्या घरी गेलो. सुदैवानी बाकीची मंडळी कुणी नव्हती. तो आणि त्याची बायको होती फक्त. शक्याशक्यता पडताळल्या. आता सारे पत्ते शशीच्या हातात होते. तिनं काही हिंमत दाखवली तरच काही शक्यता होती. रात्री त्याच्याकडेच झोपलो, जेवण कुणीच केलं नाही.

दुसऱ्या दिवशी सकाळी उठलो आणि बापूसाहेबांकडे गेलो. त्यांनी सारं ऐकून घेतलं. विचार केला आणि नारायनला त्यांनी युक्ती सांगितली. 'माझी चिठ्ठी कशाही प्रकारे शशीला मिळाली पाहिजे. मी सांगतो तसं कर, तू नाव सांग आणि मी चिठ्ठी शशीला दिली आहे... म्हणून गाडीच्या ड्रायव्हरला सांग...शशीची चिठ्ठी आहे म्हटल्यावर ड्रायव्हर तिला देईल.'

झालं, मी चिठ्ठी लिहिली. नारायननं ते काम व्यवस्थित केलं. बापूसाहेबांनी

सारी कामं बाजूला ठेवली. गावात तीन-चार फोन केले. एकाची गाडी मागवून घेतली. सुरेश, उर्मिलाताई सबनीस, रवींद्र सबनीस, अनंतराव पाटगावकर, साऱ्यांना फोन करून कल्पना दिली. चिठ्ठीत शशीनं कुठं यावं... हे लिहिलं होतं. तिथं गाडी पाठवली होती; पण ती ओळखेल असं कुणीतरी गेलं पाहिजे, असा माणूस नारायन किंवा बापूसाहेब, सुरेश, कुणीतरी गेलं पाहिजे. नारायनच गेला. तिला उर्मिला काकींच्या घरी घेऊन येण्यास सांगितलं होतं.

बापूसाहेब आणि मी अफिडेव्हिटसाठी स्टॅम्प आणायला गेलो होतो. वेळ दुपारची होती. तीन रुपयांचा स्टॅम्प काही मिळत नव्हता. खूप ठिकाणी फिरलो. अखेर स्टॅम्प मिळाला. आम्ही परत उर्मिला काकींच्या घरी आलो आणि आश्चर्याची गोष्ट म्हणजे, शशीही हातावर तुरी देऊन सुखरूप आली होती. मला पाहताच रडू लागली; पण रडायलाही वेळ नव्हता. तिला एका खोलीत ठेवलं. मला दुसरीकडे ठेवलं आणि सारी सूत्रं सुरेश, बापूसाहेबांनी हातात घेतली.

आम्ही दोघं स्वतंत्र खोल्यांत होतो. ती कशी आली, काय घडलं वगैरे नारायननं सांगितलं. माझी चिठ्ठी मिळाली होती, वेळ आणि ठिकाण कळलं होतं; पण निघणार कशी?चुलती एका उंबऱ्यात आणि आई दुसऱ्या उंबऱ्याला उसं देऊन झोपल्या होत्या. त्यांच्या दृष्टीनं संकट टळलं होतं. बस! हिनं फायदा उठवला. पायात चप्पलही न घालता ही बाहेर पडली. बरोबर एक लहान मुलगी घेतली होती. गाडी असेल तर जायचं, नसेल तर मैत्रिणीकडे गेले होते, बरोबर मुलीला नेली होती, अशी थाप मारायची सोय केली होती. सुदैवानं कुणीही पाहिलं नाही आणि गाडीत नारायन आहे, हे दिसताच ही गाडीत बसली आणि सरळ सुटली होती. वगैरे...

शशीचं अफिडेव्हिट झालं होतं. बापूसाहेबांनी मॅजिस्ट्रेटलाच घरी बोलावलं होतं. तोपर्यंत सुरेशनं मंगळसूत्र, अक्षता, ब्राह्मण, हार, फोटो सारी तजवीज केली होती. मला काहीच माहीत नव्हतं. मंडळी गडबडीत असायची एवढंच. गंमत म्हणजे, सारं दोन-अडीच तासांत झालं होतं. विशेष म्हणजे, इकडे आम्ही ब्राह्मणाच्या साक्षीनं, विवाहबद्ध होत होतो... त्या वेळी उर्मिलाबाईंच्या घरासमोर शशीचे वडील पानपट्टीच्या दुकानात पान घेत होते. त्यांना अद्यापतरी काही पत्ता लागलेला नव्हता. ब्राह्मण सांगेल तसं करीत होतो. अक्षता पडत होत्या. बघता-बघता मेजर निंबाळकरांपासून प्रा. दाभोळ्यांपर्यंत पाच-पन्नास माणसं सुरेश आणि बापूसाहेबांनी जमवली होती. याचं श्रेय या दोघांना आणि माझा जिवाभावाचा मित्र नारायन यांनाच होतं.

झालं, एकदाचा लग्नसोहळा पार पडला. अतिशय साधा. आम्हा उभयतांच्या अंगावर कपडे काय होते... तिच्या अंगावर नेसूचं पातळ आणि माझी पॅन्ट काही

नीट नव्हतीच. मंडळींनी खूप कौतुक केलं. लग्नाला खर्च आला फक्त एकवीस रुपये. बापूसाहेब म्हणत होते,

"आता जगात कुणीही तुमच्या केसाला धक्का लावू शकणार नाही! एक लढाई आपण जिंकली आहे!"

अर्थातच, चौकश्या सुरू होणार म्हणून अंडरग्राउंड झालो. असो.

लोक गेले. शशीला आमचे स्नेही, राष्ट्र सेवादलाचे श्याम पटवर्धन यांनी स्वत:च्या घरी नेलं. मी, नारायन विद्यापीठाच्या माळावर रात्रभर गप्पा मारत बसलो होतो. तोपर्यंत पोलिसांकडे सारं गेलं होतंच. चौकश्या सुरू झाल्या होत्या. एस.टी. स्टॅन्ड, रेल्वे स्टेशन आणि सगळीकडेच पोलिसांचे लोक बसले असणार, म्हणून चार दिवस कोल्हापुरातच राहिलो. उर्मिलाकाकी, पाटणकर, श्यामराव पटवर्धन, सुरेश शिपूरकर प्रत्येकानं काही ना काही दिलं. शशी एका वस्त्रानिशी बाहेर पडली होती. उर्मिलाकाकींनी तिला कपडे, आरसा, कंगवा, कुंकू सारं दिलं. पाटगावकर सरांनी कपडे केले. सर्वांत कडी झाली श्यामरावांकडे. त्यांच्याच घरात आम्ही चार दिवस होतो; पण पहिल्या दिवशीच त्यांनी छान बेत केला. रांगोळ्या घालून साग्रसंगीत जेवायला वाढलं. खूप अवघडल्यासारखं झालं होतं. आयुष्यात इतक्या प्रसन्न जागेत पहिल्यांदाच जेवत होतो. हवं-नको ते स्वत: पाहत होते. ते चार दिवस म्हणजे आयुष्यातली पर्वणीच वाटली. दररोज पोटभर जेवण आणि तेही आपण प्रसंगाचे हिरो, असं कधी झालंच नव्हतं. आजपर्यंत उकिरड्याच्या कडेला वाढलेला मी! इतका सन्मान कधीच झाला नव्हता. आयुष्यात पहिल्यांदाच गादीवर झोपल्यावर कसं वाटत असेल... हे अनुभवत होतो. नाहीतर, आपलं कसं सतरंजी, पोतं, तटकर काहीही चालत असे.

चौथ्या दिवशी रात्री रिक्षा केली... तिच्यात मी, शशी आणि नारायन, असे तिघेजण बसलो. सामान काही नव्हतंच... एकुलती एक बॅग, बस्स! एवढाच संसार. सगळ्यांचा निरोप घेतला आणि निघालो. आता शशी बरोबर होती. भविष्याची स्वप्नं डोळ्यांसमोर नाचत होती. नारायन बरोबर होता. एस.टी. आणि रेल्वेनं जाण्यात अर्थ नव्हता. रिक्षा सरळ शिरवली नाक्याच्या पुढं आणली आणि हायवेवर उतरलो. तिघंही अंधारात मुरून उभे राहिलेलो. त्यात शशीच्या बाबांचे ट्रक होतेच. त्यामुळे येईल त्या ट्रकचा नंबर शशी लांबून पाही आणि हात वर करायला सांगे. असे बरेच ट्रक गेले. अखेर एका शिखानं ट्रक थांबवला. तिघं ड्रायव्हरशेजारी बसलो. गाडीत ड्रायव्हरशिवाय दोघं जण होते. मनातनं भीती वाटत होती. इतक्या रात्री, आणि शशी बरोबर होती; पण नारायण आधाराला होता. ट्रक सुरू झाला आणि कोल्हापूरचा निरोप घेतला.

भूतकाळ पारखा होत होता. भविष्याला सामोरे निघालो होतो.

पुढे काय?

प्रश्न कायम होता. गाडी जोरात चालली होती. तिघंही मूकपणे बसलो होतो.

कुठल्याशा गावाजवळ गाडी एकदम थांबली. पोलीस समोर उभा होता. पोलिसाला बघताच मनातनं घाबरलो; पण शिखड्यानं सराईतपणे दहाची नोट सरकावली आणि गाडी पुन्हा सुरू झाली. श्वास सोडला.

साताऱ्याला पोहोचलो, तेव्हा सकाळ झाली होती. उठल्याबरोबर चहा घेतला आणि तरतरीत झालो. रात्रभर जागरण झालं होतं. अंग आळसावून गेलं होतं; पण संसार नव्यानं सुरू झाला होता. जिच्याशी बोलायला मिळावं, म्हणून मन सतत बेचैन असायचं, ती बरोबर होती. जिवलग मित्र बरोबर होता. आजपर्यंत घटना घडत होत्या आणि एखादी घटना वाईट घडल्यानंतर विचार करीत होतो. गर्दीतला माणूस जसा, गर्दी रेटील त्या बाजूनं रेटत जातो, तसं आपलं आयुष्य परिस्थिती रेटेल, तसं रेट्यानं पुढं-मागं होत होतं. आज पहिल्यांदाच विचार करीत होतो.

नारायनच्या ओळखीच्या माणसाकडे बॅग ठेवली आणि साताऱ्यातले गल्लीबोळ फिरायला लागलो. दिवस उन्हाळ्याचे होते. ऊन तापायला लागलं. 'खोली भाड्यानं देणं आहे,' हा बोर्ड बघायचा आणि चौकशी करायची. पहिला प्रश्न असायचा, नोकरीला कुठे आहे? आडनाव काय? आडनाव सांगितलं, की खोली रिकामी नसायची आणि आडनावानं बोध झाला नाही तर 'आपण कुणापैकी? नाही, म्हंजे आपलं विचारलं' म्हणून जातीची चौकशी व्हायची आणि अर्थातच जागा मिळायची नाही.

यापूर्वी साताऱ्याचा संबंध आलेला तो प्रवास करताना फक्त स्टॅन्डचा. सातारा कधी पाहिलाच नव्हता. 'अजिंक्यतारा'च्या आश्रयाला वसलेला गाव आम्हाला काही आश्रय देत नव्हता. फिरून-फिरून तोंडाला फेस आला होता. दुपार होऊन गेली, तसं खूप अस्वस्थ झालो. खोली मिळाली नाही तर? आणि त्या दिवशी खोली मिळाली नाही. शशी खूप चालल्यानं थकली होती. बरं, तिला कुठं बसवावं, तर ओळखीचं कुणी नाही. बॅगलाच कसाबसा आश्रय मिळालेला.

रात्र झाली. तिघंही खाणावळीत जेवलो आणि स्टॅन्डवर आलो. आम्ही दोघं विचार करत होतो. शशी पॅसेंजरच्या फलाटावर झोपली. आम्ही शेजारीच बसलो होतो. रात्र बरीच झाली होती. आदल्या रात्री झोप नव्हती. त्यामुळं डोळे चुरचुरायला लागले होते. रात्रीचे प्रवासी जात-येत होते. गाड्या येत होत्या... माणसं उतरत होती, चढत होती आणि आम्ही बोलत बसलो होतो. तंबाखूचे बार भरीत होतो. थुंकत होतो. घसा सुकला की पाणी ढोसत होतो. बरीच सामसूम झाली होती.

तेवढ्यात एक पोलीस आला. शेजारच्या बाकड्यावर एक खेडूत झोपला होता. त्याच्या तोंडावरचं पांघरूण खस्सकन ओढून 'ऊठ!' म्हणून त्याच्या केसांना धरून त्याला पोलिसानं उठवलं. तो बोलायच्या आत खाड्‌कन त्याच्या गालफाडात बसली. तो पुरता जागा होण्याच्या आतच कानसूल रंगलेलं. तत पप करीपर्यंत या शासकीय हवालदारानं दम देत आणखी एक-दोन चढवल्या होत्या. बिचारा सांगत होता, 'गाडी चुकली, म्हणून झोपलोय,' पण, पोलीस ऐकत नव्हता. 'तुझ्या बापाची जागा आहे? का घर आहे? ऊठ, ऊठ!' करीत त्याला स्टॅन्डच्या बाहेर हाकलून, मग तो आमच्याजवळ आला. आल्याबरोबर आम्हाला कुठून आला म्हणून विचारलं. आम्ही सांगितलं... कुठं जाणार म्हटल्यावर काय सांगावं, याचा विचार करीत होतो, तेवढ्यात त्यानं शशीच्या अंगावरची चादर मगासारखीच ओढली. मी धावून गेलो. ती माझी बायको असल्याबद्दल सांगितलं; पण त्याला काही पटत नव्हतं. तो तिला दम देऊ लागला. ती पुरती जागी झाली. पदर सावरला आणि त्याला साफ शब्दांत, 'मी यांची बायको आहे.' असं तिनं सांगितलं; पण कुठं जाणार, याचं तिनं दुसरंच उत्तर दिलं आणि हा गडी भडकला. 'चला पोलीस स्टेशनला' म्हणू लागला. 'आयला या ह्या शिपुरड्याच्या!' म्हणून मनातनं खूप शिव्या घातल्या; पन काय करणार? चल म्हणालो. बरोबर बास्केटशिवाय काही नव्हतंच.

पोलीस स्टेशनला आल्यावर तो आपणहूनच गार झाला. रस्त्यानं त्यानं अनेक पद्धतीनं पैसे मागितले; परंतु काही मिळत नाही म्हटल्यावर एका कागदावर नावं लिहून घेतली आणि आम्हाला सोडून दिलं. आता स्टॅन्डवर जाण्यात अर्थ नव्हता. बरं, इतक्या रात्री कुठं जावं, हा प्रश्न होताच. एका पोलिसाला परिस्थिती सांगितल्यावर त्यानं पोलीस स्टेशनवरच बाहेर थांबायला परवानगी दिली आणि लग्नानंतरची पहिली रात्र गेली, ती पोलीस स्टेशनमध्ये!

दुसऱ्या दिवशी पुन्हा खोलीचा तलास चालू केला. मला-नारायनला हे माहीत होतंच; पन जिला आयुष्यात कसलाच प्रश्न नव्हता, तिला काय वाटत असेल? याचा सारखा विचार करीत होतो. खरंतर, आता विचार करायला लागलो तरी होतो. नाहीतर आतापर्यंत उपटसुंभासारखं सारं आयुष्य. हॉटेल में खाना - मसजिद में रहना चाललं होतं. अखेर बुधवार पेठेत एका मुस्लीम गृहस्थानं खोली भाड्यानं दिली. 'दर एक तारखेला भाडं पाहिजे. दोन तारखेला सामान रस्त्यावर टाकीन,' या अटीवर खोली मिळाली. खोली मिळाली, तेव्हा स्वर्गप्राप्तीचा आनंद झाला. बॅग जाऊन आणली. हात-पाय धुतले. शशीला खोलीत बसवून बाजारात गेलो. ताट, तांब्या, वाटी, स्टोव्ह, तवा - किमान स्वयंपाकाला लागणारं खरेदी केलं आणि त्या रात्री पहिल्यांदा शशीच्या हातचा स्वयंपाक जेवलो.

नारायनचं कोल्हापुरात बरं चाललं होंतं. कॅन्टीनवर संसार चालला होता. त्यानं

नोकरी लागेपर्यंत जमेल तेवढी मदत म्हणजे खोलीभाडं देण्याचं मान्य केलं होतं. दुसऱ्या दिवशी सकाळी तो गेला. पत्र लिहिण्यास आणि काही गरज लागल्यास नि:संकोच मागायला सांगितलं होतं. नारायन गेला, तेव्हा खूप वाईट वाटलं.

आता दोघंच राहिलो होतो. सुखदु:खाचे भागीदार. मी तिला परिस्थिती समजावून सांगत होतो. ती बोलण्यापेक्षा ऐकण्याचंच काम अधिक करत होती.

जवळ दोन महिने पुरतील एवढे पैसे होते. काटकसरीनं ते जास्त दिवस कसे पुरतील, ते पाह्यचं होतं. पहिल्या दिवसापासूनच नोकरीच्या शोधात होतो. कोल्हापूरला 'पुढारी'त जाहिरात तरी असे. साताऱ्यात तेही नाही. नोकरी कुठं शोधावी, हा बिकट प्रश्न होता. तरीही चिकाटीनं प्रयत्न सुरू केले. घरी लग्न केल्याचं सविस्तर पत्र लिहिलं होतं. शशीच्या घरीही सविस्तर पत्र लिहिलं होतं. मनात असायचं, नोकरी लागेल. आपल्यासाठी राखीव जागा असतात.

पन, दोन महिने संपले, तरी नोकरी मात्र लागली नाही.

मध्येच गावाकडून आई-वडील, आप्पा-तात्या सारी माणसं आली. पत्रात पत्ता लिहिला होता. ते आले, तेव्हा दुपारी चार वाजून गेलेले असावेत. मी बाहेर गेलो होतो आणि ते रस्त्यावरच बसले होते. एका घरातल्या सावलीला. मी आल्याचं पाहिलं आणि माझ्या मागोमाग दारात आले. मी मागे वळून पाहिलं तर सारी पलटण मागे उभी. मी 'या' म्हणालो तसं बा, आप्पा आणि तात्या आत आले. मयतीला गेल्यासारखं आई उंबऱ्यात उभी. मी अवसान आणून आईला आत बोलावलं. शशी गुपचूप बसली होती. यापैकी कुणालाच तिनं पाहिलं नव्हतं आणि त्यांनी तिला पाहिलं नव्हतं. मारक्या म्हशीसारखे सारे तिला बघत होते. सारे जण गप्प होतो. कुणीच काही बोलत नव्हतं आणि वीज कोसळावी, तशी आई हात-पाय चोळायला आणि गहिवरून रडायला लागली,

"आमचं वाटुळं केलंस, रं बाबा! आरं, तुला पैदा करण्याऐवजी दगडधोंड्याला काढला असता, तर बरं झालं आसतं, रं..."

ती सूर लावून रडाय लागली. मी जाऊन पट्कन दरवाजा बंद केला. फुकट तमाशा नको. मी गप्प बसलो होतो.

"आरं, जलामलास, तवाच का मेला न्हाईस? आमचं नाक कापलंस... आमाला मानसांतनं उठविलंस. ग्वाल नाई. फँडऱ्याद मुतुर ठिक कुडक्या! निक यत्युग सुडा" ("तुला डुकराचा मूत मी पाजीन. तुला जाळायला न्हेला!")

आई शेलक्या शिव्या देत होती. मला अगोदरच बरं नव्हतं. त्यात आईनं कालवा केलेला. भाऊ, आप्पा, तात्या तिला गप्प बसायला सांगत होते; पण तिची टकळी काही थांबत नव्हती.

"तुला लहानाचा मोठा केलं... कोंड्याचं मांडं केलं... भीक मागून शिकीवला त्यो तू आमच्या तोंडात मुतलास?"

मी, शशी दगडागत गप्प बसून होतो. शशीनं चहा ठेवला होता. ती चहा ठेवायला लागल्याबरूबर आई म्हनाली...

"ए औदसा! आमच्या घरची घरफोडी केलीस, मानसांतनं उठवलंस आन् वर च्या करतीस व्हय? आगं, वैऱ्याच्यात च्या पिऊ; पन तुझ्या हातचं पिनार न्हाय!"

मी शशीला चहा नको म्हणून सांगितलं. तिनं स्टोव्ह बंद केला.

आई-बा मला शिकवायला किती खर्च आला... त्याची बेरीज करीत होते. एवढं टाक, म्हनून म्हनत होते. आतापर्यंत मी गप्प बसलो व्हतो; पन राग आवरला नाही आणि मी आईला बोललो,

"आई, आता शिव्याशाप देऊन फायदा नाही. तुझे सारे पैसे परत करीन."

"तर रं, बाबा, तू दिलं न्हाय, तर काय उपाशी राहू व्हय? का तू घेतलं न्हाईस तर नागवी बसंन?"

बा आईवर खेकसला, तशी आईची टकळी थांबली.

बानं इचारलं,

"पोरगी कुनाची हाय?"

मी म्हटलं, "मी पत्रात लिहिलं होतं."

बा म्हनाला,

"आरं, पतार कुनाला वाचाय येतंय?"

मी 'मराठा' म्हनलो.

तसं आप्पा म्हनाला,

"ती कशावरनं म्हराठा हाय? म्हाराची का नसंल?... कुनी बगितलंया? त्वा बगितलयास का? आन् तुला जात मेली व्हुती व्हय? आई-बाप जितं व्हतं, का मेलं व्हतं?"

"आमाला सांगायचंस... जाऊ दे. तुझं कसंबी कर. एकदा का पेंढीचा आळा सुटला की पुना बांदताव का? आन् तू कंच्या जातीचा हाईस, ते ह्या पोरीला ठावं हाय का?"

मी मानेनं होकार दिला.

"आरं, हीच खालच्या जातीची आसंल, म्हन... तुझ्यासंगं आली. न्हाईतर वरच्या जातीच्या बायका आसं करत्यात का?"

वेळ बराच झाला होता. बा म्हनाला,

"आता वाळीत चिठी फिरंल त्याला काय करायचं?आपला गू आपल्या तोंडात दुनिया घालंल, त्याला काय सांगू? कंच्या तोंडानं पंचात बसू? आता सारी

पंचात बोलंल आन् लक्षा, मी खाली ध्यान घालून माती टोकरीन. मागं चार पोरी हाईत्या, त्यानला कुनाला दिऊ? आता ह्यानला हीर-बारवंशिवाय[१२५] कुनी हाय का?'' असं म्हणत बा बी रडाया लागला. खरंतर, मलाच आतून ढवळून आलं होतं. प्रकृती बरी नव्हती. तात्या सोडला तर आप्पा, बा, आई, मी स्वत: आणि शशी सारी रडत होतो; पण वेगवेगळ्या कारणांसाठी. मी जात मानत नाही, म्हटल्यावर तात्या म्हणाला,

''तू नगंस मान! आम्ही काय करावं? तुझ्या पोराबाळान्‌ला कोन पोरगी दिल? तुझ्या मयतीला कोन यील? बापाला कोन उचलील? हे जर थोड्यात मिटलं न्हाय, तर, लक्षा... ह्यो बजा जिता आसला आन् तुझा बा मेला, तर त्याला शिवून दिकान जात द्याची न्हाय![१२६] आरं, काय केलंस, वाद्या... साऱ्या कुळाला बट्टया लावलास!''

पहिला बहर संपला होता. रात्र बरीच झाली होती. शशीला भाकरी कराय सांगितलं, तसं सारे जण उठले. बा-आई म्हणाली,

''आमी जातो. तुजा पावनचार घ्याला आलू न्हाय. साताऱ्यात कुठंबी भीक मागून खाऊ; पन तुझ्या घरात पान्याचा ठेंब दिकून घेयाचू न्हाय.''

मी खूप विनवलं; पण कुणी थांबलं न्हाय. सारी जणं कैकाडवाड्यात निघून गेली.

इतका वेळ दाबून धरलेला कढ रिकामा होईपर्यंत रडलो. शशीचा फार विरस झाला होता. ती म्हणत होती,

''मला वाटलं, आमीच ९६ कुळीचे; पण हे तर फारच भयानक दिसतंय!''

रात्री केव्हातरी जेवलो.

दुसऱ्या दिवशी दिवस उगवायला पुन्हा मंडळी आणि आता त्यात कैकाडवाड्याची भर, सारी बघायला आलेली.

''आसं कंदी झाला न्हाय. हे इपरित झालं. आपल्यात आसलं कंदी न्हवतं.''

सारी जण चर्चा करीत होती. मी उठलो नव्हतो. अंग इतकं दुखत होतं, की विचारायची सोय नव्हती. आई-बा उशा-पायथ्याला बसून चुना घालीत होते. मी आजारी असल्याचं सांगितलं तर सगळ्यांना मी ढोंग करतोय असं वाटलं. खरंतर अंगात ताप होता. खूप मानसिक त्रास झाला होता. डोकं दुखत होतं. आणि ह्या कैकाडणी आणि सारे पाहुणेरावळे दारात, घरात. चहा नाही, पाणी नाही, जेवण नाही. खरीखरी वाळीत चिठ्ठी ह्यांनीच काढली. साऱ्यांचं बघून-देखून झालं. येत

---

१२५. बारव – चौकोनी विहीर.

१२६. शिवून दिकान जात द्याची न्हाय – शिवता-शिवत होऊ देत नसत. स्पर्शबंदी, अस्पृश्यता पाळणे.

होते.. जात होते. शशीला जीव नको असं वाटलं असेल... कारण, बाया बोलत, ते लिहिण्यासारखं आणि सांगण्यासारखं नव्हतं; पण नशिबानं ते माझ्या भाषेत बोलत, शशीला आणि कुणालाच समजत नव्हतं. उदा. एक बाई म्हणत होती, 'अल सुन्नी पात्य बांदीर! आतनक मिदा पाकाका' (अगं, लवडा बगून आलीता... तिला का बगताय?) माझ्या जिवाची काहील होत होती. ओरडून सांगावं आणि साऱ्यान्ला हाकलून लावावं, असं सारखं वाटत होतं; पन इलाज नव्हता. हात चोळत बसलो होतो आणि कुणाला बोलण्यात अर्थही नव्हता.

उन्हं बरीच वर आली होती. चहा नव्हता; कारण हे कुणी चहा घेत नव्हते आणि ह्यान्ला बसवून चहा प्यायचा तर आणखीनच आगीत तेल ओतल्यागत होणार. गपचीप पडून होतो. जिनं जन्म दिला होता... तिला मी पापाचा ढीग वाटत होतो. जात जोवर सांगणार नाही, तोवर हे माझ्याबरोबर असंच वागणार होते.

अखेर बा उठला. धोतार घेतलं आणि म्हनाला,

"आमी जातू... मुलकावर तोंडाचं काळं करून जा; पन मला, मी मेलू तरी त्वांड दावू नगस आणि आलास, तर तुला मियतीला शिवूबी द्याची न्हाईत. इयांट उपटून टाकलं. तुझ्या येळी वांझुटा खडा खाल्ला व्हता!"[१२७]

आई, बा, आप्पा, तात्या ज्यांनी मला लहानाचं मोठं केलं... जन्म दिला... ज्या आईनं... तोंडचा घास घातला, डोळ्यांतल्या भावलीवानी जपलं, ती सारं नाकारून निघून गेली होती. ताप आणखीच वाढत होता. सारं शांत व्हायला दुपार गेली. शशी गांगरून गेली होती. तिला धीर देत होतो. 'घाबरू नको,' म्हणून सांगत होतो. तापात वाटेल ते बडबडत होतो. तिच्या डोळ्यांना धारा दिसत होत्या. सारखी भीती वाटत होती. इतकी अवहेलना... इतका अपमान पहिल्यांदाच वाट्याला आला होता. मुख्य म्हणजे खिशात पैसा नव्हता आणि घरातही काही नव्हतं. मी खूपच बडबडायला लागल्यावर शशीनं सारं निभावून नेलं. मला एकट्याला सोडून ती गावात गेली. काळं कुत्रंसुद्धा ओळखीचं नाही. सारंच परकं. तिनं आपलं स्वत:चं घड्याळ एका वॉचमेकरकडं अवघ्या पंचवीस रुपयांना विकलं. रिक्षा आणली आणि दवाखान्यात नेलं. ज्यांनी काढलं होतं, त्यांनी नाटक समजून फेकून दिलं आणि जिचा तसा रक्ताचा संबंध नव्हता, तिनं जवळ होतं ते पणाला लावलं आणि औषधोपचार केले. डॉक्टरनं लिहून दिलेली औषधं विकत घेता येत नव्हती. जवळ पैसा नाही, अंगावर दागिना नाही... कुठूनच पैसा नाही.

दिवस जात होते. दिवस-दिवस उपवास घडत होते. नुसतं पाणी, नुसते फुटाणे, चुरमुरे असं चाललं होतं. नारायन दरमहा पैसे पाठवत होता; पन ते

---

१२७. वांझुटा खडा खाणं – निपुत्रिक असल्याचं समजणं.

भाड्याला देत होतो. निदान निवारा तरी होता. वैताग इतका आला होता, की जगण्याची शरम वाटत होती.

आणि एका रात्री निर्णय घेतला... शक्य झालंच नाही, अगदी हमालीही मिळाली नाही तर टिक ट्वेंटी घेऊन सारं संपवायचं, अर्थात दोघांनी.

आता मी जरा बरा झालो होतो. एका पेन्टरकडे जाऊन बसत होतो. तो बोर्ड रंगवायला गेला, की मी त्याची गिऱ्हाइकं बसवून ठेवायचो. अखेर हमाली मिळाली नाही; पन ह्या कलाकारानं आधार दिला. पन्नास रुपये महिना मिळू लागला होता. काय होणार पन्नासानं? राहत होतो त्याच्या शेजारी एक सरकारी नोकर सत्ती म्हणून होते. त्यांना सारं खरं सांगितलं होतं... त्यांनी एका रेशनिंगदाराला सांगितलं होतं. ह्यांना लागलं तर धान्य दे. दुसऱ्यांच्या कार्डावरचं. मिलो आणि बाजरी शशी आयुष्यात पहिल्यांदा खात होती. जिनं हट्टासाठी पाच-पन्नास उधळले असतील तिला खायलादेखील देऊ शकत नव्हतो. दिवस अतिशय खडतर आले होते. कॉलेजला असताना ज्या मराठा मुलाला सर्व तऱ्हेची मदत केली होती, त्या मतकरला आता हायस्कूलमध्ये नोकरी लागली होती. त्याला आशेनं पत्र लिहिलं; पण त्याचं साधं उत्तरसुद्धा आलं नाही. आपलं मीठ आळणी... काय करणार? पण एकच आधार... नारायन आणि पेन्टर. मधूनमधून बनकर, कुंभारही मदत करीत असत, तेवढीच.

अशीच गंमत झाली. मुस्लीम गल्लीत राहत होतो. शेजाऱ्यांच्या घरात मुलीचं लग्न होतं. त्यांनी जेवायला आणि लग्नाला बोलावलं होतं. तेवढाच दिवस पदरात पडला म्हणून आम्ही खुशीत होतो. आम्हाला वाटलं, लग्न दुपारी, म्हंजे सकाळी स्वयंपाक नको म्हणून सकाळी जेवलो नाही. केव्हा जेवायला बोलावतात इकडे सारं लक्ष, घरात तर दाण्याचा कण नाही. रात्रीचे आठ वाजले, तरी जेवायला या म्हणून कोणी म्हणेना. उगीच मांडवातून फिरत होतो; पण कुणी कुत्रा विचारीना... सकाळी, जेवायला या... म्हणणारा शोधीत होतो. तो गडबडीत असायचा. बिर्यानीचा खमंग वास येत होता; पण आपल्या काही नशिबात नव्हता. जिभेआड नाही तर पडजिभेला कुठला? नुसतं नाकानं हुंगत होतो. अखेर, जेवायला आता बोलावतील, मग बोलावतील, म्हणून वाट बघत बसलो. खिशात चार आणे होते. निदान, दोन केळी आली असती; पन तेही सारं बंद झालं. मनातनं साल्यांना एवढ्या शिव्या दिल्या... दोघंही दारं बंद करून शनिवार चौकात आलो. सारं बंद झालेलं. अखेर शिनेमाच्या थिएटरजवळ एक चहा फिप्टी-फिप्टी प्यालो आणि माघारी आलो.

दार उघडताना लहानपण डोळ्यांपुढून सरकत होतं, लोक जेवून उठले की पत्रावळ्यांवर तुटून पडायचं. मनात आलं, काय हरकत आहे; पण शशीला सांगावं कसं? तिला न विचारताच बाहेर पडलो. भराभर लग्नमंडपाजवळ गेलो, तर सारे

'आव भाई! खाना खाव!' म्हणून एकमेकाला म्हणत होते आणि एकाच परातीत मावतील तेवढे जण बसत होते. माझ्या डोक्यात प्रकाश पडला. आयला, ही मुसलमानं आपल्यासारखी पत्रावळ्यांवर जेवत नाहीत. घरी आलो. तांब्याभर पाणी प्यालो. ज्याच्यासाठी लग्न केलं... ते शरीरसुख. उपाशीपोटी घोरत पडलो म्हणायला जागा नाही; पण तळमळत पडलो. मध्येच साऱ्या जगाला शिव्या घालत होतो. व्यवस्थेवर एकटाच अंथरुणात मुतत होतो.

एकदा एक मस्त आयडिया डोक्यात आली होती. हे देशाचं कारभार करणारं सरकार असतं कुठं? मुंबई आणि दिल्लीत ना? बाईची 'गरिबी हटाव' घोषणा होती. आपण पालमेन्टवर एकाच वेळी बॉम्ब टाकावा अन् साली ही खरूज हटवून टाकावी आणि खरोखरच स्वप्न पडलं... त्यात मी पार्लमेन्टवर बॉम्ब टाकतोय आन् ते काल्पनिक जनतेचं अधिराज्य गरिबांच्या, दलितांच्या आणि माझ्यासारख्या, जे या देशाचे काही लागतात, त्याच्या ठिकऱ्या-ठिकऱ्या होताना पाहायचो. नुसताच गाडून ठेवलेल्या आगीवाणी धुमसायचो. रिझर्वेशनबद्दल कुणी बोललं की नरडीचा घोट घ्यावा, असं वाटायचं. साला, नुसती भंकस वाटायची. साऱ्यांचे मुखवटे फाडावेत असं वाटत होतं.

मनात यायचं, आपलं सरकार आंतरजातीय विवाह केला, की म्हणे सत्कार करून मदत देतंय. आपणही प्रयत्न करावा.

झालं, सातारा जिल्हा परिषदेला अर्ज केला. त्याची पोच आली, ती तब्बल महिन्यानं. सातारा म्हणजे पुरोगामी जिल्हा. जिल्ह्यानं देशाला नेतृत्व दिलेलं. नेते भाषणाच्या आणि घोषणांच्या पलीकडं झ्याट उपटून देत नव्हते, आणि आम्ही नुसतेच हात चोळत बसत होतो. जिल्हा परिषदेचं पत्र होतं. फॉर्म भरून द्या. झालं, आता जि.प.त गेलो तर अधिकारी गायब आणि कारकून महाजोर. कुणी दखलही घेईना. त्यांना पत्र दाखवलं, तेव्हा कोरडं 'बसा' म्हणाले. हे समाजकल्याण खातं. सभापतीला भेटावं म्हटलं, तर ते पोटाचा घेर सावरीत फोनवर बोलत होते. डॉ. आंबेडकरांच्या नावानं जिंदाबाद... नुसती फालतुगिरी होती. अखेर संबंधित कारकून आले. त्यांनी फार्म दिला.

'हे घेऊन जा आणि चार प्रती टाइप करून फोटो लावून परत द्या...'

मनात आलं, ह्यांच्या आयला! ह्यांना भीक लागली का सरकारला? हे आता टाइप करायचं... आणि फोटो काढायचा म्हणजे किमान दहा-पंधरा रुपये लागणार.

अर्ज घेऊन आलो, तो पाय आपटीतच. शशीला दांडगं कुतूहल... आल्या-आल्या काय झालं, म्हणून तिनं विचारलं. तसं सारा राग बिचारीवर निघाला. सभापती ते कारकून साऱ्यांची आई झवून टाकली! घरात नाही दाणा आन् मला म्हण नाना, अशातली गत. पेन्टरला सांगितलं... तो हसला. फॉर्म घेऊन गेला.

टाइप करून आणले. फोटो काढायला पैसे दिले. जे. के. आर्टमधून आलोय म्हटल्यावर फोटो कमी किमतीत काढले. हाता-तोंडाची गाठ पडत नव्हतीच. म्हणजे, एक वेळचं कसंतरी जमत होतं, एवढंच.

सारे फॉर्म नेऊन दिले. 'पंधरा दिवसांत कळवतो,' म्हणाले. सभापतीला भेटलो. सारं सांगितलं; पण हे सभापती काही डॉ. आंबेडकर नव्हते, तर त्यांना पान्हा फुटेल. थातुरमातूर उत्तरं दिली. 'बघतो' म्हणाले.

अनेक हेलपाटे घातले. कधी साहेब नाही, कधी प्रकरण पुण्याला गेलंय, कधी सभापती नाहीत, असे दोन-तीन महिने गेले, आणि मी नादच सोडून दिला.

पुढे सहा महिन्यांत उत्तर आलं,

'जर दोघांपैकी एक जण अस्पृश्य असेल, तरच मदत करता येते.'

मला हे समजेना, की अस्पृश्य कोणाला म्हणायचं? अरे लेकांनो, महाराला निदान महारकी असते, हाडकी असते, हाडकळी असते. डोक्यावर कसं का असेना, छप्पर असतंय... पण, मी-मला 'धरणी माय ठाव देईना आन् आभाळा हात पोचंना.' हागणदारीतल्या माणसाला अस्पृश्य म्हणत नाहीत, मग काय म्हणतात? पोटापायी पायात भिंगरी बांधणारा तुमचा कोण? आणि असेच प्रश्न डोक्यात वावटळ निर्माण करायचे.

दुसरं कलम होतं, 'मात्र तुमच्या मुलाला दोघांपैकी कोणाचीही जात लावता येईल.'

म्हणजे, ज्या जातिव्यवस्थेवर प्रहार करावा, म्हणून उपास काढतोय तीच पक्की करावी काय? आणि आमच्या पोरानं कुणाचीच जात लावली नाही, तर तो ह्या देशाचा नागरिक होणार काय? अस्सा सारा शिमगा केला आणि सरकार, सवलत, 'गरिबी हटाव' कुणी म्हणाला, की मोजून पायतानानं हाणावा, असं वाटत होतं.

दिवस भयंकर आले होते. आतापर्यंत एकटा होतो. काहीही करू शकत होतो. आता शक्य नव्हतं; पण शशीनं सारं निभावून न्यायचंच, अशी अगदी खूणगाठ बांधली असावी. खरंतर हिजडा ठरवून तिनं हाकलून द्यायला हवं होतं; पण ते होत नव्हतं. राग, संताप आणि माणसांच्या जगातील स्वार्थी, दयामायाशून्य, भावनाशून्य, माणुसकीहीन माणसं नावाच्या समूहात आपण जगत आहोत, असं वाटत असे. हळूहळू पण निश्चितपणे मनात गुन्हेगारी प्रवृत्ती निर्माण होत होत्या.

चोर चोरी का करतो? माणसं अनीतिमान का होतात? ती मुळातच तशी असतात का? पोटातलं पाणी न हलता लाखो रुपये कमावणारे नीतिमान कसे? केवळ गुंतवणुकीवर व्याज खाणारे भाडखाऊ... नव्हेत काय?

अनेक प्रश्न समोर फेर धरीत आणि स्वप्नाळूपणे त्यांची उत्तरं शोधीत होतो.

पाप, पुण्य, पूर्वजन्मीचं फळ, नशीब, साऱ्यांच्या आयांवर पांडुरंग चढवावा, असं वाटे; पण रंडकीच्या तळतळाटासारखं हात चोळण्यापलीकडं काहीच करू शकत नव्हतो.

पेन्टरच्या दुकानात एक कार्यकर्ते आले होते. माझ्याच वयाचे... धनगर समाजातले. काळे त्यांचं नाव. त्यांची एक लहान संस्था होती. तिचा बोर्ड रंगवायला आला होता. पेन्टर नव्हता, म्हणून गप्पा मारायला लागलो. काहीही बोलायला लागलं तरी राजकारण, महागाई, भ्रष्टाचार इत्यादीवर येत असू. जातिव्यवस्था त्या अनुषंगानं येई. मी खूप चिडून एकजात सारे पक्ष कसे हरामखोर आहेत, हे सांगत होतो. जातिव्यवस्था, धर्मसंस्था यांवर बोलू लागलो, की एकतर वेड्यात काढत किंवा निर्लज्जपणे जातिव्यवस्थेचं समर्थन करीत. तर ह्या काळ्यांशी जरा दोस्ती झाली. गडी युवक संघटनेत काम करीत होता. त्याला मी नोकरीसाठी खूप गळ घातली. तो नुसती आश्वासनं देत होता; पण तो खेड्यातून आला होता. उत्साही होता. तो म्हणाला,

"बाबा रे, जात-पैसा-वशिला यांपैकी तुझ्याजवळ काही नाही आणि आम्ही सत्ताधारी पक्षातली माणसं आईसंगं जाऊन बापाला सलाम करीत असतो. त्यापेक्षा तू असं कर, मी तुला एका माणसाकडं घेऊन जातो. तो तुझ्यासारखीच बडबड करीत असतो. बामणच हाय; पण जरा जानव्याच्या भानगडीतलं न्हाय. बोलाय फुटाण्यावाणी; पण लई करून चर्चाच असती. तुझाही वेळ जाईल आणि माणूस चांगला हाय. काही मदत करील."

खरं म्हणजे, माझा माणसांवरचा आणि माणुसकीवरचा विश्वास उडून गेला होता. जन्मदात्यांनी संबंध सोडला, तिथं कुणी आपलं असू शकेल, यावर विश्वास बसत नव्हता; पण त्यानं गळ घातली आणि बघू या आणखी एक खडा टाकून, म्हणत मी काळेबरोबर जिना चढून वर गेलो, तर दार बंद. त्यानं दाराची कडी वाजवली.

एका तरुण गोऱ्या माणसानं हसत-हसत दार उघडलं. आम्ही आत गेलो, तर हे गृहस्थ बाहेर निघाले होते; पण थांबले. रावसाहेब काळ्यांनी त्यांची ओळख करून दिली.

"हे डॉ. नरेंद्र दाभोलकर... इथं 'समाजवादी युवक दला'चं काम करतात आणि हे लक्ष्मण माने!"

'आंतरजातीय लग्न' वगैरे- औपचारिक जुजबी बोलणं झालं. डॉ. दाभोळकरांनी हातातली बॅग खाली ठेवली. कुठून आलो, सध्या काय करतो वगैरे खासगी माहिती विचारली. डोळ्यांत सहानुभूती दिसत होती; पण माझ्याकडे मी पाह्यला लागलो, तर दाढीचे खुंट वाढलेले, अंगावर मळकी कापडं... माझी मलाच लाज वाटली.

अतिशय अस्पष्ट? माहिती सांगितली... खरी स्थिती सांगायला जीभ रेटत नव्हती. इकडच्या-तिकडच्या गप्पा मारल्या आणि दाभोळकर म्हणाले,

"मी परळीला नोकरीला आहे... तुम्ही असं करा, सहा वाजता या, मग आपण बोलू."

माणूस समाजवादी आहे. निदान, आपला सहप्रवासी आहे. काही करील, असा भरोसा मनात घेऊन उठलो; पण आता उभारी राहिली नव्हती आणि असे, स्वत:ला समाजवादी म्हणवणारे शेकडो हरीचे लाल पाहिले होते; पण 'मोले घातले रडाया, नाही दया, आणि माया,' अशी स्थिती. मोकळ्या हातांनी माघारी गेलो; पण आशेचा धागा जरा बळकट झाला होता.

पुन्हा खडा टाकावा, म्हणून सात-साडेसात वाजता जिना चढलो. डॉ. दाभोलकर पेशंट तपासत होते. 'पेशंट तपासतोय, जरा थांबा!' म्हणून गेले. कानोसा घेत होतो; पण एवढ्या मोठ्या घरात बाई कुणीच दिसत नव्हती. स्वयंपाक बाई करीत होती. ती काही बायको वाटत नव्हती. ती स्वयंपाकीण असावी आणि आपल्याहून वयानं जास्त असलेल्या माणसानं लग्न केलं नसावं आणि आपण... असा विचार करीत बसलो होतो. एवढ्यात डॉक्टर आले. दरवाजा बंद केला आणि खुर्चीत बसत म्हणाले,

"बोला."

मी सारेगम पाठच केली होती... सारी गायली. बापूसाहेब, सुरेश शिपूरकर, अनंतराव या मंडळींकडून आलोय म्हटल्यावर लाइन जमली. जातीला जातीनं ओळखलं असावं. गृहस्थ उठले आणि घरात गेले. मला वाटलं, हे आता चहा देऊन कटवणार. ते आत बाईशी काही बोलत होते. मला वाटलं चहा सांगत असतील. मी घरातल्या फोटोकडे बघत बसलो होतो. ते दारातून आले, ते पाच-सात पिशव्या घेऊन. गहू, तांदूळ, ज्वारी, डाळी, सारे डबे उघडे करून पिशव्यांत ओतून आणले होते. रॉकेलचा कॅन आणि गोड्या तेलाची किटली. दहा मिनिटांपूर्वी मला कुणी सांगितलं असतं, तर मी नक्कीच शिव्या हासडल्या असत्या. घरातलं सारं धान्य नसेल दिलं; पण पिशव्या भरून आल्या. खिशात हात घातला. वीस रुपयांची नोट काढून हातावर ठेवली. मी नुसता बाहुलीसारखा हलत होतो. आपण स्वप्नात तर नाही ना, असंही वाटत होतं. ते म्हणाले,

"हे बघ, हे घेऊन जा आणि काहीही लागलं, तरी नि:संकोच मागायचं. हे आपलं- परकं नाही."

मला अगदी अवघडल्यासारखं 'उपकाराचं ओझं' वाटत होतं. ते म्हणाले,

"हे देतोय, म्हणजे उपकार समजू नकोस. तू केलेलं काम हे याच्या तुलनेनं लाखोपट मोठं आहे, याची ही किंमत नव्हे. तेव्हा लक्षात ठेव, आम्ही दर रविवारी इथंच गप्पा मारीत बसतो. येत जा."

सामान घेऊन घरी कसा आलो, ते समजलं नाही. शशीला पण धड काय झालंय सांगूच शकलो नाही. कितीतरी वेळ रडत बसलो आणि शशीलाही रडतच सारं सांगितलं. देवबीव फॅड डोक्यातनं हद्दपार झालं होतं; पण असेलच, तर तो या पिशव्यांत आहे, असं जरूर वाटलं. सारीच राक्षसी पैदास नाही, अजूनही माणूस कुठंतरी जागा आहे, याची पावती मिळाली होती. एरवी ज्याला पाहिलंही नव्हतं, त्यानं आपल्यावरच एवढा विश्वास का टाकावा, असे विचार मनात येत असत. कढ दाटून येत नि हंबरडा फोडून मोठ्यानं रडावं, असं वाटत होतं. खूप हाल झाले होते. उपेक्षा आणि तिरस्कार म्हणजे पाचवीला पूजले होते.

आता नियमितपणे दलाच्या बैठकीला जाऊ लागलो होतो. दाभोलकरांची चांगली ओळख झाली होती; पण दलाचं स्वरूप हे ब्राह्मणी वाटायचं. नुसत्या चर्चा वांझोट्या वाटायच्या. नोकरीचे प्रयत्न सुरू झाले होते. कोकाकोलाच्या बाटल्या विकून दुष्काळग्रस्त मुलांना मदत कर, कुठं भाजी मंडईत आंदोलन कर, अशा गतीनं दल जात होतं. नोकरीनं मात्र चांगली जिरवली होती; पन आता एक समर्थ सहकारी लाभला होता, एवढंच.

घरात काय संपलं असेल, याची काळजीही आता एकट्याची राहिली नाही. दलच पाहत असे. अर्थात, दल म्हणजे दाभोलकर पाहत असत. नवीन मुलं येत होती... चर्चा होत होत्या. शशीला शिवणकाम येत होतं; पण मशीन नव्हतं. एका मुसलमान गृहस्थानं आपलं मशीन मोफत वापरायला दिलं. आता मार्ग खडतर; पण दिशा मिळाली होती. अंधूकशी का असेना, दिशा होती. उपकाराची भावना जाऊन कर्तव्य करणारी मंडळी मिळाली होती.

डॉ. दाभोलकरांनी ओळखीनं शिलाईचं काम मिळवून दिलं. चार आणे डझन चड्ड्या आणि आठ आणे डझन पिशव्या. शशी सकाळपासून सायंकाळपर्यंत पिशव्या शिवत असे. दोन्ही वेळचा स्वयंपाक मी करत होतो. तिला मदत करीत होतो; पण बायको कमावते आहे आणि आपण खातो आहोत, पटत नव्हतं. नोकरीचा शोध चालूच होता आणि राबराबून शशीला आठवड्याला पंधरा ते वीस रुपये मिळत होते. बाकीचे पैसे दाभोलकर देत होते. आता निदान उपाशी झोपत नव्हतो. औषधांसाठी पैसा मोजावा लागत नव्हता. घरच्यांनी संबंध तोडले होते. अधूनमधून पोपट येत होता. थोडीफार मदत करीत होता; पण आई-बाला काहीच माहीत नसायचं.

चार-पाच महिने असेच तंगीत गेले.

असंच एकदा 'साधना'चे संपादक यदुनाथ थत्ते व्याख्यानाला साताऱ्याला आले होते. माझी ओळख नव्हती. ज्या माणसाला पाठिंबा द्यावा, म्हणून मोर्चा काढला

होता, तो माणूस पुढे उभा होता. बोलत होता. ओळख झाली; पण 'साधने'चा संपादक इतका साधा असेल, असं मनाला पटत नव्हतं. दाभोलकरांनी पुन्हा सारेगमा गायली.

यदुनाथ 'बघतो' म्हणाले आणि मी नेहमीसारखं दल आणि पिशव्या-शिलाई असं दुहेरी काम करू लागलो; पण आता जगावं, असं वाटू लागलं.

अन् अचानक भर दुपारी तार आली. 'लगेच नीघ. कान्हाटी व्हाया बारामती, यदुनाथ.' बस्स, एवढीच तार, दाभोलकरांकडे गेलो. ते घरी नव्हते. गावाला गेले होते. त्यांच्या पत्नी डॉ. (सौ.) शैला दाभोलकर यांच्याशी बोललो. त्यांनी एकट्यानं जाऊन यायला सुचवलं. लगेच गाडी पकडली. अर्थात, तिकिटाला पैसे शैलावहिनींनी दिले होते. आता संबंध अगदी घरोब्याचे झाले होते.

बारामतीचा भाग तसा माहितीतला होता. वाजवण्यासाठी खेडोपाडी फिरलेलो होतो. कान्हाटीत पोहोचलो तेव्हा बरीच रात्र झाली होती. गाडीनं रस्त्यातच उतरवलं होतं. पिकअप शेड वगैरे काही नव्हतं आणि गावही जवळ दिसत नव्हतं. त्यात रात्र काळोखाची. हायस्कूलवर कसं पोहोचावं, याचा विचार करीत उभा राहिलो होतो. तेवढ्यात दोन-तीन सायकली आल्या. त्यांच्याबरोबर गावात आलो. हायस्कूलची चौकशी केली, तर तिथून हायस्कूल दोन मैलांवर असल्याचं समजलं. सगळे दिशा दाखवत; पण बरोबर कुणी यायला तयार होईना. अखेर एक विद्यार्थी बरोबर यायला निघाला. गावापासून बरंच लांब गेल्यावर दोन-तीन चाळीवजा इमारती दिसू लागल्या. रस्त्यात विद्यार्थ्यानं बरीच माहिती दिली होती. महिन्या-दोन महिन्याला शिक्षक बदलत असत. कुणीच टिकत नाही. मनातनं मीही हबकलो होतो; पण यदुनाथजींनी पाठवलं होतं. कदाचित जम बसेल, असा विचार करीतच एका दुमजली घरासमोर उभा राहिलो. रात्रीचे नऊ वाजून गेले होते. दार उघडलं गेलं. आतून मध्यम वयाच्या एका बाईंनी दार उघडलं. कुठून आलो वगैरे सांगितल्यावर ओळख पटली. त्या बाईंनी 'बाबाजींना भेटा... वरती आहेत,' म्हणून सांगितलं.

जिना चढून वर गेलो. तिथे एक बुवा बसले होते. पांढरीशुभ्र लांब दाढी कुरवाळीत मांडीवर मांजरीला गोंजारीत असलेले भगव्या कफनीतले वृद्ध गृहस्थ. हेच बाबाजी. ज्यांनी दारात स्वागत केलं, त्या माताजी. बाबाजींना कुठून आलो वगैरे परिचय करून दिला. त्यांनी नोकरांना हाक मारून मला जेवण वाढायला सांगितलं. लोंढे नावाचे एक गृहस्थ होते. त्यांनी वसतिगृहात झोपायला नेलं.

दुसऱ्या दिवशी ऑर्डर घेतली. हजर रिपोर्ट दिला आणि लगेच बिऱ्हाड घेऊन येतो, असं सांगून साताऱ्याला यायला निघालो.

साताऱ्याला येऊन शशीला सारं सांगितलं. तिला आनंद झाला. एकदा मार्गी लागलो असं वाटलं. सामान फारसं नव्हतं. जे होतं, ते मित्रांनी दिलेलं. सामान

बांधलं... सर्वांचा निरोप घेतला आणि पुन्हा बिऱ्हाड हलवलं. सातारा ते काऱ्हाटी. डॉ. दाभोलकरांनी पत्र लिहायला सांगितलं होतं. साताऱ्यानं बऱ्याच अडचणी पाहिल्या होत्या.

काऱ्हाटीला पोहोचलो. वसतिगृहाची जबाबदारी माझ्यावर सोपवलेली. त्यामुळे वसतिगृहातच दोन खोल्या मला मिळाल्या.

काऱ्हाटी, बारामती-जेजुरी रस्त्यावरचं गाव. उंबरा आठ-नऊशे. अगदी भारतीय खेडं. काऱ्हाटी, नदीच्या काठावर. गावाचं आणि हायस्कूलचं फारसं जमत नव्हतं. पंचक्रोशीतली मुलं शिकायला येत असत. नदीच्या एका काठावर हायस्कूल आणि दुसऱ्या काठावर वसतिगृह. दोन्ही निर्जन, ओसाड माळावर. पावसाळ्यातल्या दोन महिन्यांचा काळ सोडला तर एरवी नदी कोरडी ठणठणीत असायची. सकाळी बरं वाटे; पण दुपार होत गेली, की घरात - शाळेतही थांबेनासं व्हायचं. माझं बरं होतं. अकरा वाजता शाळेत आलो, की संध्याकाळपर्यंत शिकवण्यात वेळ जायचा; पण शशीची स्थिती चमत्कारिक होई. सारा दिवस वसतिगृहात थांबायचं म्हणजे एकांतवासाची शिक्षा असायची. एकटंच त्या एवढ्या मोठ्या खोल्यांत भुतासारखं राहायचं. इलाज नव्हता.

शाळेत बाबाजी आणि माताजींची हुकूमत चालायची. शाळेला जमीन होती. शेती-शाळा. ग्रामीण भागांतल्या शिक्षणाचा विचका कसा होतो, हे पाहिलं होतंच; पण आता शिक्षक म्हणून अनुभवत होतो. मुलं शाळेत सतत गैरहजर असत. पिकांची राखण, घरातल्या जनावरांची राखण आणि घरातल्या लहान मुलांची राखण. सारं बघत शिकायचं. शाळा चुकायची. सारी मुलं खेड्यातली. धडपणे लिहिता-वाचताही यायचं नाही. आठवी, नववीतली मुलं; पण तऱ्हा ही असायची. शिक्षक परिश्रम तरी काय घेणार? डोक्यात खूप चांगल्या कल्पना असत; पण बाबाजी-माताजी आणि मुलं! त्यांचे गुण-दोष, माझे गुण-दोष; पण आपण इथं फार काळ टिकू असं वाटत नव्हतं. संस्थेचे आर्थिक व्यवहार, संस्थेचं स्वतःचं व्यवस्थापन याबद्दल इथं लिहीत नाही; कारण तो स्वतंत्र विषय आहे; पण हुकूमशाहीत फार वेळ जमेल असं वाटत नव्हतं.

आणि झालंही तसंच. वार्षिक परीक्षा झाल्या. वर्गातली तीन मुलं पास, बाकी सारी नापास. माताजी कडाडल्या, 'रिझल्ट चांगला लावा.' पुन्हा पेपर तपासले. पुन्हा जेमतेम अर्धी मुलं पास. पुन्हा माताजींचा हुकूम... मग पोरांना बोलावून घेतलं. पेपर पुरवले. लिहून घेतलं आणि सगळीच मुलं पास झाली. कटू असलं तरी सत्य होतं. शाळा चालायला हवी होती. शिक्षकांचे संसार चालायला हवे होते आणि शिक्षणाचा कारखाना सतत चालणं गरजेचं होतं.

परीक्षांचे रिझल्ट लागले आणि संस्थेनं तीन-चार शिक्षकांना काढून टाकण्याची नोटीस बजावली; त्यात मी होतोच. आता काय करावं? कुठं जावं? घरी जाणं शक्य नव्हतं. साताऱ्याला बेकारच होणार होतो; पण आधार होता. डॉ. दाभोलकरांना खूप मोठं पत्र लिहिलं. त्यांचं उत्तर आलं... 'पुन्हा तू साताऱ्याला ये. खोली पाहून ठेवतो आणि मी जिवंत असेपर्यंत तुला रस्त्यावर यावं लागणार नाही, हे लक्षात असू दे. तुला फार देता येणार नाही; पण तुझ्यासारख्याला सांभाळणं आमचं कर्तव्य आहे.' वगैरे. खूप आधार वाटला. पुन्हा सातारा. मला संस्थेनं का काढलं? कुणास ठाऊक...

पुन्हा बिऱ्हाड बांधलं. बाबाजी-माताजींचा निरोप घेतला आणि तो मुलगा आठवला, तो सांगत होता. 'इथं शिक्षक टिकत नाहीत आणि टिकणार नाहीत, दर चार-दोन महिन्यांनी इथं नवा माणूस लागतो.' मी ते अनुभवलं होतं. साऱ्यांचा निरोप घेतला आणि गाडी पकडली. आता पुन्हा अनिश्चित भविष्याकडे वाटचाल सुरू झाली.

साताऱ्याला परत आलो, तेव्हा कार्यकर्त्यांनी खोली बघून ठेवली होती. समाजवादी युवक दलाच्या सहकाऱ्यांचं पाठबळ हेच माझं बळ होतं. त्यांच्या मदतीनं पुन्हा साताऱ्यात स्थिरावलो. आता मंगळवार पेठेत होलार समाजाच्या वस्तीत जागा मिळाली होती. पोटाला लागलो नव्हतो; पण स.यु.द.चं काम करीत होतो. घराची सारी व्यवस्था डॉ. दाभोलकर आणि स.यु.द.च्या कार्यकर्त्यांनी आपल्या घरातल्या माणसासारखी ठेवली होती. धनंजय कासकर नावाचा एक कार्यकर्ता त्याच्या नातेवाइकांच्या रेशनिंगच्या दुकानातून धान्य द्यायला लागला होता.

शेजारपाजार अतिशय दरिद्री. घरासमोर छोटं मैदान होतं. तिथं दल लहान मुलांसाठी शाखा चालवीत होतं. शाखेवर जात होतो. चंद्रकांत शेडगे नावाचा कार्यकर्ता दल शाखेचं काम पाही. मुलांना गाणी, गोष्टी, खेळ शिकवत असे.

दिवस जात होते. वर्गसंघर्ष-वर्णसंघर्ष लाइन घेऊन सारे समूह काम करत होते. त्यात, शशीला दिवस गेलेले. मनातनं तसा खूप आनंद झालेला होता; पण आनंदानं हुरळून जाण्यासारखी स्थिती नव्हती. परिस्थिती वास्तवाचं भान करून देत होती. आम्ही उभयतांनी विचार केला. हे मूल आपल्याला परवडणार नाही. आपण गर्भपात करून घ्यावा. आपल्याबरोबर एका नव्या जिवाचे हाल नकोत. निर्णय पक्का झाला आणि पुण्याला जाऊन गर्भपात करण्याचं ठरवलं आणि पुण्याला जायचं मनातून जुळवीत होतो, तेवढ्यात यदुनाथ थत्ते आलेले...

त्यांना सारं सांगतो. अर्थातच, गर्भपात करण्यास यदुनाथ विरोध करतात. असं करू नका. एका गंभीर प्रसंगातून जात आहात... पहिलंवहिलं मूल असंच... सांगून गेले. अर्थात, शशीचा विचार बदलला. मला बदलण्यापलीकडे काही करता येण्यासारखं नव्हतं. पुढे मुलगा झाला आणि त्याचा आनंदही झाला. एक चुणचुणीत

मूल घरात खेळायला लागलं आणि यदुनाथ थत्तेंचे आभार मानूनच आनंदाची पर्वणी साजरी केली! पण, त्या वेळी ते मूल मुळावर उठल्यासारखं झालं होतं, हे मात्र खरं.

नोकरीचा शोध चालू होता. डॉ. पुरुषोत्तम खुटाळे सेवा दलाच्या परिवारातले. त्यांचं साताऱ्यात शिनेमा थिएटर आहे. डॉ. दाभोलकर खुटाळ्यांशी बोलले आणि मला खुटाळ्यांच्या 'राजलक्ष्मी' वर काही दिवस डोअरकीपर म्हणून साठ रुपयांवर नोकरी लागली. सकाळी अकरा ते रात्री बारा वाजेपर्यंत काम करायचं. मध्ये शिनेमा सुरू असताना जेवायचं. बरोबर असलेला इतर शिनेमा टॉकीज स्टाफ अगदी बेवड्यापासून मटक्यापर्यंत साऱ्या गोष्टी करीत असायचा. तिकिटांचा काळाबाजार तर राजरोस चालायचा. मला तर पैसे हवेच होते. इतर मंडळी ब्लॅकनं तिकिटं विकत असत. मोह व्हायचा; पण मनाची तयारी नसायची. सारं आठवायचं.

मी हायस्कूलला असताना जेव्हा निरगुडीच्या पोरांच्या खोलीवर राहत होतो, तेव्हा सारखं शिनेमाचं वेड होतं. खिशात पैसा नसायचा. शिनेमा बघण्याची तीव्र इच्छा असायची. खोलीतली सारी पोरं शिनेमा पाहायची, आपण नुसतं त्यांच्याबरोबर थिएटरावर जाऊन पोस्टर्स बघायचो. सारे जण पानबीन खाऊन खोलीवर परत आले, की आपण नुसते त्यांचे विनोद ऐकायचे, नाहीतर स्टोरी ऐकायची! आणि यातूनही मार्ग निघाला. शिनेमाला गर्दी असली, की तिकिटं मिळत नसायची. आपण हायस्कूल सुटलं, की बारीत उभं राहायचं आणि साऱ्या खोलीतल्या पोरांना तिकिटं काढून द्यायची. त्यातून राहतील ती ब्लॅकनं विकायची आन् शिनेमा फुकटात पाडायचा. ही सवय आयुष्यात नारायन बोडके नावाचा मुलगा येईपर्यंत चालू होती. नारायनला असं केलेलं आवडायचं नाही. तो बोलणं बंद करायचा आणि स्वतः शिनेमाला जाताना बिनचुकता मला घेऊन जायचा. तिकिटं तोच काढायचा. त्यामुळे त्याचा प्रभाव सतत असायचा; पण ज्या पोरांना मी तिकिटं काढून द्यायचो तेच सगळीकडं बोंब मारत जायचे.

'सारकं शिनिमं बगतंय, तिकिटाचा काळाबाजार करतंय आन् सिगरीटीचा धूर फुकत उंडग्यावानी फिरतंय! ते कशाचं शिकतंय?' इथपासनं ते 'त्यानं फलटनात रांड ठिवलीय,' इथपर्यंत सारं झिरपत बाच्या कानावर जाऊन आदळायचं.

आज खरंतर पैशाची गरज असे; पण तिकिटं विकावीत, असं मात्र पुन्हा कधीच वाटत नव्हतं. त्यात साठ रुपड्यांसाठी बारा तास राबावं लागायचं, म्हणून दुसराच विचार केला, आपण धंदा करावा.

पुन्हा दाभोलकरांना बोललो. हे थिएटरचं खरं नाही आणि स.यु.द.च्या सहकाऱ्यांशी बोलून काही छोटा धंदा करावा, असं ठरलं.

आणि एके दिवशी, दाभोलकरांच्या ओळखीनं कापडाच्या दुकानातून ब्लाऊज पीस ठोक भावानं घेतले आणि सायकलवरनं फिरून साताऱ्यातून आणि आसपासच्या खेड्यांतून विकू लागलो. हा धंदा मात्र पाव-बटरांसारखा फायद्याचा ठरत होता. साताऱ्यात मोती चौकात रस्त्याच्या कडेला बसून ब्लाऊज पीस विकू लागलो, की आपल्याला कोणी ओळखणार नाही, हे पाहत असायचो. दिवसाला पाच-सहा रुपये पडतल[१२८] गावत व्हती. सारा सातारा गल्लीबोळानिशी माहीत झाला, तो हे ब्लाऊज पीस विकण्यामुळे.

असाच एकदा पिसेस घेऊन सायकलवरनं फिरत होतो. साताऱ्यात काही लोक ओळखत असत. दाभोलकरांचे एक व्यापारी मित्र होते. खूप पैसेवाले. दारात हत्ती झुलावा, तसे डझनांनी ट्रक झुलत असत. त्यांच्या घरापुढून 'ब्लाऊज पीसवाला' म्हणून ओरडत मी पुढं गेलो आणि त्या अमीर घराण्यातल्या एका गोऱ्या चामडीच्या पोरीनं बोलावलं, म्हणून तिकडं गेलो, तो साऱ्या गोऱ्या बाया जमल्या आणि 'बघू बघू' म्हणत गाठोड्यातले बरेच पिसेस बघायला घेतले. मी एरवी चार-दोनच पीस दाखवीत असे; पण घर दाभोलकरांच्या मित्राचं आहे... पैसेवाल्यांचं आहे. गिऱ्हाईक मोठं. तडाख्याला पाच-दहा पीस गेले, तर फारच बरं होईल, या हिशेबानं सारं गाठोडं सोडून दाखवीत होतो. कोणी किती पीस घेतले, काही समजलं नाही. साऱ्या पोरींनी गराडा घातला होता. माझं लक्ष किती पीस घेतात, ह्याच्याकडं होतं आणि त्या निवडानिवडीत रंगल्या होत्या. झालं. अखेर, एकही ब्लाऊज पीस त्यांनी घेतला नाही. सारे पीस परत आले असतील... म्हणून चिडूनच, 'चामडी देत्याल, पण दमडी देणार न्हाईत' म्हणून त्यांच्या हलकट जातीला शिव्या घालत पुढं गेलो.

संध्याकाळी घरी आलो आणि किती पीस विकले आणि किती पैसे आले, याचा हिशेब करायला लागलो, तेव्हा तब्बल पाच ब्लाऊज पीस नव्हते. अक्कलखाती खर्च टाकायला अक्कलच नव्हती! खूप भटकलो. वीस रुपयांना टोपी बसली होती. शशीही हळहळली. बुडत्याचा पाय खोलात, त्याला काय करणार? मनाचं समाधान करून घेतलं, बरं 'मुकी झवली, हाक ना बोंब.' त्यांनी माझे पीस चोरले असं मी म्हणणं म्हणजे साऱ्यांनी मलाच खुळ्यात काढलं असतं. स्वत:लाच शिव्या घालत हात चोळत बसलो.

व्यापारात पैसे बरे मिळत; पण मिळाले की लॉटरी फुटावी तसं, नाहीतर तोंडाला फेस येईपर्यंत फिरलं, तरी चहापाण्याचे पैसे मिळायचे नाहीत. शशी घरात बसून कागदाची पाकिटं चिकटवत असायची. कंबर मोडंस्तवर काम केलं, की दिवसाला रुपया-दीड रुपया सुटायचा. तिचे कष्ट बघवायचे नाहीत. गड्यावानी पोट

---

१२८. पडतल – कमिशन

घेऊन काम करायचं. स्वयंपाकपाणी करायचं. मनातनं खूप वाईट वाटे. साला, ह्या पोरीनं माझ्यासाठी एवढं का सोसावं? तिचा बा लखपती मानूस. घरी चार चाकांच्या गाड्या. बहिणी मोठ्या घरी सुखानं नांदताहेत. गाड्यांतून फिरताहेत आणि हिला असे भिकेचे डोहाळे का लागले असतील? माझा मीच विचार करायचो आणि ही ताकद नुसत्या प्रेमाची असेल, हे काही पटायचं नाही. 'तेरड्याचा रंग तीन दिस' असं तर होणार नाही? सारखी धास्ती असायची. झेपावून कामं करायचो. आता तिला बरं नसायचं. डॉक्टर आणि औषधं फुकटचीच असायची. दाभोलकर पति-पत्नी तिची फार काळजी घ्यायचे. तिला बरं नसलं की मी दोघांची धुणी धुवायचो.

एकदा घराबाहेर नळावर धुणं धूत बसलो होतो. शशीला बरं नव्हतं... जवळचं कुणीच नाही आणि घरात बाईमाणूस नाही. मी आपलं तिच्या पातळाला साबण लावत बसलो होतो आणि शेजारच्या आयाबाया टवकारून बघत होत्या. त्यातलीच एकजण आली आणि म्हणाली,

"गुरुजी, असं काय करताय? पाप हाय हे! बायकूला काय रगातपिती फुटली व्हय? का हाड्यावरून झाला![१२९] उठा! तिची कापडं धू नगा."

मी खाली मान घालून काम करीत होतो. "अहो, मी आजारी असो-नसो, तीच करती, मग तिच्या जिवाला आलं, तर मी केलं म्हणून काय झालं?" माझा प्रश्न.

ती म्हणते,

"गुरुजी, जात बाटली म्हन रीत बाटलीया का? नवऱ्यानं बायकूचं धुनं धुवायचं म्हंजी हे पाप ती कुठं फेडील? नरकात जावं लागलं, का न्हाय?... काय बया ही शिकल्याली मानसं नंदीबैलावनी करत्याती! आमच्या वक्ताला, नुस्तं वरनं पानी घाला म्हनलं तर नवऱ्यानं जीव जास्तंवर हानली हुती. नजरंला नजर भिडंल काय? जीव जाया लागला, तरी करायचं. ना करून कुनाला सांगायचं? आपल्या कर्माला आलं, म्हनं बाप्यानं करावं? बाई हाय का गाडाव!"

आता तिच्या साथीला चारचौघी जमून अशाच लागल्या बडबडायला. 'स्त्री-मुक्ती चळवळी'वर ह्यापेक्षा आणखी काय बोलावं? त्या बाईनं हातांतलं धुनं हिसकून घेतलं आणि तेवढ्यापुरतं; पण कसं जिरवलंच्या थाटात सारं धुनं धुतलं.

पुन्हा धुनं धूत होतो; पन् घरातल्या मोरीत.

असं आमचं वागणं असायचं. त्यानं शेजारपाजारणींच्या बरोबर शशीचं फारसं जमायचं नाही.

एकदा वटसावित्रीच्या पूजेवरनं असंच शेजारणींबरोबर शशीचं बिनसलं होतं.

---

१२९. हाड्यावरून झाला – क्षयाची बाधा झाली.

वेळ सकाळची होती. मी घाईनं उरकून ब्लाऊज पीस विकायला निघालो होतो. शशी निवांत होती. तेवढ्यात पाच-सात बायका घरात घुसल्या. म्हणून मी थांबलो. त्यांच्या हातांत ताटं होतीं... त्यात पंचारती, कापूर, साखर, आंबा, नैवेद्य आणि दोरा, पान, सुपारी असं बरंच पूजेचं सामान होतं. साऱ्या जणी 'वैनी, चला' म्हणून बसल्या होत्या. शशी म्हणत होती,

"मी उपवास केलेला नाही. मला पटत नाही. माझा असल्या बाबींवर विश्वास नाही. पुनर्जन्मावर माझा विश्वास नाही आणि अशी नाटकं करून हाच सात जन्माला मिळेल, असंही मला वाटत नाही!"

बॉम्ब टाकावा, तशा बायका उडाल्या होत्या. 'नवऱ्याच्या म्होरं ही बया असं बोलतीया आन् ह्यो बैल नुसतं ऐकतुया. ही कसली अवदासा आसंल!'

एक पोक्त बाई म्हणते कशी,

"आवो, त्या सावित्रीनं सत्यवानाचा जीव यमाच्या हातांतनं मागारी आनला, ती गाढव हुती का? पतिवर्ता, गर्ती बाय कशाला म्हनत्यात? येसवा ह्याच्यापरीस वेगळ्या असत्यात का? मेल्यावर नगा पाळू, पन जितं हाय, तवर तरी पाळा! रीत कशाला केलीया?"

मी गप्प बसून ऐकत होतो. शशीला साऱ्याजणी नुसतं पाण्यात बघायच्या. शशी पक्की आहे, म्हटल्यावर ह्या साऱ्या साळकाया-म्हाळकाया सात जन्मांच्या फेऱ्यांत गुंतायला गेल्या. शशी रडकुंडीला आली होती. क्षणभरच असेल; पण आपण चुकत तर नाही ना? सगळ्या तुफानाला टकरा द्यायच्या, आपण टिकू का? असं काही म्हणत माझ्या खांद्यावर डोकं ठेवून कितीतरी वेळ मूकपणे उभी होती. डोळ्यांची टिपं सात जन्म तर मागत नसावीत?

आणि एकदा असंच झालं. शेजारी सारी होलार वस्ती. साताऱ्यातली झोपडपट्टी, हवं तर म्हणता येईल. सकाळ झाली, की सारे पुरुष पेठेत जायचे. चपला शिवायचे. बॅन्ड वाजवायचे. मिळेल ते काम करायचे. घरात बायांनी धुनी-भांडी करायची, मोलमजुरी मिळेल तशी बघायची, चिंचा फोडायच्या, नाहीतर तंबाकूच्या पुड्या चिकटवायच्या. संध्याकाळपर्यंत मिळेल ते करायचं...

माझ्या घराच्या मागच्या बाजूला अशीच एक बाई होती. आठ-नऊ पोरं, सारी चिल्लीपिल्ली. गल्लीतनं फिरत असायची, आई सकाळपासून सांजपर्यंत मरणाची कामं करायची.

आणि कडुसं पडलं, की तिचा नवरा झोकांड्या खात यायचा. आला की तोंडाचा तमाशा सुरू व्हायचा. इतका विचकट शिव्या द्यायचा, की विचारू नका. मध्येच तिच्याबद्दल ह्याला शंका यायची. आत एकदा कलागत जुंपली, की सारी रात 'ह्याच्या खाली निजलीस आन् त्यो तुझ्यावर चढला!' असली भंकस सुरू व्हायची.

एकदा रात्री आठ-नऊ वाजता बाई बोंब मारत आणि नवऱ्याला शिव्या देत पळत आली आणि माझ्या घरात घुसली... मी काय झालं, ते ऐकत होतोच. भांडणं तिच्या घरात असली तरी कालवा एवढा असायचा, की साऱ्या आळीला माहिती असायची. तिच्या मागं हातांत दगडाचं गोटं घेऊन तिचा नवरा आला. काय करावं अशा विचारात पडलो; पण तो काही दारापर्यंत आला नाही.

"गुरुजी, सरीला भाईर काढा, न्हायतर आई झवून टाकीन!"

आणि अशीच शिवीगाळ सुरू झाली. बाई काही बाहेर जाईना, मी तिला विचारलं, तर ती रडत सांगत होती,

"गुरुजी, सकाळधरनं कष्ट करून आलीया. माझ्याच रोजाचं दाणं आनल्यात, कोरड्याशाला काय नव्हतं, तर खर्डा करून पोरान्‌ला दिला आन्‌ ह्यो किरडीवाला मूत पिऊन आलाय आन्‌ तीन रुपयं आंगावर टाकल्याती आन्‌ सागुतीचं करून घाल, म्हन माराया लागला. इतक्या रातची सागुती ह्याच्या आईच्या गांडीत मिळायची व्हय? आता मी बायमानूस पडली. कुंकवासाठी जिता ठिवतीया. न्हाईतर ह्याचं आंड दाबून जीव घीन!"

शशी तिला समजावीत होती. शांत करीत होती आणि आत-बाहेर नुसता गोंधळ घातला होता. काय करावं, मलाही सुचत नव्हतं.

पोलीस कम्प्लेन्ट करावी, असं एकदा मनात आलं; पन बाई काही तयार होनार नाही. वाटाणं, शेंगदाणं गडगडत्यातल, आपण तोंडघशी पडू. म्हणून गप्प बसलो. अरुण शेलार म्हणून दलाचा एक कार्यकर्ता राहत होता. त्यानं माझ्या घरापुढं गर्दी बघितली आणि पळत आला. काय झालंय ते सांगितल्यावर तो तिच्या नवऱ्याजवळ गेला. त्याला समजावण्याचा प्रयत्न केला; पण व्यर्थ. गडी वाघासारखा डरकाळत होता.

आणि तिरीमिरीत बाई बाहेर गेली. "शेजारपाजारची मानसं देवावानी हायती, त्यान्‌ला मेल्या, माझ्यासाठी शिव्या दितुयास व्हय?" म्हनत नवरा उभा होता, तिकडं पळत गेली आणि काय व्हतंय, हे समजायच्या आतच तिनं त्याला खाली पाडला आन्‌ त्याच्या उरावर बसली. दोघांची झटापट सुरू झाली. त्याला हल्ला अनपेक्षित होता. तो गांगरून गेला आणि आधीच प्यालेला. अक्षरश: तिनं राग शांत होईस्तंवर हाणला.

सारी गर्दी अवाक् झाली...

"ये रांडं! आगं, नवऱ्याला मारतीयास व्हय?" म्हनत गर्दीतली मंडळी तिला शिव्या द्यायला लागली. आता मात्र तिला लोक मारतील, असं वाटलं. त्यातली चारचौघं तयारी करीत होतीच. मग पुढं झालो आणि सगळ्यांना ओरडून म्हणालो,

"नवरा-बायकोचं भांडण हाय... आपल्याला काय करायचंय? ती भांडतील

आणि एक होतील, आपण का वाईट व्हायचं? सारखा बायकोनंच मार खायचा... आता जरा नवऱ्यानं खाल्ला, तर कुठं बिगाडलं?"

अखेर बायाच मदी पडल्या आणि तिला सोडवली. त्यानंतर, तो पीत होता; पण बायकोचा आवाज वाढला की पड खायचा आणि म्होरचं सारं टळायचं.

आणि एके दिवशी मामा-आत्या घरी दाखल झाले. अद्याप जातीचं वाळीत चालूच होतं. घराकडून कोणी जात-येत नव्हतं. साधं पत्रही नसे. जगला, की मेला कुणी विचारत नव्हतं, पुसत नव्हतं. मीही विचारत नव्हतो... पुसत नव्हतो. मग अचानक हे पाहुणे का आले असावेत, समजत नव्हतं... घरात काही नव्हतंच. कार्यकर्त्यांच्या मदतीनं निभावलं.

मामा अतिशय मोकळेपणानं बोलत होते. शशीशी बोलत होते. आत्या जरा ताठ्यात होती; पण तीही तोंडदेखलं बोलत होती. संध्याकाळी इकडच्या-तिकडच्या गप्पा मारत होतो आणि मामा म्हणाले,

"आम्ही तुम्हाला घेऊन जायला आलो आहोत. आप्पाच्या थोरल्या मुलीचं लग्न परवा आहे... तुला आलं पाहिजे. झालं-गेलं विसरून जा. तुला घरच्यांनी बोलावनं पाठवलंय. मी घेऊन जायला आलोय. तू लग्न केलंस, कुनाला सांगितलं नाहीस... आम्ही रागावलो व्हतो; पन आता राग विसरून तुला आलं पाहिजे."

माझ्या चुलत बहिनीचं लग्न अन् मला एका अक्षरानं कुनी बोलावलं नाही, कळवलं नाही... मी स्वाभिमानानं, चिडून गेलो होतो. "तुम्ही जा, तुम्हाला बोलावलंय, मी येणार नाही," असं म्हनालो, सारी अक्कल पणाला लावून वाद घालत व्हतो.

मामा म्हनत होते, "लग्नाला जमात जमणार आहे. तुझ्या घरच्यांना वाळीत टाकलं आहे. पंचायत बसेल, कुनी पंगतीला बसणार नाही. तुझ्या भावंडांची लग्नं होनार नाहीत, त्याचा विचार कर. तू आता सुटलास असं वाटतं; पण तुझ्या पोरांना कुणी सोयरीक देणार नाही. वडील म्हातारे, आता म्हातारपणातच त्यांचे धिंडवडे निघतील. तू जातीची माफी माग. जात तुला पुन्हा जातीत घेईल. तुझ्या येण्यावर सारं अवलंबून आहे. तू आला न्हाईस, तर खंडीभर वरणात मुतल्यागत व्हईल." वगैरे...

सारी रात्र तळमळत होतो. आई-वडील, त्यांची गरिबीशी अहोरात्र लढाई आणि उतारवयात त्यांचे जातीनं काढलेले धिंडवडे. पाहवत नव्हतं. मनाची तयारी केली. स्वाभिमान गुंडाळून ठेवला आणि दुसऱ्या दिवशी लग्नाला निघालो.

माझं लग्न झाल्यावर घरी गेलो नव्हतो. शशीनं घर-जात काहीच पाहिलं नव्हतं. पंचायत पाहिली नव्हती. नुसतं ऐकलं होतं.

गाडीनं स्टॅन्डवर उतरलो. हातात बॅग, शशी, आत्या, मामा असे सोमंथळीत प्रवेश करते झालो. मी कळवलं नसलं तरी माझं लग्न हा चर्चेचा विषय असावा. गाव पाच-सहाशे उंबरठ्यांचं. आम्ही वाटेनं निघालेलो. येणारे-जाणारे मारक्या म्हशीसारखे बघत होते. बायका दारात उभ्या राहून मला आणि बहुतेक शशीला अशा पाहत होत्या, की शरमेनं मान खाली घालावी. टवकारून बघणाऱ्या नजरा चुकवत-चुकवत घरी पोहोचलो तो गावातल्या पोरांचा घोळका दारात उभा. त्यात वऱ्हाड आधीच आलेलं. घरच्या चारी बाजूंना माणसंच माणसं आणि त्यांच्या नजरा आमच्यावर रोखलेल्या. भावंडं जवळनं हिंडत; पण जवळ कुणी येत नव्हतं. आईनं बघून न बघितल्यासारखं केलं. वडलांनी तेवढी विचारपूस केली. शशी-आत्या घरात गेल्या. मी अंगणात बसलो.

लोकांचं बघणं संपलं होतं. जीव मोकळा झाल्यागत वाटत होतं. आकरीत झाल्यागत मंडळी वागत होती. कुतूहल, प्रचंड कुतूहल, भावकीतले लोक ज्यांच्या अंगाखांद्यावर वाढलो होतो, ताटात जेवलो होतो, ती माणसं अगदी वाटच्या वाटसरासारखी वागत, बोलत होती. अगदी तुटक-अस्पृश्य समजून. जसंकाही फार मोठा गुन्हेगार असावा, तसं. मी आणि मामा, दोघं बसलो होतो, तिथं लोक येत. केव्हा आला, काय करतो, एवढं विचारीत आणि नोकरी नाही म्हटलं, की विंचू डसावा तसे हातवारे करीत. मला निदान भाषा समजत होती. बोलता येत होती. शशीची फारच पंचाईत. तिला काहीच समजत नव्हतं, कळत नव्हतं. वळत नव्हतं. नुसतं बघत बसायचं.

लग्नाच्या आदल्या दिवशी पंचायत बसली. मी आरोपी होतो. भावकीनं मिटवलं पाहिजे, तर जमात मिटवणार. भावबंदकीच्या शिड्यात आजपर्यंत हयातीत मान खाली घालून बसणारे बाप, चुलते अपराधीपणे बसले होते.

पंचायत सुरू झाली. अर्थात, सारं आमच्या भाषेतून. गावातली मंडळी जमली होती, परंतु त्यांना काहीच समजत नव्हतं. माझ्याशी मात्र बोलत होती. त्यांना काय चाललंय, हे पाहिजे होतं.

मी माझी बाजू मांडली. सारी अक्कल पणाला लावून बाजू मांडत होतो. उदा. मी जात मानत नाही; पण माहितीसाठी बायको मराठा असल्याचं सांगतो.

पंच विचारतो,

"तिच्या येळी उशा-पायत्याला बसला हुतास काय? ती मराठ्याची हाय ह्याला पुरावा काय? अन् ती बामनीन आसली, तरी आपल्या जातीत चालत न्हाय. तुझ्या बापजाद्यांनी केलं होतं का? ती म्हारीन हाय, की मांगीन हाय, म्हाईत न्हाय... तू तिला सोडून दे. निदान, लगीन केलं न्हाय, म्हन. गड्यानं बाय ठेवली, तर चालंल,

लगीन चालत न्हाय. तू तिला ठेवली म्हन. तरच इचार होईल.''

मी सविस्तर उत्तरं दिली. ''लई चार बुकं शिकलास म्हन आक्कल आली व्हय? आमास्नी शिकवू नगं. साऱ्याचा इस्कूट हुईल. पंगतीला अन् मयतीला कुत्रा बसायचा न्हाय. ह्याचा इचार कर... चला रं, निघा.''

झालं. पंचमंडळी उठली. आता काय करावं? बा तर धडाधडा रडत होता. मागच्या पावलानं बोलत होता.

हातापाया पडून पुन्हा बैठक सुरू झाली. मंडळी वाटेल तसं बोलत होती. मी ऐकत होतो. चांगलं प्रबोधन होत होतं. अखेर आप्पानं तोडगा सुचवला... पंचायतीचा अनेक वर्षांचा अनुभव गाठीला. आप्पा म्हनाला,

''आपल्यात उरसांड चालतं... नावरामुली उरसांड गालकाक, ग्वालाद निंडच तरी नाम आतनक गुबली भुडकाकू.' (ज्यांच्या आई-बापाचा पत्ता न्हाई अशा अनाथाला आपल्यात दत्तक (उरसांड) घेता येतं. उरसांडाला आपल्यात पोरगी देता येते. त्याला जातीची परवानगी हाय...) आणि या मुद्द्यासाठी त्यानं पंचायतीच्या अनेक आठवनी दिल्या. झालेल्या निर्णयाचं आणि शिक्षांचं सार सांगितलं. शाळेचा उंबरा न चढलेला हा माणूस कोर्टात वकिलानं आपल्या अशिलाची बाजू प्रभावीपणे मांडावी, तशी बाजू मांडत खंबीरपणे उतारे, उखाणे, म्हणींची पेरणी करीत, सारा अनुभव पणाला लावून लढला.

मंडळी बाजूला गेली. विचार केला आणि निर्णय सांगितला. जर तिला सोयऱ्यांत उरसांड करून घेतली, तर चालंल; पण उरसांड करून घेतल्याशिवाय आमी बसणार न्हाय.

झालं; आई, आप्पा, तात्या, काकी, नानी आणि मुख्य म्हणजे माझे वृद्ध वडील, साऱ्यांनी इतका गलका केला आणि सारी जण माझ्या गळ्यात पडून रडू लागली. झालं.

''बाबा, मानसांतनं उठलो असतो, आता मानसांत आलो!''

रडण्याचा भर ओसरला. मुलीला पंचात आणा... गलका झाला. आतापर्यंत शशी सपरात[१३०] बसली होती. ती बाहेर आली. तिला आत्यानं आनलं. आत्यानं आणि मामांनी तिला उरसांड करून घेतलं. तिला दोघांच्या मांडीवर बसवलं. मामानं तिला नवीकोरी साडी आनली व्हती. नवी साडी नेसून ती बसली व्हती. सवासनी तिला कुंकू लावत व्हत्या. तोंडात साकर घालीत व्हत्या. तिला जातीनं जातीत घेतलं होतं, म्हनून तोंड गोड करायचं. सांचं साऱ्या भावकीला बानं तेलच्याचं जेवन घातलं.

---

१३०. सपरात – छपरात. छपरात म्हणजे कुडामेडाच्या घरात.

मंडळी आता खरोखरच विटाळ मानत नव्हती. जेवताना मला, शशीला पंगतीच्या मध्ये बसवलं होतं.

साऱ्यांची जेवनं झाली. पुन्हा रातच्या पंचांच्या भानगडी नसतील, म्हणून वाकळ घेतली आणि शाळेत झोपायला निघालो होतो. तेवढ्यात बा बाजूला घेऊन गेला आणि म्हनाला,

"पोरीला दिस गेल्यात का?"

मी व्हय म्हनल्यावर बाचा चेहरा पडला.

"आता काय झालं?" मी विचारलं.

बा म्हनाला, "लक्षा, निन नांगलक मिदा ख्वाला कासा?" (तू आम्हाला मारून टाक.)

मला उलगडा होत नव्हता. मी बाला काय झालं, म्हनून विचारलं.

बा म्हनाला,

"आता पंच येऊन बसत्याल. तुझं लगीन लावाया पायजी का नको?" आता मात्र माझं मस्तक उठलं होतं. एकदा असंच निघून जावं, असं वाटत होतं; पन काय करणार? जे-जे होईल ते पाहण्यापलीकडं काही करता येत नव्हतं. वाकळ तिथंच टाकली आणि तंबाकू मळत बसलो. बा लगबगीनं आप्पा, तात्या, आई, नानी, आणि मामी ह्यांच्यासंगं बोलला. साऱ्यांनी शशीला विचारलं, तिला दोन महिने झाले होते. आता काय करावं, असा विचार सगळ्यांनाच पडला.

पंचायत पुन्हा भरली. मंडळींनी बाला धुण्याचंच ठरवलं असावं. आता ह्या लग्नातच लगीन लावलं पायजे. मामानं वस्तुस्थिती सांगितली.

'तसं उरसांड होण्याआधीचं पोर होय. ते जातीत कसं यील? तेला आई-बाप हाय; पण जात कुठंय? लग्नाच्या आधीचं ग्वालनाय म्हनूनबी घेता येत न्हाई!'

पुन्हा पेच निर्माण झाला. माझ्या तर डोक्यात किडे पडायची वेळ आली होती. खूप सुनवावं, असं मनात येत होतं; पन घरातले सारे लोक दाबत होते. एकदा चांगलं थाटात लग्न झालंय. पुन्हा लग्नाची गरज नाही एवढंच म्हणालो. तशी मंडळी वैतागली.

"तुला काय जातीचं ना गोतीचं, आना सख्या म्हारणीचं.'

आता काय बोलायचं?

आता माझी वकिली दत्तू कैकाड्यानं केली. तो म्हनाला,

"आरं, वळगांतूली सत्यनारायणक कुळशी ईला निंडच तर पाक खागतिग्यूरच तरी नाडकाक!'

(गावातल्या मंडळींना सत्यनारायणाला बसताना बायको नसली, तर सुपारी

कंबरंला लावत्यात आन् पूजा करत्यात. तवा आसं करा, लक्षाला सुपारी कंबरंला द्या आन् लगीन लागलं म्हणून टाळ्या वाजवा. म्हंजी झालं. त्याच्यात एवढा वाद कशाला घालता... मिटवायचं हाय नव्हं? का खंदूक घालायचाय, ते सांगा...)

आणि गंमत म्हणजे रात्री दीड-दोन वाजता मला सुपारी हातात घेऊन उभं केलं आणि मंडळींनी अक्षता टाकून टाळ्या वाजवल्या. आता माझं लग्न झालं होतं. जातीचे सारे अधिकार मिळाले होते. मी जातीचा झालो होतो. माझं घरदार जातीचं झालं होतं.

दुसऱ्या दिवशी सकाळी पुन्हा बोकड मारला आणि साऱ्या भावकीला जेवू घातलं. नशीब म्हणजे, सारी भावकीचीच माणसं होती. सारी जमात नव्हती. नाही तर थाळभरणी, तिदळकी करीत आणि जाबजबाब करीत ह्या थळांचा निर्णय पटला नाही, तर दुसरीकडं जाणं वाट्याला आलं असतं.

दुसऱ्या दिवशी संध्याकाळी आप्पाच्या मुलीच्या रतनच्या हळदी लागल्या. आता बॅन्ड वाजवायचा सराव पार मोडून गेला होता; पण मंडळींनी फार आग्रह केला. पुन्हा ढोल वाजवला. गावातले मित्र, स्नेही भेटत होते. बोलत होते.

लग्नाच्या दिवशी असाच प्रसंग आला. रानात लांब जाऊन जावळ काढायचं असतं. आप्पाला साऱ्या पोरीच होत्या. पोरगा दोन-तीन महिन्यांचा होता. घरात थोरला मीच. रतन नवरी झालेली. तिला आणि मामाला घेऊन लांब गेलो. खडे गोळा केले. धुतले. ओळीनं मांडून ठेवले. त्यांच्यावर हळद-कुंकू वाहिलं. मामानं रतनच्या केसाची बट काढली नि निवदावर ठेवली. उदबत्त्या लावल्या. नारळ फोडला आणि 'जावाळ वाहून झालं.' आम्ही परत आलो.

संध्याकाळी लग्न लागण्याआगोदर जमातीनं माझ्या लग्नाबद्दल भावकीला विचारलं. भावकीनं सारं सांगितलं. सारं रीतीनंच झालं होतं आणि भावकीची तक्रार नव्हती. जातीनं मान्यता दिली आणि प्रकरण मिटलं.

लग्नसोहळा झाला, पुन्हा साताऱ्याला आलो. आता जातीचा जो ठिपका पुशीन म्हणत होतो, तो गडद झाला होता. मनातून उदास झालो होतो. शशीला सारंच नवीन होतं; पन एका जीवघेण्या दुखण्यातून पुन्हा उभं राहावं, तसा उभा राहणार होतो.

◆